എഴുത്തിലെ സമരങ്ങൾ

Ezhuthile Samarangal

Ashokan Engandiyoor

CHINTHA PUBLISHERS
Thiruvananthapuram

First Edition
November 2021

Published
Chintha Publishers, Thiruvananthapuram

Typesetting
Star Communications, Thiruvananthapuram

Cover Design
Vinod Mangoes

ISBN : 978-93-90301-85-0

CO - 3033 / 5611

Email: chinthapublishers@gmail.com
Website: www.chinthapublishers.com

Distribution
DESHABHIMANI BOOKHOUSE
H O Thiruvananthapuram 695035

Branch
Head OÅice Kunnukuzhi • Statue Thiruvananthapuram
KSRTC Bus Station Thiruvananthapuram
KSRTC Bus Station Alappuzha • KSRTC Bus Station Ernakulam
Machingal Lane Thrissur • IG Road Kozhikode
Mavoor Road Kozhikode • NGO Union Building Kannur
Central Bus Terminal Complex Thavakkara Kannur

എഴുത്തിലെ സമരങ്ങൾ

അശോകൻ ഏങ്ങണ്ടിയൂർ

ചിന്ത പബ്ലിഷേഴ്സ്
തിരുവനന്തപുരം-695 035

അശോകൻ ഏങ്ങണ്ടിയൂർ

തൃശ്ശൂർ ജില്ലയിലെ ഏങ്ങണ്ടിയൂരിൽ ജനനം. റവന്യൂ സിവിൽ സപ്ലൈസ് വകുപ്പിൽ ഉദ്യോഗസ്ഥനായിരുന്നു. കഥാകൃത്ത്, ഉപന്യാസകാരൻ, ബാലസാഹിത്യകാരൻ, വിവർത്തകൻ എന്നീ നിലകളിൽ പ്രസിദ്ധനാണ്.
കൃതികൾ: *അപരാധം, ഉച്ചവെയിൽ, പ്രണയത്തിന്റെ നാളുകൾ, കാലത്തിന്റെ സുവർണ്ണകഥകൾ* (കഥകൾ), *നമ്മുടെ കാലഘട്ടത്തിൽ, എങ്കിലും എന്റെ പ്രിയ നാടേ, പ്രണയതീരങ്ങൾ* (നോവൽ), *എഴുത്തിന്റെ പാഥേയം* (ലേഖനങ്ങൾ), *എം ടിയുടെ പാദമുദ്രകൾ, പൊറ്റെക്കാട്ട്- കഥ, ജീവിതം, സഞ്ചാരം* (ജീവചരിത്രം), *കിട്ടുണ്ണിയുടെ കഥ, കുട്ടികളുടെ എം ടി,* (ബാലസാഹിത്യം), *വിപ്ലവപ്പാത* (വിവർത്തനം) എന്നിവയാണ് പ്രധാനകൃതികൾ.

വിലാസം : ഉപാസന
അയ്യന്തോൾ
തൃശ്ശൂർ - 3
ഫോൺ : 0487-2360068

ഉള്ളടക്കം

പ്രസാധകക്കുറിപ്പ്

കേരളത്തിന്റെ ധൈഷണിക ജീവിതത്തിന്റെ വ്യവഹാര മണ്ഡലത്തെ വിപുലപ്പെടുത്തിയ ഏതാനും എഴുത്തുകാരുടെ ജീവിതവും രചനകളും പരിചയപ്പെടുത്തുകയാണ് അശോകൻ ഏങ്ങണ്ടിയൂർ ഈ കൃതിയിലൂടെ. യാഥാസ്ഥിതികത്വത്തോട് കരളുറപ്പോടെ ഏറ്റുമുട്ടിയവർ, ജന്മിത്വത്തോട് അങ്കംകുറിച്ചവർ, പുരോഗമന പ്രസ്ഥാനത്തിനു വേണ്ടി ജീവിതം സമർപ്പിച്ചവർ, കേരളം എന്ന യാഥാസ്ഥിതിക ഭൂമിയെ പുരോഗമന പാതയിലേക്ക് തിരിച്ചുവിടാൻ ജീവിതം മാറ്റിവച്ചവർ, യുഗപ്രഭാവനായ ജോസഫ് മുണ്ടശ്ശേരി മുതൽ ഇപ്പോഴും സജീവമായി എഴുത്തുജീവിതം നയിക്കുന്ന പി വത്സലവരെയുള്ളവരുടെ പ്രചോദനാത്മകമായ ജീവിതങ്ങളിലൂടെയുള്ള യാത്രയാണീ ഗ്രന്ഥം. വിദ്യാർത്ഥികൾക്ക് ഏറെ സഹായകരമാകുന്ന ഈ കൃതി കേരള സമൂഹത്തിൽ വന്നുചേർന്ന മാറ്റത്തിന്റെ നാൾവഴികൾ കൂടിയാണ്.

ചിന്ത പബ്ലിഷേഴ്സ്

ആമുഖം

സർഗ്ഗാത്മക പ്രതിഭകളായ പന്ത്രണ്ട് എഴുത്തുകാരുടെ രചനകളെയും ജീവിതത്തെയും വസ്തുനിഷ്ഠമായി വിലയിരുത്താനുള്ള ഒരു എളിയ ശ്രമമാണ് *എഴുത്തിലെ സമരങ്ങൾ* എന്ന ഈ ഗ്രന്ഥം. പ്രവർത്തിച്ച മേഖലകളിലും ജീവിച്ചിരുന്ന കാലഘട്ടങ്ങളിലും അല്പം ചില വ്യത്യാസങ്ങളുണ്ടെങ്കിലും ഇവരെല്ലാം ഒത്തുചേരുന്ന ഒരിടമുണ്ട്. മാനവികവും പുരോഗമനപരവുമായ അവരുടെ കാഴ്ചപ്പാടുതന്നെയാണ് ആ സംഗമസ്ഥാനം.

തങ്ങളുടെ രചനകളിൽക്കൂടി സമൂഹത്തെയും ജനജീവിതത്തെയും അല്പം മുന്നോട്ടുനയിക്കാൻ ആത്മാർത്ഥമായ ശ്രമം നടത്തിയവരാണ് ഈ പ്രതിഭാശാലികൾ. നാം ഇന്നനുഭവിക്കുന്ന സാമൂഹ്യ സാംസ്കാരിക സാഹചര്യങ്ങൾ രൂപപ്പെടുത്തുന്നതിൽ അവർ വഹിച്ച പങ്ക് നിസ്തുലമാണ്. തികച്ചും പ്രതിലോമപരമായ സാഹചര്യങ്ങളിൽ ജീവിച്ചുകൊണ്ട് അവർ ഭാവിതലമുറയ്ക്കുവേണ്ടി ചിന്തിക്കുകയും എഴുതുകയും പ്രവർത്തിക്കുകയുംചെയ്തു എന്നത് കോരിത്തരിപ്പിക്കുന്ന അനുഭവവും ഓർമ്മയുമാണ്.

എഴുത്തുകാരുടെ ചുറ്റുപാടും, വ്യക്തിത്വവും, സാഹിതീയവും സാമൂഹികവുമായ കാഴ്ചപ്പാടും, കൃതികളുടെ കലാപരമായ മൂല്യവും പരിചയപ്പെടുത്താനുള്ള എന്റെ ശ്രമം വിജയിച്ചോ എന്ന് തീരുമാനിക്കേണ്ടത് വായനക്കാരാണ്.

സസ്നേഹം,
അശോകൻ ഏങ്ങണ്ടിയൂർ

പ്രൊഫ. ജോസഫ് മുണ്ടശ്ശേരി
യുഗപ്രഭാവനായ സാഹിത്യനിരൂപകൻ

പാശ്ചാത്യ-പൗരസ്ത്യ സാഹിത്യ സിദ്ധാന്തങ്ങളെ സമന്വയിപ്പിച്ചു കൊണ്ട് മലയാളത്തിലെ സാഹിത്യകൃതികളെ ഏതുവിധം മൂല്യനിർണ്ണയം നടത്താമെന്ന് തന്റെ ഉൽക്കൃഷ്ടരചനകളിലൂടെ ബോദ്ധ്യപ്പെടുത്തിയ ആധുനിക വിമർശകനായിരുന്നു മുണ്ടശ്ശേരി. സിദ്ധാന്തത്തിലും പ്രയോഗത്തിലും സ്വന്തമായൊരു സ്വരം കേൾപ്പിക്കുകയും സാഹിത്യനിരൂപണത്തെ ഒരു സർഗ്ഗാത്മക കലയുടെ നിലവാരത്തിലേക്കുയർത്തുകയും ചെയ്തു എന്നതാണ് മുണ്ടശ്ശേരിയുടെ പ്രത്യേകത. ഭാസകാളിദാസന്മാരെയും മഹാകവിത്രയത്തെയും ചങ്ങമ്പുഴ, വയലാർ, ഒ എൻ വി തുടങ്ങിയ ജനകീയ കവികളെയും അപ്പൻതമ്പുരാൻ, തകഴി, ഉറൂബ് തുടങ്ങി മലയാറ്റൂർവരെയുള്ള നോവലിസ്റ്റുകളെയും വിലയിരുത്തുന്നതിൽ മുണ്ടശ്ശേരി കാണിച്ച ആർജ്ജവം അദ്ദേഹത്തിനുമാത്രം അവകാശപ്പെട്ടതാണ്. പ്രതിഭ, സൗന്ദര്യം, രസം, കരുണം, പാത്രം, ധ്വനി, ഔചിത്യം, രീതി, അലങ്കാരം, വൃത്തം, ഭാഷ തുടങ്ങിയ സാഹിത്യകലയുടെ സൈദ്ധാന്തിക പ്രശ്നങ്ങളെ താരതമ്യം ചെയ്തുകൊണ്ട് പഠനം നടത്തിയ മുണ്ടശ്ശേരിക്ക് തുല്യനായി അന്നും ഇന്നും മറ്റൊരാളെ മലയാളത്തിൽ ചൂണ്ടിക്കാണിക്കാനില്ല! മറ്റു ഭാരതീയ ഭാഷകളിലും ഇത്തരമൊരു പഠനം നടന്നിട്ടുണ്ടോ എന്നകാര്യം സംശയമാണെന്നാണ് സാഹിത്യചരിത്രകാരന്മാർ അഭിപ്രായപ്പെടുന്നത്. ഒന്നിലധികം രംഗങ്ങളിൽ തന്റെ ധിഷണയെ വ്യാപരിപ്പിക്കുകയും കഠിനാദ്ധ്വാനവും ചങ്കൂറ്റവും കൊണ്ട് തൊട്ടതെല്ലാം ദീപ്തമാക്കുകയും ചെയ്ത ബഹുമുഖപ്രതിഭയായ മുണ്ടശ്ശേരി ഒരു കാലഘട്ടത്തിന്റെ ശ്രദ്ധയെ മുഴുവൻ തന്നിലേക്കാകർഷിക്കാൻ കഴിഞ്ഞ അപൂർവ്വവ്യക്തിത്വത്തിന്റെ ഉടമയായിരുന്നു.

'യുഗപ്രഭാവനായ' സാഹിത്യനിരൂപകൻ; കവിതയും കഥയും നോവലും തനിക്കു വഴങ്ങുമെന്ന് തെളിയിച്ച പ്രതിഭാശാലി, പ്രഗത്ഭനായ

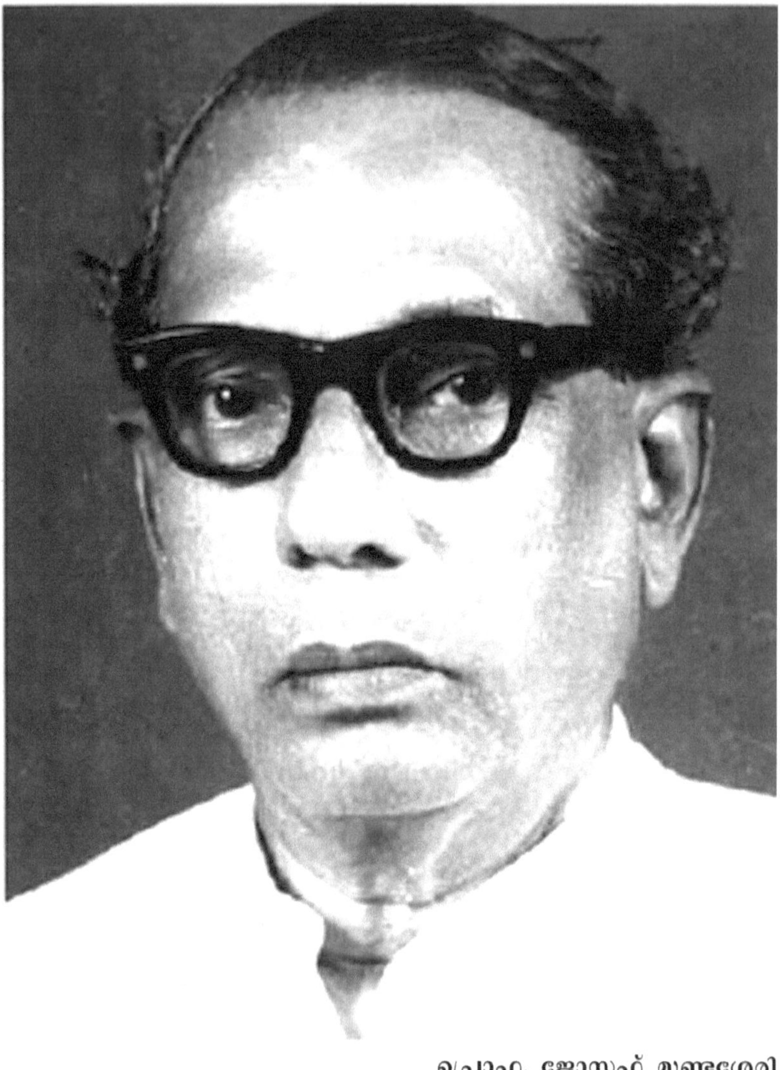

പ്രൊഫ. ജോസഫ് മുണ്ടശ്ശേരി

അദ്ധ്യാപകൻ, പേനയും നാവും ഒരേ വൈദഗ്ദ്ധ്യത്തോടെ എടുത്തുപ യോഗിച്ച പോരാളി, ഉല്പതിഷ്ണുവായ വിദ്യാഭ്യാസചിന്തകൻ, പുരോ ഗമനവാദിയായ രാഷ്ട്രീയപ്രവർത്തകൻ, ശക്തനായ ഭരണാധികാരി, മികച്ച സഹകാരി എന്നിങ്ങനെ എന്തെല്ലാം വിശേഷണങ്ങളിലൂടെയാണ് ആ ധിഷണാശാലിയെ വിലയിരുത്തേണ്ടത്?

മറ്റാർക്കും അനുകരിക്കാൻ കഴിയാത്തവിധം സ്വന്തമായൊരു കാഴ്ച

പ്പാട് രൂപപ്പെടുത്തി അന്നേവരെ മലയാളസാഹിത്യത്തിന് അന്യമായിരുന്ന ഒരു നൂതനശൈലിയിലൂടെ മഹാകവികളെ വിലയിരുത്തുകയും അവരുടെ കഴിവുകളും കഴിവുകേടുകളും ചൂണ്ടിക്കാണിക്കുകയും ചെയ്തു എന്നത് മലയാളഭാഷയിൽ മുണ്ടശ്ശേരി നടത്തിയ വിപ്ലവാത്മകമായ ഒരു പരിവർത്തനം തന്നെയായിരുന്നു. കവിത്രയങ്ങളെ വിലയിരുത്തിയപ്പോൾ കുമാരനാശാനെ കവികളുടെ കവിയായി സ്ഥാപിച്ചെടുത്ത മുണ്ടശ്ശേരി എന്തുകൊണ്ട് കുമാരനാശാൻ യുഗപ്രഭാവനായി എന്നുകൂടി വിശദീകരിക്കുന്നുണ്ട്.

> താൻ നില്ക്കുന്ന കാലത്തിൽനിന്ന് എത്രയോ അപ്പുറത്തേക്കുള്ള നോട്ടം– അതെ, കവിയെ കവിയാക്കുന്ന ആ ക്രാന്തദർശിത്വം തന്നെയാണ് ആശാനെ സമകാലികരാൽ ധിക്കരിപ്പിച്ചതും അനന്തരകാലികരാൽ അറിഞ്ഞ് ആദരിപ്പിച്ചതും. നമ്മുടെ സാഹിത്യത്തിലെ ഏതാദൃശരായ ശേഷന്മാർക്കെല്ലാം ഈ വീക്ഷണദൈർഘ്യം ഉണ്ടായിരുന്നു.
>
> ഒരൊറ്റ ഋതുവാൽ കതിരരിയപ്പെട്ട് കിളച്ചുമറിക്കപ്പെടുവാൻ മാത്രം ശേഷിക്കുന്ന വൈക്കോൽക്കൂനകളല്ല, പ്രത്യുത വർഷാവർത്തനങ്ങളിലെല്ലാം പൂക്കുകയും കായ്ക്കുകയും ചെയ്യുന്ന ഫലവൃക്ഷങ്ങളാണവർ. ആശാൻകൃതികൾ ഇന്നു മലയാളിയുടെ ഹൃദയമന്ത്രമായി ഉരുവിട്ടുകൊണ്ടേയിരിക്കുന്നു എന്നതുതന്നെയാണ് അതിന്റെ മതിയായ തെളിവ്. (*മനുഷ്യകഥാനുഗായികൾ*)

'കൃതികൾ മനുഷ്യകഥാനുഗായികൾ' എന്ന ആശയത്തെ അതിന്റെ മതിയായ അർത്ഥത്തിൽ വ്യാഖ്യാനിച്ച് സ്ഥാപിച്ചെടുത്തതും വിശദമാക്കിയിരുന്നതും മുണ്ടശ്ശേരിയാണ്.

മുണ്ടശ്ശേരിയുടെ വിശകലനങ്ങൾ ഉൾക്കൊള്ളാൻ വിസമ്മതിച്ച യാഥാസ്ഥിതികരായ കവികളും നിരൂപകവർഗ്ഗവും ഉറഞ്ഞുതുള്ളുവാൻ തുടങ്ങി. കല കലയ്ക്കുവേണ്ടിയാണെന്നും കല ആനന്ദത്തിനുവേണ്ടിയാണെന്നും സൃഷ്ടികൾ ആത്മസംതൃപ്തിക്കുവേണ്ടിയാണെന്നുമുള്ള ഈ ഫോർമലിസത്തിന്റെ വക്താക്കളുടെ വാദഗതികളെ മുണ്ടശ്ശേരി അരിഞ്ഞുതള്ളി.

കല ജീവിതത്തിനുവേണ്ടിയാണെന്നും സാമൂഹ്യപുരോഗതിക്കുവേണ്ടിയായിരിക്കണമെന്നും ആവർത്തിച്ചുള്ള മുണ്ടശ്ശേരിയുടെ സാഗരഗർജ്ജനത്തിനുമുന്നിൽ യാഥാസ്ഥിതികനിരൂപകവർഗ്ഗം അടിയറവു പറഞ്ഞു പിൻവാങ്ങി. മുണ്ടശ്ശേരിയുടെ അധൃഷ്ടമായ തൂലികയും മുഴക്കമാർന്ന ശബ്ദവും കേരളത്തിന്റെ ഒരറ്റം മുതൽ മറ്റേയറ്റം വരെ പ്രതിദ്ധ്വനിച്ചുകൊണ്ടിരുന്നു.

കല ജീവിതം തന്നെയാണ് എന്ന് അവർക്ക് അംഗീകരിക്കേണ്ടിവന്നു. കുട്ടികൃഷ്ണമാരാരുടെ *കല ജീവിതം തന്നെ* എന്ന കൃതിയുടെ അവതാരികയിൽ സുകുമാർ അഴീക്കോട് "മുണ്ടശ്ശേരിക്ക് ചരിത്രപ്രാധാന്യം

കൂടും" എന്ന് എഴുതിയത് മുണ്ടശ്ശേരിയുടെ വാദഗതിക്കുള്ള അംഗീകാരം തന്നെയാണ്.

മുണ്ടശ്ശേരിയുടെ സാഹിത്യജീവിതത്തിലെ എക്കാലത്തും സ്മരിക്കപ്പെടേണ്ട ഒരു സംഭവവികാസമാണ് രൂപഭദ്രതാവാദ കാലഘട്ടം. സാഹിത്യത്തിലും ഇതരകലകളിലും രൂപത്തേക്കാൾ പ്രാധാന്യം ഭാവത്തിനാണെന്നും ആ ഭാവം രാഷ്ട്രീയ വിപ്ലവലക്ഷ്യങ്ങളുമായി ഇണങ്ങിച്ചേരേണ്ടതാണെന്നും കമ്യൂണിസ്റ്റുകാരായ എഴുത്തുകാർ വാദിച്ചു. കമ്യൂണിസ്റ്റിതര വിഭാഗമാകട്ടെ കലയെ കലയാക്കുന്നത് രൂപമാണെന്നും ഭാവത്തിൽ രാഷ്ട്രീയപ്രശ്നങ്ങൾ കടന്നുവരുന്നത് ഒരു പരിധിവരെ സഹിക്കാമെങ്കിലും അവ കലാമൂല്യങ്ങളെ നിഷ്പ്രഭമാക്കി കലാസൃഷ്ടിയെ വെറും പ്രചരണോപാധിയാക്കി മാറ്റുമെന്നും വാദിച്ചു. കമ്യൂണിസ്റ്റ് എഴുത്തുകാരുടെ മുൻനിരയിൽ ഇ എം എസ്, കെ ദാമോദരൻ, എം എസ് ദേവദാസ് എന്നിവരായിരുന്നെങ്കിൽ മറുപക്ഷത്തിന്റെ പ്രമുഖനായ വക്താവ് മുണ്ടശ്ശേരി തന്നെയായിരുന്നു. ഇക്കാലത്തെ വാദകോലാഹലങ്ങൾക്കുപോൽബലകമായി മുണ്ടശ്ശേരി എഴുതിയ ലേഖനങ്ങളാണ് *രൂപഭദ്രത* എന്ന പേരിൽ 1951 ൽ പ്രസിദ്ധീകരിച്ചത്.

മുണ്ടശ്ശേരിയുടെ രൂപഭദ്രതാവാദം ഒട്ടേറെ തെറ്റിദ്ധാരണകൾക്ക് വഴിവെച്ചിട്ടുണ്ട്. ഭാവോൽഭിന്നമായ രൂപത്തെയല്ല താൻ മുറുകെ പിടിച്ചതെന്നും തന്റെ രൂപഭദ്രതാവാദത്തിൽ ഭാവഭദ്രതകൂടി ഉൾപ്പെട്ടിട്ടുണ്ടെന്നും അദ്ദേഹം ആവർത്തിച്ച് വിശദീകരിച്ചിട്ടുണ്ടെങ്കിലും വാദകോലാഹലങ്ങൾക്കിടയിൽ അത് വേണ്ടവിധം ശ്രദ്ധിക്കപ്പെട്ടോ എന്ന് സംശയമാണ്. കമ്യൂണിസ്റ്റ് വിരോധികളായ ഒരുവിഭാഗം സാഹിത്യകാരന്മാർ രൂപഭദ്രതാവാദത്തിൽ ആവേശംകൊണ്ട് പിന്തിരിപ്പൻ ചേരിയിൽ നിലയുറപ്പിച്ചു. കമ്യൂണിസ്റ്റ് സാഹിത്യകാരന്മാരാകട്ടെ മുണ്ടശ്ശേരിയുടെ വാദഗതിയെ വേണ്ടവിധം ഉൾക്കൊണ്ടതുമില്ല. അതുകൊണ്ട് ഒരിക്കൽക്കൂടി രൂപഭദ്രതാവാദത്തിന്റെ അന്തർദ്ധാരയെക്കുറിച്ച് മുണ്ടശ്ശേരി ഇങ്ങനെ വിശദീകരിച്ചു:

> ഞാൻ രൂപഭദ്രതയെക്കുറിച്ച് പറയുമ്പോൾ ഉള്ളടക്കത്തിൽ പുരോഗമനാശയങ്ങൾ വേണ്ടെന്ന് അർത്ഥമാക്കുന്നില്ല. ആശയങ്ങൾ ചിട്ടപ്പെടുത്തി നല്ലരൂപത്തിൽ ആവിഷ്കരിക്കണമെന്നേ നിർബ്ബന്ധിക്കുന്നുള്ളൂ. ഇതിൽ കമ്യൂണിസ്റ്റ് വിരോധത്തിന്റെ ഒരു ചുക്കുമില്ല. ആളുകൾ അതും പൊക്കിപ്പിടിച്ച് ഞാനൊരു കമ്യൂണിസ്റ്റ് വിരോധിയാണെന്ന് ധരിച്ചുവശായിട്ടുണ്ട്. അതിലൊരർത്ഥവുമില്ല.

രൂപഭദ്രതാവാദത്തിന്റെ മറവിൽ മുണ്ടശ്ശേരിയെ പിന്തിരിപ്പൻ ചേരിയിലേക്ക് ആകർഷിക്കാനുള്ള ശ്രമങ്ങളുണ്ടായി. അതിലൊന്നും വീണുപോകാതെ തന്റെ സ്വായത്തമായ കാഴ്ചപ്പാടിൽ അദ്ദേഹം ഉറച്ചുനിന്നു. എന്നാൽ, കമ്യൂണിസ്റ്റ് സാഹിത്യകാരന്മാർ രൂപഭദ്രതയുടെ ആന്തരികാർത്ഥം മനസ്സിലാക്കുന്നില്ലല്ലോ എന്ന ഖേദം ആ മനസ്സിലുണ്ടായിരുന്നു. രൂപഭദ്രതാവാദത്തിൽ തങ്ങൾക്ക് തെറ്റുപറ്റിയിട്ടുണ്ടെന്ന് പില്ക്കാലത്ത് ഇ എം എസ് തുറന്നു പ്രസ്താവിക്കുകയുണ്ടായി.

> ഉള്ളടക്കം പുരോഗമനപരമായാൽ മാത്രം പോര രൂപം ഭദ്രമാവുക കൂടിവേണം എന്ന വാദം അന്തിമവിശകലനത്തിൽ ശരിയാണ്. ഇത് മനസ്സിലാക്കാൻ കഴിയാതെ പോയെന്ന വീഴ്ച ഞങ്ങളുടെ അന്നത്തെ സമീപനത്തിനുണ്ടായിരുന്നു. സാമൂഹ്യപുരോഗതിക്കുതകുന്ന ഏതു കൃതിയും മെച്ചപ്പെട്ടത്, അതിനെതിരായത് മുഴുവൻ മോശം. ഈ തെറ്റായ ഒരു സമീപനമാണ് ഞങ്ങൾക്കുണ്ടായിരുന്നത്. ചരിത്രപരമായി ഭൗതികവാദത്തെക്കുറിച്ച് ഞങ്ങൾക്കുണ്ടായിരുന്ന അയഥാർത്ഥമായ ധാരണയാണ് ഇതിനുത്തരവാദി.

ഇ എം എസിന്റെ ഈ പ്രസ്താവന വരുന്നതിനുമുമ്പുതന്നെ മുണ്ടശ്ശേരി കഥാവശേഷനായിക്കഴിഞ്ഞിരുന്നു.

1943 ലാണ് മുണ്ടശ്ശേരിയുടെ ആദ്യത്തെ വിമർശനഗ്രന്ഥം-*മാറ്റൊലി* പുറത്തുവന്നത്. തുടർന്ന് ഒരു മുപ്പതുവർഷക്കാലം അദ്ദേഹം സാഹിത്യരംഗത്ത് ജ്വലിച്ചുനിന്നു. മലയാളസാഹിത്യത്തിന്റെ ഈ സുവർണ്ണദശയിൽ വിവാദങ്ങൾ കുത്തിപ്പൊക്കുകയും മിക്കപ്പോഴും അതിന്റെ തലപ്പത്ത് അദ്ദേഹം നിലയുറപ്പിക്കുകയും ചെയ്തു. ഈ വിവാദങ്ങളിലൂടെയാണ് മുണ്ടശ്ശേരി വളർന്നതും വിഖ്യാതനായ നിരൂപകനായി മാറിയതും.

തൃശ്ശൂർ ജില്ലയിലെ കാരമുക്ക് വില്ലേജിൽ കണ്ടശ്ശാംകടവ് എന്ന സ്ഥലത്ത് സാമ്പത്തികമായി കഴിവുകുറഞ്ഞ ഒരു കുടുംബത്തിൽ 1903 ജൂലൈ 17 നാണ് ജോസഫ് മുണ്ടശ്ശേരി ജനിച്ചത്. പിതാവ്: മുണ്ടശ്ശേരി കുഞ്ഞുവറീത്. മാതാവ്: കൂനാൻ എളച്ചാര്. സ്വപ്രയത്നംകൊണ്ടും ആത്മവിശ്വാസംകൊണ്ടും മുണ്ടശ്ശേരി ഉയർച്ചയുടെ ഓരോ പടവുകളും നടന്നുകയറി.

സ്കൂൾവിദ്യാർത്ഥിയായിരുന്ന കാലത്തുതന്നെ സാഹിത്യത്തിൽ തല്പരനായിരുന്നു അദ്ദേഹം. കവിതകളായിരുന്നു കൂടുതലും വായിച്ചുകൂട്ടിയത്. ആദ്യമെല്ലാം എഴുതിയതും കവിതകളായിരുന്നു. സാഹിത്യത്തിൽ വർദ്ധിച്ചുവന്ന ഈ ആഭിമുഖ്യത്തെ പിതാവ് നിരുത്സാഹപ്പെടുത്തിയെങ്കിലും വിദ്യാർത്ഥിയായ ജോസഫ് എഴുത്തും വായനയും തുടർന്നു. പാഠപുസ്തകങ്ങൾ മുഴുവൻ വിലകൊടുത്തുവാങ്ങാൻ കഴിവില്ലാതിരുന്നതിനാൽ ഈ വിദ്യാർത്ഥി, സമ്പന്നരായ സതീർത്ഥ്യരുടെ പുസ്തകങ്ങൾ കടം വാങ്ങി വായിച്ച് അതിലെ സാരാംശങ്ങൾ അവർക്ക് വിശദീകരിച്ചുകൊടുത്തു. കാര്യങ്ങളെ അടുക്കടുക്കായി പറഞ്ഞുകൊടുക്കുന്നതിലൂടെ നേടിയെടുത്ത ഈ പാടവമായിരിക്കണം പില്ക്കാലത്ത് ഒരു പ്രാസംഗികനായി മാറാൻ വഴിയൊരുക്കിയതെന്ന് അദ്ദേഹം അനുസ്മരിക്കുന്നുണ്ട്.

തൃശ്ശൂർ സെന്റ് തോമസ് കോളേജിൽനിന്ന് മുണ്ടശ്ശേരി ഇന്റർമീഡിയറ്റ് പഠനം പൂർത്തിയാക്കി. തുടർന്ന് കുറച്ചുനാൾ അദ്ധ്യാപകനായി ജോലിനോക്കി. അക്കാലത്തുതന്നെ മുണ്ടശ്ശേരി എഴുതിത്തുടങ്ങി. *സമത്വവാദി* പത്രത്തിലാണ് ആദ്യം എഴുതിക്കൊണ്ടിരുന്നത്. തുടർന്ന്

ഫിസിക്സ് ഐച്ഛികവിഷയമായെടുത്ത് തൃശ്ശിനാപ്പിള്ളി സെന്റ് തോമസ് കോളേജിൽ ബി എക്ക് ചേർന്നു. വളരെ ക്ലേശിച്ചാണ് തൃശ്ശിനാപ്പിള്ളിയിലെ വിദ്യാഭ്യാസം കഴിച്ചുകൂട്ടിയത്. ബി എ പാസായശേഷം 1926 ൽ തൃശ്ശൂർ സെന്റ് തോമസ് കോളേജിൽ ഡമോൺസ്ട്രേറ്ററായി ജോലിയിൽ പ്രവേശിച്ചു. അതോടൊപ്പം *പ്രേഷിത* എന്ന കത്തോലിക്കാ മാസികയുടെ പത്രാധിപസ്ഥാനവും ഏറ്റെടുത്തു. ഈ കാലത്തുതന്നെ എം പി പോൾ ലക്ചററായി തൃശ്ശൂർ സെന്റ് തോമസ് കോളേജിൽ നിയമിക്കപ്പെട്ടു. പോളുമായുള്ള ബന്ധം ദൃഢതരമാകുകയും അത് എഴുതാനും കൂടുതൽ വായിക്കാനും പ്രേരകശക്തിയാകുകയും ചെയ്തു.

ഉദ്യോഗം ലഭിച്ച് രണ്ടര വർഷം കഴിഞ്ഞപ്പോഴേക്ക് മുണ്ടശ്ശേരി വിവാഹിതനായി. ഒരുവർഷത്തിനകം തൃശ്ശൂർക്ക് താമസം മാറ്റുകയും ചെയ്തു. നാട്ടിൽ അയൽപക്കത്തുണ്ടായിരുന്ന ഒരു പെൺകുട്ടിയോട് ജോസഫിന് ആഭിമുഖ്യമുണ്ടായിരുന്നു. എന്നാൽ ഇത് പ്രേമമായി വളർന്നുകഴിഞ്ഞിരുന്നില്ല. ആ പെൺകുട്ടിയാകട്ടെ ജോസഫിനെ ഇഷ്ടപ്പെടുകയും വിവാഹാഭ്യർത്ഥന നടത്തുകയും ചെയ്തു. മാതാപിതാക്കളെ അവഗണിച്ചുകൊണ്ട് ആ വിവാഹാഭ്യർത്ഥന സ്വീകരിക്കാൻ ജോസഫ് ഒരുക്കമായിരുന്നില്ല. ജോസഫിന്റെ വിവാഹദിവസം ആ പെൺകുട്ടി കർത്താവിന്റെ മണവാട്ടിയായി കന്യാസ്ത്രീമഠത്തിൽ ചേർന്നു. *കൊന്തയിൽനിന്ന് കുരിശിലേക്ക്* എന്ന മുണ്ടശ്ശേരിയുടെ പ്രസിദ്ധമായ നോവലിലെ ഏലിക്കുട്ടി എന്ന കഥാപാത്രത്തെ സൃഷ്ടിച്ചത് ഈ ഒരു സ്നേഹബന്ധത്തിന്റെ പശ്ചാത്തലത്തിലാകാം.

കോളേജ് മാനേജ്മെന്റ് ശമ്പളകാര്യത്തിൽ കാണിച്ച കുത്സിതവൃത്തിയെ ചോദ്യം ചെയ്തതോടെ എം പി പോൾ അവർക്ക് അനഭിമതനായി. അധികം താമസിയാതെ പോൾ കോളേജിൽനിന്ന് പുറത്താക്കപ്പെടുകയും ചെയ്തു. പോൾ തുടർന്ന് പഠിക്കാനായി മദ്രാസിലേക്ക് പോയതോടെ മുണ്ടശ്ശേരി ശരിക്കും ഒറ്റപ്പെടുകതന്നെചെയ്തു. അക്കാലത്ത് 'ടു ലാംഗ്വേജസ് എം എ' എന്നൊരു ഗ്രൂപ്പുണ്ടായിരുന്നു. മലയാളത്തിലും സംസ്കൃതത്തിലും എം എ പാസായാൽ ഡിപ്പാർട്ടുമെന്റ് അദ്ധ്യക്ഷനാകാം. ഇതിനുള്ള തയ്യാറെടുപ്പിന്റെ ഭാഗമായി പി എസ് സുബ്ബരാമപ്പട്ടർ എന്ന സംസ്കൃതപണ്ഡിതന്റെ കീഴിൽ മുണ്ടശ്ശേരി സംസ്കൃതം പഠിച്ചു. ഇതിനെ സവർണ്ണർ പരിഹസിച്ചെങ്കിലും മുണ്ടശ്ശേരി കാര്യമാക്കിയില്ല. ഈ ഗ്രൂപ്പിൽ ജയിക്കാൻ കഴിഞ്ഞതോടെ സെന്റ് തോമസ് കോളേജിലെ ഭാഷാവിഭാഗത്തിന്റെ തലവനായി മുണ്ടശ്ശേരി നിയമിക്കപ്പെട്ടു.

ഇതിനകം ഒരു ഉപന്യാസകാരൻ എന്ന നിലയിൽ മുണ്ടശ്ശേരി പേരെടുത്തുകഴിഞ്ഞിരുന്നു. ആദ്യകാലത്ത് മുണ്ടശ്ശേരി കവിതകളാണ് എഴുതിയിരുന്നത്. മഹാകവി വള്ളത്തോളിന്റെ അവതാരികയോടെ 1928 ൽ *ചിന്താമാധുരി* എന്നൊരു കവിതാസമാഹാരം പ്രസിദ്ധീകരിക്കുകയും ചെയ്തിരുന്നു. അതിനകം കലാലയങ്ങളിലും സാഹിത്യസദസ്സുകളിലും

അദ്ദേഹം പ്രധാന പ്രാസംഗികനായിത്തീർന്നു. പൊതുവേദിയിൽനിന്ന് അദ്ദേഹത്തിന്റെ പ്രസംഗം കേൾക്കുക എന്നത് ഒരപൂർവ്വാനുഭവമായിരുന്നു. മുഴക്കമുള്ള ശബ്ദത്തിൽ ശുദ്ധവും ഉജ്ജ്വലവുമായ മലയാളം സ്ഫുടമായി അനർഗ്ഗളം പ്രവഹിക്കും. ഒരു കാലഘട്ടത്തിൽ കേരളത്തിന്റെ ഒരറ്റം മുതൽ മറ്റേയറ്റം വരെ മുഴക്കമുള്ള മാസ്മരശക്തിയാർന്ന ആ പ്രസംഗം പ്രതിദ്ധ്വനിച്ചുകൊണ്ടേയിരുന്നു.

ഇക്കാലത്ത് മദിരാശി സർവ്വകലാശാലയിലെ ബോർഡ് ഓഫ് സ്റ്റഡീസിൽ മുണ്ടശ്ശേരി അംഗമായി. അതോടെ ഉള്ളൂരിനോടൊപ്പം മദിരാശി സർവ്വകലാശാലയിൽ 'ഒന്ന് പയറ്റാനുള്ള' അവസരവും മുണ്ടശ്ശേരിക്കു ലഭിച്ചു. സംസ്കൃത പരീക്ഷയുടെ ബോർഡംഗം പുന്നശ്ശേരി നമ്പിയായിരുന്നു. അദ്ദേഹത്തിന്റെ നിര്യാണത്തോടെ ആ സ്ഥാനവും മുണ്ടശ്ശേരിയിൽ നിക്ഷിപ്തമായി.

1916 മുതൽ തൃശ്ശൂരിൽനിന്ന് പ്രസിദ്ധപ്പെടുത്തിക്കൊണ്ടിരുന്ന ശ്രദ്ധേയമായ ഒരു സാഹിത്യമാസികയായിരുന്നു *കൈരളി.* ആ മാസികയുടെ പത്രാധിപത്യം ഏറ്റെടുത്തതോടെ ധാരാളം സാഹിത്യകാരന്മാരുമായി ഇടപഴകാനുള്ള സാഹചര്യം മുണ്ടശ്ശേരിക്കു ലഭിച്ചു. കൈരളിയിൽ 'വിപിനപാലൻ' എന്ന തൂലികാനാമത്തിൽ അദ്ദേഹം ധാരാളം ലേഖനങ്ങളെഴുതി.

അപ്പൻതമ്പുരാന്റെ മരണശേഷം മുടങ്ങിക്കിടന്നിരുന്ന *മംഗളോദയം* മാസിക പുനരാരംഭിച്ചത് മുണ്ടശ്ശേരി പത്രാധിപത്യം ഏറ്റെടുത്തതോടെയാണ്. അതോടെ പുതിയ തലമുറയിലെ എഴുത്തുകാരുമായും മുണ്ടശ്ശേരി സൗഹൃദത്തിലായി. *മംഗളോദയം* മാസികയിലേക്ക് പലപ്പോഴും ആവശ്യമായ മാറ്ററുകൾ ലഭിച്ചിരുന്നില്ല. ഈ കോട്ടം നികത്തുന്നതിനായി മുണ്ടശ്ശേരി ഏതാനും കഥകളെഴുതി. പലപ്പോഴായി മനസ്സിൽ രൂപംപൂണ്ടു കിടന്നിരുന്ന ചില സംഭവങ്ങളെ ചെക്കോവിന്റെയും മോപ്പസാങ്ങിന്റെയും രചനകളുടെ മാതൃകയിൽ അദ്ദേഹം കഥകളാക്കി. അക്കാലത്ത് മലയാളത്തിൽ പ്രചാരത്തിലുണ്ടായിരുന്ന ആദിമദ്ധ്യാന്തങ്ങളായ കഥകളായിരുന്നില്ല അവ. ചില പ്രത്യേകനിമിഷങ്ങളുടെ, സംഭവങ്ങളുടെ മാത്രം കഥകൾ. ഈ കഥകൾ പില്ക്കാലത്ത് *സമ്മാനം, കടാക്ഷം, ഇല്ലാപ്പൊലീസ്* എന്നീ കഥാസമാഹാരങ്ങളായി പുറത്തുവന്നു.

സാഹിത്യരചനയിലും പത്രപ്രവർത്തനത്തിലും മുണ്ടശ്ശേരി കാണിച്ചിരുന്ന പ്രത്യേക താല്പര്യം കണക്കിലെടുത്ത് കൊച്ചി മഹാരാജാവിൽനിന്ന് 'സാഹിത്യനിപുണൻ' എന്ന ബിരുദവും പരീക്ഷിത്ത് തമ്പുരാനിൽനിന്ന് 'സാഹിത്യകുശലൻ' എന്ന ബഹുമതിയും മുണ്ടശ്ശേരിക്ക് ലഭിച്ചു. ഒരു അഹിന്ദുവിന് ആദ്യമായി ഈ ബഹുമതി നേടാനായത് അക്കാലത്തെ ഒരു ചരിത്രസംഭവം തന്നെയായിരുന്നു. മറ്റേതു സാഹിത്യവിഭാഗത്തെയും പോലെ നിരൂപണവും ഒരു സർഗ്ഗപ്രക്രിയയാണെന്ന് അംഗീകരിപ്പിക്കാൻ മുണ്ടശ്ശേരിക്കു കഴിഞ്ഞു.

ഇരുപതാംനൂറ്റാണ്ടിൽ മറ്റേതു ചിന്തകളേക്കാളുമേറെ സ്വാധീനം ചെലുത്തിയ മാർക്സിസവും അദ്ദേഹം ഉൾക്കൊണ്ടിരുന്നു. പുരോഗമന സാഹിത്യപ്രസ്ഥാനത്തിന്റെ അദ്ധ്യക്ഷനായി മുണ്ടശ്ശേരി പ്രവർത്തിച്ചു പോന്നു. കോട്ടയത്തുവെച്ച് ഹരീന്ദ്രനാഥചതോപാദ്ധ്യായയുടെ അദ്ധ്യക്ഷതയിൽ ചേർന്ന യോഗം പുരോഗമന സാഹിത്യചരിത്രത്തിലെ ഒരു നിർണ്ണായകസംഭവമായിരുന്നു. ഹരീന്ദ്രനാഥചതോപാദ്ധ്യായ എന്ന് കേട്ട തോടെ ഇതിന്റെ പോക്ക് കമ്യൂണിസത്തിലേക്കല്ലേ എന്ന് പിന്തിരിപ്പന്മാർ സംശയിച്ചു. സമ്മേളനം പരാജയപ്പെടുത്താൻ അവർ ശ്രമിച്ചുനോക്കി യെങ്കിലും ആ ശ്രമം വിജയിച്ചില്ല. ഹരീന്ദ്രന്റെ അതിമധുരമായ പ്രസംഗ ത്തിൽ സദസ്സ് ആമഗ്നമാകുകതന്നെ ചെയ്തു. എം പി പോൾ, കുറ്റിപ്പുഴ, തകഴി, പൊൻകുന്നം വർക്കി, കേശവദേവ്, ചങ്ങമ്പുഴ എന്നിങ്ങനെ സാഹിത്യകുതുകികൾക്ക് പ്രിയപ്പെട്ടവരെയെല്ലാം ഒരേ വേദിയിൽവച്ച് കാണാനിടയായപ്പോൾ പുരോഗമനസാഹിത്യപ്രസ്ഥാനത്തെക്കുറിച്ചുള്ള അപവാദവ്യവസായം താനേ അടങ്ങി.

മുണ്ടശ്ശേരി പതുക്കെപ്പതുക്കെയാണ് രാഷ്ട്രീയത്തിലേക്ക് കടന്നത്. പള്ളിയും പട്ടക്കാരും പുരോഹിതന്മാരും ഗാന്ധിജിയെ അന്തിക്രിസ്തു വായും കോൺഗ്രസിനെ എതിർക്കേണ്ട ശക്തിയായും കണ്ടിരുന്ന കാലം. കോൺഗ്രസിന്റെ വക്താവായിരുന്ന സി ജെ വർക്കിയെ തിരഞ്ഞെടുപ്പിൽ വിജയിപ്പിക്കുന്നതിനുള്ള മുണ്ടശ്ശേരിയുടെ പ്രവർത്തനം പള്ളിക്കാർക്കി ഷ്ടമായില്ല. ആ തിരഞ്ഞെടുപ്പിൽ സി ജെ വർക്കി വിജയിച്ചു. പിന്നീട് ഒട്ടും മറയില്ലാതെ രാഷ്ട്രീയപ്രസംഗങ്ങൾക്കും മുണ്ടശ്ശേരി മുതിരുക യുണ്ടായി.

ഇതോടെ കോളേജ് മാനേജ്മെന്റ് മുണ്ടശ്ശേരിയെ ശത്രുപക്ഷത്തായി കാണാൻ തുടങ്ങി. ശമ്പളവർദ്ധനയ്ക്കായി സ്റ്റാഫ് അംഗങ്ങൾ ഒരു ശ്രമം നടത്തിയപ്പോൾ അതിന്റെ പിന്നിലും മുണ്ടശ്ശേരിയുടെ കൈകളുണ്ടെന്ന് മാനേജ്മെന്റ് സംശയിക്കാൻ തുടങ്ങി.

കൊച്ചിൻ ടീച്ചേഴ്സ് അസോസിയേഷന്റെ പ്രസിഡന്റായി മുണ്ടശ്ശേരി തിരഞ്ഞെടുക്കപ്പെട്ടതോടെ തിരുവിതാംകൂറിലെയും മലബാറിലെയും അദ്ധ്യാപകരുടെ പ്രശ്നങ്ങൾ പഠിക്കാനും അവയിൽ ഇടപെടാനും മുണ്ട ശ്ശേരി താല്പര്യം കാണിച്ചു. എറണാകുളത്തുനിന്നും ആനി ജോസഫ് *പ്രജാമിത്രം* എന്ന ഒരു പത്രം തുടങ്ങിയപ്പോൾ അതിലെ രാഷ്ട്രീയപംക്തി കൾ കൈകാര്യം ചെയ്തിരുന്നത് മുണ്ടശ്ശേരിയായിരുന്നു. അദ്ദേഹത്തിന്റെ രാഷ്ട്രീയവിമർശനങ്ങൾ പലർക്കും രുചിക്കുന്നതായിരുന്നില്ല. പ്രജാ മണ്ഡലത്തിൽ ചേർന്നതോടെ മുണ്ടശ്ശേരി സജീവരാഷ്ട്രീയപ്രവർത്ത കനായി മാറി. മാനേജ്മെന്റിന്റെ സമ്മതത്തോടെ തന്നെ 1947 ലെ തിര ഞ്ഞെടുപ്പിൽ അരണാട്ടുകര നിയോജകമണ്ഡലത്തിൽനിന്ന് അദ്ദേഹം സ്ഥാനാർത്ഥിയായി മത്സരിച്ചു. പള്ളികളും ക്രിസ്ത്യാനികളിൽ ഭൂരിഭാ ഗവും പ്രജാമണ്ഡലത്തിനെതിരായി അണിനിരന്നിട്ടും മുണ്ടശ്ശേരി ജയിച്ചു. അതോടെ മുണ്ടശ്ശേരി കോളേജ് മാനേജ്മെന്റിന്റെ ബദ്ധശത്രുവായിമാറി.

അദ്ധ്യാപകരുടെ പ്രശ്നങ്ങളിൽ ഇടപെടാൻ തുടങ്ങിയതോടെ ഈ ശത്രുത ദ്വിഗുണീഭവിച്ചു.

സി കേശവൻ തിരു-കൊച്ചി മുഖ്യമന്ത്രിയായിരുന്ന കാലത്ത് കോൺഗ്രസിലെ പടലപ്പിണക്കങ്ങൾ രൂക്ഷമായി. കൊച്ചിക്കാരായ കോൺഗ്രസുകാർ മന്ത്രിസഭയിൽ ചേരാതെ മാറിനിന്നു. അതിനാൽ കേശവന്റെ മന്ത്രിസഭ അല്പായുസ്സായി. ഈ സമയത്ത് മുണ്ടശ്ശേരി കോൺഗ്രസ് വിട്ടു. 1951-52 ലെ പാർലമെന്റ് തിരഞ്ഞെടുപ്പിൽ സ്വതന്ത്രനായി മുണ്ടശ്ശേരി മത്സരിച്ചെങ്കിലും വിജയിച്ചില്ല. കോൺഗ്രസും പി എസ് പിയും ഇല്ലാത്ത ഇടതുപക്ഷക്കാരുടെ പിന്തുണയോടെയായിരുന്നു ഈ മത്സരമെന്നതിനാൽ കത്തോലിക്കർ മുണ്ടശ്ശേരിയെ കമ്യൂണിസ്റ്റായി വീക്ഷിക്കാൻ തുടങ്ങി. അതിനടുത്ത ഒരു അവസരത്തിൽ ലോകസമാധാന സമ്മേളനത്തിൽ പങ്കെടുക്കാൻ മുണ്ടശ്ശേരി ജനകീയചൈനയിൽ പോയി. ചൈനയിൽനിന്ന് മടങ്ങിയെത്തിയ മുണ്ടശ്ശേരി *ചൈന മുന്നോട്ട്* എന്ന യാത്രാവിവരണഗ്രന്ഥമെഴുതി. ചൈനയുടെ പുരോഗതിയെക്കുറിച്ച് പല സ്ഥലങ്ങളിലും പ്രസംഗിക്കുകകൂടി ചെയ്തപ്പോൾ ഈ 'കമ്യൂണിസ്റ്റിനെ' ഇനി വച്ചുപൊറുപ്പിക്കാനാവില്ലെന്ന് കോളേജ് മാനേജ്മെന്റ് തീരുമാനമെടുത്തു. 27 വർഷത്തെ സർവ്വീസുണ്ടായിരുന്ന മുണ്ടശ്ശേരിയെ 1952 ജൂൺമാസത്തിൽ നിഷ്കരുണം കോളേജിൽനിന്ന് പിരിച്ചുവിട്ടു.

ഇന്ത്യൻ ഭരണഘടന മലയാളത്തിലേക്ക് വിവർത്തനം ചെയ്യാനുള്ള കമ്മിറ്റിയിൽ അദ്ദേഹം ഉൾപ്പെട്ടത് ഇക്കാലത്താണ്. ബാരിസ്റ്റർ വി കെ കെ മേനോന്റെ സഹായത്തോടെ സെന്റ് തോമസ് കോളേജ് മാനേജ്മെന്റിനെതിരായി ഒരു കേസ് കൊടുത്തെങ്കിലും അത് വിജയപ്രദമായില്ല. എങ്കിലും, അത് മാനേജ്മെന്റിന്റെ ദുഷ്ചെയ്തികളെ തുറന്നുകാട്ടാനുള്ള ഒരവസരമായി.

കെ കെ വാരിയർ, സി അച്യുതമേനോൻ, സി ജനാർദ്ദനൻ എന്നീ കമ്യൂണിസ്റ്റ് നേതാക്കളുടെ സഹകരണത്തോടെ മുണ്ടശ്ശേരിയുടെ പത്രാധിപത്യത്തിൽ തൃശ്ശൂരിൽ നിന്ന് 1953 ഡിസംബർ 21 ന് *നവജീവൻ* എന്ന ദിനപത്രമാരംഭിച്ചു. *നവജീവന്റെ* പ്രചാരം നാൾക്കുനാൾ വർദ്ധിച്ചുവന്നു. മുണ്ടശ്ശേരിയുടെ അധൃഷ്യമായ തൂലികയിൽനിന്ന് വാർന്നുവീണ മുഖപ്രസംഗം വായിക്കാൻ മാത്രം പത്രം വാങ്ങിയിരുന്ന നിരവധിപേരുണ്ടായിരുന്നു.

1954 ലെ തിരഞ്ഞെടുപ്പിൽ ചേർപ്പ് നിയോജകമണ്ഡലത്തിൽനിന്ന് കമ്യൂണിസ്റ്റ് പാർട്ടിയുടെ പിന്തുണയുള്ള സ്വതന്ത്രനായി മുണ്ടശ്ശേരി ജയിച്ച് അസംബ്ലി മെമ്പറായി. എന്നാൽ, ഇടതുപക്ഷത്തോടൊപ്പം ഐക്യമുന്നണിയായി മത്സരിച്ചു ജയിച്ച പട്ടംതാണുപിള്ളയുടെ പി എസ് പി അവസരവാദപരമായി കൂറുമാറുകയും കോൺഗ്രസിന്റെ പിന്തുണയോടെ ഭരണമേല്ക്കുകയും ചെയ്തു. ഈ മന്ത്രിസഭയും അധികനാൾ നിലനിന്നില്ല. 1957 ൽ കേരളത്തിൽ കമ്യൂണിസ്റ്റ് പാർട്ടിയുടെ പിന്തുണയുള്ള സ്വതന്ത്രനായി അദ്ദേഹം നിയമസഭയിലേക്ക് തിരഞ്ഞെടുക്കപ്പെട്ടു.

ഇ എം എസിന്റെ നേതൃത്വത്തിൽ അധികാരത്തിൽവന്ന സർക്കാരിൽ മുണ്ടശ്ശേരി വിദ്യാഭ്യാസമന്ത്രിയായി. കേരളത്തിലെ അദ്ധ്യാപകരുടെ 'മാഗ്നകാർട്ട' എന്ന് വിശേഷിപ്പിക്കാവുന്ന പ്രസിദ്ധമായ വിദ്യാഭ്യാസ ബിൽ അവതരിപ്പിച്ച് പാസാക്കിയതോടെ മുണ്ടശ്ശേരി വീണ്ടും വിവാദപുരുഷനായി. സ്വകാര്യമാനേജ്മെന്റിന് കടിഞ്ഞാണിട്ടതും അദ്ധ്യാപകന് ജോലിസ്ഥിരത ലഭിച്ചതും ശമ്പളം നേരിട്ട് ലഭിക്കാനിടയായതും അതുവഴി സമൂഹത്തിൽ മാന്യത ലഭിച്ചതും ഈ ബില്ലോടുകൂടിയാണ്. ഈ ബില്ലിലെ പതിനൊന്നാം വകുപ്പ് റദ്ദാക്കണമെന്നാവശ്യപ്പെട്ട് മാനേജ്മെന്റുകൾ സുപ്രീംകോടതിയിൽ ഹർജി ഫയൽ ചെയ്തു. അതേസമയം തന്നെ സ്വകാര്യമാനേജ്മെന്റുകളും മതസംഘടനകളും കോൺഗ്രസടക്കമുള്ള പ്രതിപക്ഷകക്ഷികളും ഒന്നുചേർന്ന് വിദ്യാർത്ഥികളെ തെരുവിലിറക്കിയും പൊതുമുതൽ തല്ലിത്തകർത്തും വിമോചനസമരമാരംഭിച്ചു. അന്നുമുതലാണ് കേരളത്തിലെ വിദ്യാഭ്യാസരംഗം താറുമാറാകാൻ തുടങ്ങിയത്.

സുപ്രീംകോടതിയിൽ മാനേജ്മെന്റിനുവേണ്ടി കേന്ദ്രഗവൺമെന്റിന്റെ നിയമോപദേഷ്ടാവായ സെതൽവാദാണ് ഹാജരായത്. കേരളഗവൺമെന്റിനുവേണ്ടി കമ്യൂണിസ്റ്റനുകൂലിയും ലണ്ടനിലെ പ്രിവികൗൺസിലിൽ അഡ്വക്കേറ്റുമായ ഡി എൻ പ്രിറ്റിന്റെ സേവനം ലഭിച്ചത് വലിയൊരു നേട്ടമായിരുന്നു. "നേരിട്ടുള്ള ശമ്പളവിതരണവും അദ്ധ്യാപകജോലിക്ക് അർഹതയുള്ളവരുടെ പി എസ് സി പാനലും– ഇതു രണ്ടും തകർക്കാനായിരുന്നല്ലോ മാനേജ്മെന്റുകളുടെ യുദ്ധം. ആ യുദ്ധത്തിൽ അവരെ നിലംപരിശാക്കിക്കളഞ്ഞു സുപ്രീംകോടതി." (*കൊഴിഞ്ഞ ഇലകളിൽ* മുണ്ടശ്ശേരി വിലയിരുത്തി) ലണ്ടനിലെ ഡി എൻ പ്രിറ്റ് കേരളത്തിനുവേണ്ടി സൗജന്യമായാണ് കേസ് വാദിച്ചത്. യാത്രച്ചെലവും താമസച്ചെലവും മാത്രമേ അദ്ദേഹം ഫീസായി വാങ്ങിയുള്ളൂ.

വിമോചനസമരം താനേ കെട്ടടങ്ങാൻ തുടങ്ങിയ ഒരു ഘട്ടത്തിൽ കാലാവധി പൂർത്തിയാകുന്നതിനുമുമ്പുതന്നെ അന്നത്തെ കമ്യൂണിസ്റ്റു ഗവൺമെന്റിനെ കേന്ദ്രം പിരിച്ചുവിട്ടു. മുണ്ടശ്ശേരിക്കുശേഷം പിന്നീടുവന്ന ഒരു വിദ്യാഭ്യാസമന്ത്രിയും മന്ത്രിസഭയും മുണ്ടശ്ശേരി അവതരിപ്പിച്ച് സുപ്രീംകോടതിയുടെ അംഗീകാരം നേടിയ ആ വകുപ്പ് നടപ്പാക്കാനുള്ള ഇച്ഛാശക്തി പ്രകടമാക്കിയിട്ടില്ല.

കേരള സാഹിത്യഅക്കാദമിയുടെ പുനരുദ്ധാരണം, സംഗീതനാടക അക്കാദമിയുടെ ആരംഭം, അപ്പൻതമ്പുരാൻ സ്മാരകം, തൃശ്ശൂരിലെ എഞ്ചിനീയറിങ് കോളേജ് ഇവയെല്ലാം മുണ്ടശ്ശേരി പ്രത്യേകം ശ്രദ്ധ ചെലുത്തിയെടുത്ത പരിഷ്കാരപദ്ധതികളുടെ ഭാഗമാണ്. വിദ്യാഭ്യാസ വകുപ്പിന്റെ ഒരു സുവർണ്ണകാലമായിരുന്നു മുണ്ടശ്ശേരിയുടെ ഭരണകാലം.

1928 മുതൽ സാഹിത്യരംഗത്തെ സജീവസാന്നിദ്ധ്യമായി വർത്തിച്ച് ഉപന്യാസം, നിരൂപണം, കവിത, നോവൽ, ചെറുകഥ, യാത്രാവിവരണം, ജീവചരിത്രം, ആത്മകഥ, വിവർത്തനം എന്നീ മേഖലകളിലായി നാല്പ

ത്തിയേഴോളം കൃതികൾ രചിച്ച മുണ്ടശ്ശേരിയിൽ ഉയർന്ന ജീവിതബോധത്തിന്റെയും ആഴമേറിയ ചിന്തയുടെയും ദൃഢസ്വരമാണ് നമുക്ക് ദർശിക്കാനായത്.

1977 ഒക്ടോബറിലായിരുന്നു മുണ്ടശ്ശേരിയുടെ അന്ത്യം. മുണ്ടശ്ശേരിയുടെ തിരോധാനത്തോടെ മലയാളസാഹിത്യനിരൂപണരംഗത്തെ സജീവമായ, ഏറെ ശബ്ദായമാനമായ ഒരു കാലഘട്ടത്തിന്റെ പര്യവസാനമായി. രാഷ്ട്രീയത്തിലും ഒരദ്ധ്യായം അവസാനിക്കുകയായിരുന്നു.

അനുബന്ധം

സാഹിത്യഅക്കാദമി, കേസരി, ബഷീർ

ആയിരത്തി തൊള്ളായിരത്തി അമ്പത്തിയേഴിലെ ജനകീയ സർക്കാർ വരുന്നതിനുമുമ്പുതന്നെ കേരള സാഹിത്യ അക്കാദമി രൂപം കൊണ്ടിരുന്നു, എന്നാൽ, അതിന് ഒരാസ്ഥാനമോ പ്രവർത്തനപരിപാടികളോ രൂപപ്പെടുത്തിയിരുന്നില്ല. അതിന്റെ ജോലികൾക്കായി ചുമതലപ്പെടുത്തിയിരുന്നത് പ്രസിദ്ധകവി കൂടിയായ പാലാ നാരായണൻനായരെയായിരുന്നു. എന്തുചെയ്യണമെന്ന് പിടിയില്ലാതെ അദ്ദേഹം അന്നത്തെ വിദ്യാഭ്യാസസെക്രട്ടറിയായ പി കെ നമ്പ്യാരുടെ നിർദ്ദേശങ്ങൾ കാത്തു കഴിയുകയായിരുന്നു.

ആ സമയത്താണ് കമ്യൂണിസ്റ്റ് മന്ത്രിസഭയിലെ വിദ്യാഭ്യാസമന്ത്രിയായി മുണ്ടശ്ശേരി ചാർജ്ജെടുത്തത്. തിരഞ്ഞെടുപ്പും മന്ത്രിസഭ രൂപീകരണവും വിദ്യാഭ്യാസമന്ത്രിയാകാനുള്ള നിയോഗവും എല്ലാംകൂടിയുള്ള തിരക്കുപിടിച്ച ജീവിതത്തിനിടയിൽ, അതേവരെ സജീവമായി നിലനിർത്തിപ്പോന്ന അദ്ദേഹത്തിന്റെ സാഹിത്യജീവിതം ശുഷ്കിച്ച് തീരെ ഇല്ലാതെയായി. ഔദ്യോഗിക ജീവിതവുമായി ബന്ധപ്പെട്ട ഫയലുകളുടെ ലോകത്തേക്ക് കടന്നതോടെ സാഹിത്യരംഗത്തെക്കുറിച്ച് ചിന്തിക്കാൻപോലും സമയം ലഭിക്കാൻ പ്രയാസപ്പെടേണ്ടിവന്നു. എന്നാൽ, അദ്ദേഹം ആലോചിച്ചുറപ്പിച്ച പ്രധാനപ്പെട്ട ഒരു കാര്യം, തന്റെ ഔദ്യോഗിക സ്ഥാനം ഉപയോഗിച്ച് എഴുത്തുകാരനെ ഏത് വിധത്തിലെല്ലാം സഹായിക്കാൻ കഴിയും എന്നതായിരുന്നു. ആ കാര്യത്തിൽ മുണ്ടശ്ശേരി എത്രമാത്രം ബദ്ധശ്രദ്ധനായിരുന്നു എന്നത് ഇനി പറയുന്ന കാര്യങ്ങളിൽനിന്ന് വ്യക്തമാകും:

തൃശ്ശൂർ നഗരത്തിന്റെ പ്രാന്തപ്രദേശമായ അയ്യന്തോളിൽ പുതിയ സിവിൽസ്റ്റേഷൻ കെട്ടിടം നിലവിൽവന്നതോടെ ഭൂരിഭാഗം സർക്കാരാപ്പീസുകളും സിവിൽസ്റ്റേഷനിലേക്ക് മാറ്റി. അങ്ങനെ ഒഴിവാക്കിക്കിട്ടിയ ജില്ലാക്കോടതിയുടെ കെട്ടിടം കേരള സാഹിത്യഅക്കാദമിക്കുവേണ്ടി പിടിച്ചുപറ്റിയത് മുണ്ടശ്ശേരിയാണ്. ആ പഴയ കെട്ടിടം അല്പമൊന്ന് പരിഷ്കരിച്ച് അക്കാദമിയുടെ ആസ്ഥാനം അങ്ങോട്ട് മാറ്റി. ഭരണവിഷയത്തിൽ പാലാ നാരായണൻനായരെ സഹായിക്കാനായി കുറച്ചുകാല

ത്തേക്ക് ഒരു തഹസിൽദാരെ നിയമിക്കുകയും ചെയ്തു. ഇന്നുകാണുന്ന പരിഷ്കരിച്ച സാഹിത്യഅക്കാദമിക്കുവേണ്ടി മുണ്ടശ്ശേരി ചെയ്ത ആദ്യ കാലപ്രവർത്തനങ്ങൾ പുതിയ തലമുറ അറിഞ്ഞിരിക്കണമല്ലോ എന്ന് കരുതിയാണ് ഇത്രയും പറഞ്ഞു വെച്ചത്.

അക്കാദമിയുടെ പ്രവർത്തനത്തിന് ഏതാണ്ടൊരു രൂപരേഖയായ തോടെ മുണ്ടശ്ശേരി ആദ്യമോർത്തത് കേസരി എ ബാലകൃഷ്ണപിള്ള യെക്കുറിച്ചാണ്. കേരളത്തിൽ പുരോഗമനചിന്ത വളർത്തിയെടുത്തതിൽ മുഖ്യ പങ്കുവഹിച്ച ആ മഹാശയനെ കേരളം ഇന്ന് വേണ്ടുംവണ്ണം സ്മരി ക്കുന്നുണ്ട് എന്ന് പറഞ്ഞുകൂടാ. മലയാളത്തിലെ ഗദ്യസാഹിത്യത്തിന്റെ വളർച്ചയ്ക്ക് അദ്ദേഹം ചെയ്ത മഹത്തായ സംഭാവനകളെക്കുറിച്ച് അക്കാ ദമിക് വിദ്യാർത്ഥികൾക്കുപോലും വേണ്ടത്ര ജ്ഞാനമുണ്ടെന്ന് തോന്നു ന്നില്ല. തകഴി, ദേവ്, ചങ്ങമ്പുഴ, കെടാമംഗലം പപ്പുക്കുട്ടി തുടങ്ങി അക്കാ ലത്തെ പുതിയ എഴുത്തുകാർക്കെല്ലാം അദ്ദേഹം ഏതുവിധത്തിൽ മാർഗ്ഗ ദർശനം നല്കി എന്ന് *കേരളസാഹിത്യചരിത്രം* തന്നെ സാക്ഷിയാ ണല്ലോ.

താൻ വിശ്വസിച്ചിരുന്ന ആദർശങ്ങൾക്കുവേണ്ടി പടപൊരുതിയ ആ ജ്ഞാനയോഗി, കെട്ടടങ്ങിയ ഒരഗ്നിപർവ്വതംപോലെ വടക്കൻപറവൂരിലെ മാടവനപ്പറമ്പിൽ വാർദ്ധക്യകാലരോഗങ്ങൾമൂലം അവശനായിക്കഴിയു ന്നുണ്ടായിരുന്നു. രോഗവും സാമ്പത്തികക്ലേശങ്ങളും എത്രതന്നെ ബുദ്ധി മുട്ടിച്ചിട്ടും പുറമെനിന്നുള്ള സംഭാവനകളോ പാരിതോഷികങ്ങളോ സ്വീക രിക്കാൻ അദ്ദേഹം ഒരുക്കമായിരുന്നില്ല. അദ്ദേഹത്തെ ആദരിക്കുക എന്ന വിഷയം മുണ്ടശ്ശേരി തന്റെ ആത്മസുഹൃത്തായ കുറ്റിപ്പുഴ കൃഷ്ണപിള്ള യുമായി കൂടിയാലോചിച്ചു. അക്കാദമി നിർവ്വാഹകസമിതിയുമായും കേസ രിയുടെ പ്രശ്നങ്ങൾ ചർച്ചചെയ്തു. കേസരിയെ ആദരിക്കാനുള്ള സംരം ഭത്തെ എല്ലാവരും സർവ്വാത്മനാ സ്വാഗതം ചെയ്തു. ഈ പദ്ധതിയു മായി സഹകരിക്കാൻ കേസരിയുടെ സമ്മതംകൂടി ആവശ്യമാണല്ലോ. ആ സമ്മതം നേടിയെടുക്കാൻ കുറ്റിപ്പുഴയെത്തന്നെ നിയോഗിച്ചു. അക്കാ ദമിയുടെ ഈ സംരംഭത്തോട് കേസരിക്ക് അത്രതന്നെ യോജിപ്പുണ്ടാ യിരുന്നില്ല. എങ്കിലും സഹൃദയരായ തന്റെ സാഹിത്യസുഹൃത്തുക്കളുടെ നിർബ്ബന്ധത്തിന് അദ്ദേഹം വഴങ്ങി.

അക്കാദമി ആസ്ഥാനത്തേക്ക് വന്നുചേരാൻ അദ്ദേഹത്തിന്റെ ആരോ ഗ്യസ്ഥിതി അനുവദിക്കാത്തതിനാൽ പാരിതോഷികം നല്കലും അനു മോദനം രേഖപ്പെടുത്തലും പറവൂരിലെ മാടവനപ്പറമ്പിൽ വെച്ചുതന്നെ നിർവ്വഹിക്കുകയായിരുന്നു. അക്കാദമി വൈസ് പ്രസിഡന്റ് കെ പി കേശവമേനോൻ, കുറ്റിപ്പുഴ കൃഷ്ണപിള്ള തുടങ്ങിയ സാഹിത്യ സുഹൃത്തുക്കളും നാട്ടുകാരും അടങ്ങിയ ഒരു വലിയ സദസ്സിൽവച്ച് അയ്യാ യിരം രൂപയുടെ പാരിതോഷികം സമർപ്പിക്കാനായതും കേസരിയെ വേണ്ടുംവിധം ആദരിക്കാനായതും വലിയൊരു ജീവിതസാഫല്യമായി മുണ്ടശ്ശേരിക്കനുഭവപ്പെട്ടുവെന്ന് അദ്ദേഹം പില്ക്കാലത്ത് രേഖപ്പെടുത്തി

യിട്ടുണ്ട്. അമ്പതുവർഷം മുമ്പത്തെ അയ്യായിരംരൂപ കുറഞ്ഞത് ഇന്നത്തെ ഒരുലക്ഷത്തിന് സമാനമായി കണക്കാക്കേണ്ടതായി വരും.

പിന്നെയും ഏതാനും വർഷങ്ങൾക്കുശേഷമാണ് കേസരി അന്തരിച്ചത്. അദ്ദേഹം കഥാവശേഷനായപ്പോഴും ആ പാരിതോഷികസംഖ്യയുടെ ഭൂരിഭാഗവും ഉപയോഗിക്കാതെ ശേഷിച്ചുകിടപ്പുണ്ടായിരുന്നു. ആ മഹാനുഭാവന് പണത്തോടുള്ള നിസ്സംഗത എന്തായിരുന്നുവെന്ന് ഇതിൽനിന്ന് ഊഹിക്കാൻ കഴിയുമല്ലോ.

സ്കൂളിലേക്ക് ഉപപാഠപുസ്തകങ്ങൾ തെരഞ്ഞെടുക്കുന്നതിന് മുണ്ടശ്ശേരി സ്വീകരിച്ച മാനദണ്ഡമാണ് വിദ്യാഭ്യാസമന്ത്രിയെന്നനിലയിൽ അദ്ദേഹത്തിന്റെ ശ്രദ്ധേയമായ മറ്റൊരു നടപടി. പരസ്യം ചെയ്ത് ഉപപാഠപുസ്തകങ്ങൾക്കായി പുസ്തകങ്ങൾ ക്ഷണിച്ചുവരുത്തുകയും അവയിൽനിന്ന് ചിലത് അംഗീകരിക്കുകയും ചെയ്യുക എന്നതായിരുന്നു അതേവരെ നിലനിന്നിരുന്ന സമ്പ്രദായം. ഇതിൽ കൈയെഴുത്ത് കോപ്പികളും ഉൾപ്പെടും. ഇതിൽത്തന്നെ ഈ ഉദ്ദേശ്യത്തോടെ തട്ടിപ്പടച്ചുണ്ടാക്കിയ കൃതികളും ഉണ്ടായെന്നിരിക്കും. പ്രശസ്തരായ എഴുത്തുകാർ ഈ ഉപപാഠപദ്ധതിയുമായി സഹകരിക്കുവാൻ വിമുഖരായിരുന്നു. അതുകൊണ്ടുതന്നെ ഈ കമ്മിറ്റിയുടെ മുമ്പാകെ എത്തിയിരുന്നത് കൂടുതലും നിലവാരം കുറഞ്ഞ പുസ്തകങ്ങളായിരുന്നു. ഇപ്രകാരം തെരഞ്ഞെടുക്കുന്ന പ്രതികൾക്ക് എഴുന്നൂറ്റിയമ്പത് രൂപയോ കൂടിയാൽ ആയിരം രൂപയോ ആയിരിക്കും പ്രതിഫലമായി ലഭിക്കുക. ഗവൺമെന്റിന് ധാരാളം വരുമാനം ലഭിക്കുന്ന ഈ പദ്ധതിയുടെ ഗുണം യഥാർത്ഥ എഴുത്തുകാർക്ക് ലഭിക്കേണ്ടതല്ലേ എന്ന ചിന്ത ആദ്യംമുതലേ മുണ്ടശ്ശേരിക്കുണ്ടായിരുന്നു.

ഈ രംഗത്ത് നിലവാരമുള്ള പുസ്തകങ്ങൾ വരണം. ലക്ഷക്കണക്കിനുള്ള വില്പനയിൽനിന്ന്, എഴുതുക എന്ന ക്ലേശകരമായ ജോലി നിർവ്വഹിച്ച എഴുത്തുകാരനും നല്ലൊരു പ്രതിഫലം ലഭിക്കണം, അങ്ങനെ എഴുത്തുകാരന്റെ അർഹത അംഗീകരിക്കപ്പെടണം. ഈ ഉദ്ദേശ്യങ്ങൾ സഫലമാക്കുക എന്ന ലക്ഷ്യത്തോടെ ചട്ടങ്ങൾ തയ്യാറാക്കി, ഓരോ പ്രാവശ്യവും പുതിയ പുതിയ കമ്മിറ്റികൾ ഉണ്ടാക്കി. ഈ പ്ലാൻ ഒരു പരിധിവരെ വിജയിച്ചുവെന്നുതന്നെ പറയാം. എന്നാൽ, എല്ലാറ്റിലും തന്ത്രങ്ങൾ മെനയാൻ മിടുക്കരായ പ്രസാധകരിൽ ഒരു വിഭാഗവും ഇതിൽ വിജയം കണ്ടു. എന്നാൽത്തന്നെയും അവർക്ക് എഴുത്തുകാരനെ തീരെ അവഗണിക്കാൻ പറ്റാത്ത ഒരവസ്ഥ വന്നുചേർന്നു.

1958 ൽ പാഠപുസ്തക കമ്മിറ്റി ശുപാർശചെയ്ത പുസ്തകങ്ങളിലൊന്ന് വൈക്കം മുഹമ്മദ് ബഷീറിന്റെ *ന്റുപ്പുപ്പാക്കൊരാനേണ്ടാർന്നു* എന്ന നോവലായിരുന്നു. സ്കൂൾ ഫൈനൽ ക്ലാസിലേക്കുള്ള ഉപപാഠപുസ്തകമായിട്ടായിരുന്നു നിർദ്ദേശം.

ഏറെക്കാലത്തെ സാഹിത്യോപാസനയ്ക്കുശേഷം കാര്യമായ നേട്ടമൊന്നും കൈവരിക്കാത്ത ഒരെഴുത്തുകാരനായി കഴിയുന്ന ബഷീറിന്റെ

ജീവിതത്തെക്കുറിച്ച് മുണ്ടശ്ശേരിക്ക് നേരിട്ടുതന്നെ അറിയാമായിരുന്നു. ജീവിതം വഴിമുട്ടിനിന്നപ്പോൾ പുസ്തകക്കച്ചവടം ചെയ്യേണ്ട സ്ഥിതി പോലും അദ്ദേഹത്തിന് വന്നുപെട്ടിരുന്നു. പാഠപുസ്തക കമ്മിറ്റിയുടെ അംഗീകാരംവന്ന ഉടനെ മറ്റൊന്നും ചിന്തിക്കാതെ മുണ്ടശ്ശേരി അതിന് അംഗീകാരം നല്കി.

ഈ കാലത്തിനിടയ്ക്ക് പ്രശസ്തമായിത്തീർന്ന ഒരു നോവലാണ് *ന്റുപ്പുപ്പാക്കൊരാനേണ്ടാർന്നു* എന്ന കൃതി, ഇന്ത്യയിലെ മുഖ്യഭാഷകളി ലെല്ലാം ഈ കൃതി വിവർത്തനം ചെയ്യപ്പെട്ടിരുന്നു. കേന്ദ്ര സാഹിത്യ അക്കാദമി പുരസ്കാരം നല്കി ഈ കൃതിയെ ആദരിക്കുകയും ചെയ്തി രുന്നു. ഈ ഒരു ചുറ്റുപാടിൽ യുവതലമുറ നിശ്ചയമായും വായിച്ചുപഠി ക്കേണ്ട ഒരു കൃതിയാണ് ബഷീറിന്റെ ഈ നോവൽ എന്ന് നിരൂപക ശ്രേഷ്ഠൻ കൂടിയായ മുണ്ടശ്ശേരി കരുതിയെങ്കിൽ, ആ സംരംഭത്തെ സഹൃദയകേരളം രണ്ടുകൈയും നീട്ടി അംഗീകരിക്കുകയായിരുന്നു വേണ്ടിയിരുന്നത്.

എന്നാൽ, കമ്യൂണിസ്റ്റ് ഗവൺമെന്റ് കൊണ്ടുവരുന്ന ഏത് നല്ല കാര്യ ത്തെയും എതിർക്കാൻ വ്യഗ്രത കാണിച്ചിരുന്ന മദ്ധ്യതിരുവിതാംകൂറിലെ ചില പത്രങ്ങൾ ഈ പുസ്തകത്തിന്റെ പേരിൽ ഒരു പ്രക്ഷോഭത്തിനുള്ള പശ്ചാത്തലം സൃഷ്ടിച്ചെടുത്തു. എന്നാൽ, എന്താണ് ഈ പുസ്തക ത്തിന്റെ ന്യൂനത എന്ന് മാത്രം ഇവർക്ക് ചൂണ്ടിക്കാണിക്കാൻ കഴിഞ്ഞില്ല.

നിയമസഭയുടെ അടുത്ത സമ്മേളനത്തിൽ മദ്ധ്യതിരുവിതാംകൂറിലെ ഏതാനും ക്രിസ്ത്യൻ എം എൽ എമാർ ഈ പുസ്തകത്തെക്കുറിച്ച് നിരവധി ആക്ഷേപങ്ങളുമായി സഭയിലെത്തി. എന്നാൽ ഇവരിൽ പലർക്കും ഈ പുസ്തകത്തിന്റെ പേരുപോലും ശരിക്ക് ഉച്ചരിക്കുവാൻ കഴിഞ്ഞിരുന്നില്ല എന്നതാണ് ഒരു തമാശ. ഇത് ചോദ്യോത്തരവേളയിൽ കൂട്ടച്ചിരികൾക്കിടയാക്കി. തുടരെത്തുടരെ ചോദ്യങ്ങൾ ചോദിച്ചും ഉപ ചോദ്യങ്ങൾ ഉന്നയിച്ചും അടങ്ങാത്ത ഒരു ചെറുപ്പക്കാരൻ എം എൽ എ കുറച്ചഹങ്കാരത്തോടെ ആരാഞ്ഞു:

"ഈ പുസ്തകം കുട്ടികളെ പഠിപ്പിക്കാൻ കൊള്ളാവുന്നതാണെന്ന് വിധിച്ചതാരാണ്?"

"അതിനർഹരായവരാവും വിധിച്ചത്"– മന്ത്രി മുണ്ടശ്ശേരി.

"ആരാണ് എന്നാണ് അറിയേണ്ടത്?" – വീണ്ടും ചോദ്യം.

"ഞാനാണ് തീരുമാനിച്ചത്" – മുണ്ടശ്ശേരിയുടെ മറുപടി.

ഇരുപത്തിയേഴുകൊല്ലം കുട്ടികളെ പഠിപ്പിച്ച ഒരദ്ധ്യാപകന്റെ അനു ഭവജ്ഞാനത്തിന്റെ സ്വരമായിരുന്നു അത്. *മാറ്റൊലി*യും *മാനദണ്ഡവു* മെഴുതിയ നിരൂപകന്റെ ആത്മവിശ്വാസവും.

ഓർക്കാപ്പുറത്ത് കിട്ടിയ ഒരടിപോലെയായി ആ മറുപടി. വിദഗ്ദ്ധർ അടങ്ങിയ കമ്മിറ്റിയാണ് തീരുമാനിച്ചതെന്ന് മറുപടി നല്കി മന്ത്രി തടി തപ്പുമെന്നാവാം ചോദ്യകർത്താവ് കരുതിയിരിക്കുക. ആ മറുപടിയോടെ എം എൽ എ അടങ്ങി, സീറ്റിൽ നിരുത്സാഹവാനായി ഇരുന്നു. തൃശ്ശൂർ

സെന്റ് തോമസ് കോളേജിൽ മുണ്ടശ്ശേരിയുടെ പൂർവ്വശിഷ്യരിൽ ഒരാളാണ് ഈ എം എൽ എ എന്നതാണ് രസകരമായ മറ്റൊരു വസ്തുത.

ബഷീറിന്റെ പ്രസ്തുത നോവലിനെതിരായ സമരം വിജയം കണ്ടില്ലെങ്കിലും മദ്ധ്യതിരുവിതാംകൂറിലെ ക്രിസ്ത്യൻ സ്കൂളിൽ ഈ പുസ്തകം വാങ്ങിക്കാതിരിക്കാൻ അവർ പ്രത്യേകം ശ്രദ്ധിച്ചു. മദ്ധ്യതിരുവിതാംകൂർ മാത്രമല്ല കേരളം എന്നതിനാൽ ബഷീറിനെ ഉദ്ദേശിച്ചരീതിയിൽ പരാജയപ്പെടുത്താൻ അവർക്കു കഴിഞ്ഞതുമില്ല.

ആശാൻസ്മാരകം, തകഴി, ദേവ്

മൺമറഞ്ഞുപോയ മഹാന്മാരായ എഴുത്തുകാർക്ക് സ്മാരകങ്ങൾ നിർമ്മിക്കാൻ ആദ്യമായി മുൻകൈ എടുത്ത മന്ത്രി മുണ്ടശ്ശേരിയായിരുന്നു. മഹാശയന്മാരായ എഴുത്തുകാരെ ആദരിക്കുവാൻ അവരുടെ ശില്പശാലകളായ ആസ്ഥാനങ്ങൾ അതേ രീതിയിൽ നിലനിർത്തുകയോ അവിടങ്ങളിൽ ഉചിതമായ സ്മാരകങ്ങൾ നിർമ്മിക്കുകയോ ചെയ്യുക എന്ന പരിപാടികൾ പരിഷ്കൃതരാജ്യങ്ങളിലെല്ലാം നടപ്പാക്കിയിട്ടുണ്ട്. തന്റെ നീണ്ട യാത്രകൾക്കിടയിൽ മുണ്ടശ്ശേരി ഇത്തരം പല സ്മാരകങ്ങളും സന്ദർശിക്കുകയുണ്ടായിട്ടുണ്ട്. ഇംഗ്ലണ്ടിൽ ഷേക്സ്പിയറുടെയും റഷ്യയിൽ ടോൾസ്റ്റോയിയുടെയും സ്മാരകങ്ങൾ സാഹിത്യാദികലകളിൽ പ്രവർത്തിക്കുന്നവർക്ക് ശരിക്കും തീർത്ഥാടനകേന്ദ്രങ്ങൾ തന്നെയായി അനുഭവപ്പെടാറുണ്ട്. തന്റെ യൂറോപ്യൻ പര്യടനവേളയിൽ ഇത്തരമൊരു ആശയം മുണ്ടശ്ശേരിയുടെ മനസ്സിലും അങ്കുരിച്ചിരുന്നു.

മന്ത്രിയായപ്പോൾ അതിനൊരു അവസരം കൈവന്നു. മഹാകവി കുമാരനാശാന്റെ രണ്ടാമത്തെ മകൻ പ്രഭാകരനുമായി സംസാരിക്കാനിടവന്നപ്പോൾ ആശാന്റെ പണിപ്പുരയായ ആ കൊച്ചുകുടിൽ അതേ രീതിയിൽ നിലനിർത്തിക്കൂടെ എന്ന് മുണ്ടശ്ശേരി ആരാഞ്ഞു. ഗവൺമെന്റ് ഏറ്റെടുത്ത് സംരക്ഷിക്കുമെങ്കിൽ, റോഡരികിൽനിന്ന് ആ കൊച്ചുകുടിൽ സ്ഥിതി ചെയ്യുന്ന സ്ഥലമുൾപ്പെടെ ഏതാനും സെന്റ് ഭൂമി ഇഷ്ടദാനമായി വിട്ടുതരാമെന്ന് പ്രഭാകരൻ വാഗ്ദാനം ചെയ്തു. അതോടെ പരിപാടി ഇനി വൈകിക്കരുത് എന്ന് മുണ്ടശ്ശേരി ഉറപ്പിച്ചു. ആശാന്റെ പത്നി ഭാനുമതി അമ്മയും രണ്ട് മക്കളും തമ്മിൽ ആലോചിച്ച് എഴുപത് സെന്റ് ഭൂമി ഗവൺമെന്റിലേക്ക് വിട്ടുകൊടുക്കാമെന്ന് രേഖാമൂലം മുണ്ടശ്ശേരിയെ അറിയിച്ചു. ഏറെത്താമസിയാതെ ഗവൺമെന്റുത്തരവിറങ്ങി – തോന്നയ്ക്കലെ ആ സ്ഥലത്ത് ആഘോഷപൂർവ്വമായ ഒരു ചടങ്ങിൽവച്ച് ഔപചാരികമായി മുണ്ടശ്ശേരി ആ ഭൂമി ഏറ്റുവാങ്ങി.

തന്റെ മന്ത്രിസ്ഥാനത്തിനുശേഷവും ഉദ്ദേശിച്ച രീതിയിൽ ആ സ്മാരകത്തിന്റെ പ്രവർത്തനം മുന്നോട്ടു നീങ്ങണം എന്ന ഉദ്ദേശ്യത്തോടെ മുണ്ടശ്ശേരി അതുമായി ബന്ധപ്പെട്ട ഫയലിൽ ഇങ്ങനെ കുറിച്ചിട്ടു:

1) ഗവൺമെന്റിനുവേണ്ടി സ്മാരകം നടത്താൻ മഹാകവിയുടെ കുടുംബത്തിലെ ഒരംഗമുൾപ്പെടെ ഒരു കമ്മിറ്റി ഏർപ്പെടുത്തണം.

2) ഓലമേഞ്ഞ ആ കൊച്ചുകുടിൽ കൊല്ലംതോറും കെട്ടിമേഞ്ഞു സൂക്ഷിക്കണം.

3) ആശാനെയും ആശാന്റെ കൃതികളെയും സംബന്ധിച്ച് പഠനം നടത്താനും മറ്റും സൗകര്യപ്പെടുത്തുന്ന നല്ലൊരെടുപ്പും അതിനുവേണ്ട ചട്ടങ്ങളുമുണ്ടാക്കണം.

ഈ നിർദ്ദേശങ്ങൾ നടപ്പിലാക്കാനുള്ള പ്രാരംഭനടപടികൾ മുണ്ടശ്ശേരി തന്നെ തുടങ്ങിവെച്ചു. ആശാന്റെ കാര്യത്തിൽ മുണ്ടശ്ശേരി തുടങ്ങി വെച്ച ഈ നടപടികളെക്കുറിച്ച് 'അല്പം ധൃതി കൂടിപ്പോയില്ലേ' എന്ന മട്ടിൽ ഉദ്യോഗസ്ഥനിലവാരത്തിൽ അല്പം പിറുപിറുപ്പുണ്ടായി.

തുഞ്ചത്തെഴുത്തച്ഛനും കുഞ്ചൻനമ്പ്യാർക്കും സ്മാരകങ്ങൾ ഉയർന്നിട്ടില്ലാത്ത നിലയ്ക്ക് അവർക്ക് ശേഷം വന്ന ഒരു കവിക്ക് സ്മാരകം ഇത്ര ധൃതിപിടിച്ച് വേണമോ എന്ന് ഒരു പറ്റം ഉദ്യോഗസ്ഥർ സംശയിച്ചിരുന്നു എന്നതാണ് സത്യം. ഇതിന്റെ പിന്നിൽ മറ്റു പല കാരണങ്ങളോടൊപ്പം ജാതിചിന്തയും സ്ഥാനം പിടിച്ചിട്ടുണ്ടാവാം. അതുകൊണ്ടുതന്നെ കമ്മിറ്റിയെ നിയമിക്കാനും കെട്ടിടം പണിയാരംഭിക്കാനും വൈകി. ആശാന്റെ കുടുംബം ഭൂമിസംബന്ധമായ കാര്യത്തിൽ പെട്ടെന്ന് കാര്യങ്ങൾ നീക്കിയതുകൊണ്ടാണ്, അല്ലാതെ മുണ്ടശ്ശേരിയുടെ ആശാൻ പക്ഷപാതിത്വംകൊണ്ട് മാത്രമല്ല കാര്യങ്ങൾ അതിവേഗം മുന്നോട്ടു നീങ്ങിയത്.

ഈ രീതിയിൽ ഒരു വിമർശനം ഉയർന്നുവരാതിരിക്കാനായി ഒട്ടും വൈകാതെതന്നെ തിരൂരിൽ തുഞ്ചൻസ്മാരകവും അമ്പലപ്പുഴ ക്ഷേത്രത്തിനരികെ കുഞ്ചൻസ്മാരകവും നിർമ്മിക്കുന്നതിനായി ഗവൺമെന്റ് മുന്നോട്ടുപോയി. ഇ എം എസിന്റെ നേതൃത്വത്തിലുള്ള ആ ഗവൺമെന്റ് ഇങ്ങനെ ഒട്ടനവധി പുരോഗമന നടപടികളുമായി മുന്നോട്ടുപോകുന്നതിനിടയിലായിരുന്നല്ലോ ഇരുപത്തെട്ടുമാസം മാത്രം പ്രായമായ ആ മന്ത്രിസഭയെ പിരിച്ചുവിട്ടത്. അതിനാൽ, മുണ്ടശ്ശേരി ഭരണത്തിൽനിന്ന് പിരിഞ്ഞുപോയതിനുശേഷം മാത്രമേ ഈ ദേശീയസ്മാരകങ്ങളുടെ നിർമ്മാണം അംഗീകരിച്ചു നടപ്പിലാക്കാൻ കഴിഞ്ഞിട്ടുള്ളു. എന്നാൽ, പരിഷ്കൃത രാജ്യങ്ങൾക്കൊപ്പം കേരളത്തിലെ മഹാന്മാരായ എഴുത്തുകാരെ ആദരിക്കുവാൻ മുണ്ടശ്ശേരി കാണിച്ച ദീർഘവീക്ഷണവും വ്യഗ്രതയും എന്നെന്നും ഓർമ്മിക്കേണ്ടതാണ്.

തകഴിയോടൊപ്പം

> എന്നാണ്, എവിടെവെച്ചാണ് മുണ്ടശ്ശേരി മാസ്റ്ററെ ആദ്യമായിക്കണ്ടതെന്ന് ഓർമ്മയില്ല. ഞങ്ങൾ പരിചിതരായിരുന്നു. പോൾസാറിൽക്കൂടിയല്ലേ മുണ്ടശ്ശേരിയെ അറിഞ്ഞതെന്ന് എനിക്ക് സംശയമുണ്ട്..... തകഴി.
>
> "എടോ താൻ കുറേ കഥകളുമായി തൃശ്ശൂരിലേക്ക് വരൂ, നമുക്ക്

പണമുണ്ടാക്കാം." കനമുള്ള ശബ്ദത്തിൽ മുണ്ടശ്ശേരി എന്നോടു പറഞ്ഞതോർക്കുന്നു.അപ്പോഴേക്കും ഞങ്ങൾ തമ്മിൽ വളരെ അടുപ്പമായിക്കഴിഞ്ഞിരുന്നു. കേശവദേവിനോടും ഇതുതന്നെ പറഞ്ഞു അദ്ദേഹം. ഞങ്ങൾ രണ്ടുപേരും ഓരോ കഥാസമാഹാരത്തിനുള്ള വകകളുമായി തൃശ്ശൂരിൽച്ചെന്നു. മാസ്റ്ററുമുണ്ടായിരുന്നു. എ കെ ടി കെ എം വാസുദേവൻ നമ്പൂതിരിപ്പാടിന്റെ നേതൃത്വത്തിൽ *മംഗളോദയം* പ്രസിദ്ധീകരണശാല പുനരുജ്ജീവിക്കുകയായിരുന്നു. അന്ന് ഞങ്ങൾ രണ്ടുപേരും കരാർ എഴുതി കഥകൾ ഏല്പിച്ചു. പണവും വാങ്ങി. ഇടപാടു നടക്കുമ്പോഴെല്ലാം മാസ്റ്ററുമുണ്ട്."
(*തകഴിയുടെ ആത്മകഥ*, പേജ് 404)

കുടുംബസുഹൃത്തുക്കളെപ്പോലുള്ള സൗഹൃദമായിരുന്നു അവരുടേത്.

തൃശ്ശൂർ തേക്കിൻകാട് മൈതാനിയിൽ ഒരു രാത്രി മുഴുവൻ തകഴിയും ദേവും മുണ്ടശ്ശേരിയുമൊത്ത് സംസാരിച്ച് നേരം വെളുപ്പിച്ചതിന്റെ കഥയെല്ലാം തകഴിയുടെ ആത്മകഥയിലുണ്ട്. ഇത്രയും പറഞ്ഞത് തകഴിയും മുണ്ടശ്ശേരിയും തമ്മിലുണ്ടായിരുന്ന ആത്മബന്ധം സൂചിപ്പിക്കാനാണ്.

മുണ്ടശ്ശേരി മന്ത്രിയായി ചാർജ്ജെടുത്ത സമയത്ത് തകഴി മലയായിലോ മറ്റോ പോയിരിക്കുകയായിരുന്നു. തിരിച്ചുവന്നുവെന്നറിഞ്ഞപ്പോൾ മുണ്ടശ്ശേരിക്ക് തകഴിയെക്കാണാൻ ധൃതിയായി. തൃശ്ശൂർക്ക് പോരും വഴി അദ്ദേഹം അമ്പലപ്പുഴനിന്ന് തിരിഞ്ഞ് തകഴിയിലോളം പോയി.

തകഴി കമ്യൂണിസ്റ്റ് അനുകൂലിയൊന്നുമായിരുന്നില്ല, ആ നാട്ടുകാർക്ക് അതറിയാം. പക്ഷേ, ഒരു കാര്യം ഉറപ്പാണ്: അദ്ദേഹം ഉല്പതിഷ്ണു രാഷ്ട്രീയമേ കൈകാര്യം ചെയ്യാറുള്ളൂ. ഈ ഒരാദർശത്തിന്റെ വെളിച്ചത്തിലാണ് തകഴി *രണ്ടിടങ്ങഴി*യിൽ വർഗ്ഗസമരത്തിന്റെ കാഹളം മുഴക്കുന്നത്. അദ്ദേഹത്തിന് ഏതെങ്കിലും രാഷ്ട്രീയകക്ഷിയോട് ആഭിമുഖ്യമുണ്ടായിരുന്നുവെങ്കിൽ അത് എൻ ശ്രീകണ്ഠൻനായരുടെ ആർ എസ് പിയോടാണ്. 1957 ലെ ഭരണത്തിൽ ആർ എസ് പി ഇല്ലായിരുന്നല്ലോ.

ഈ ഒരു സാഹചര്യത്തിൽ കൊടിവെച്ച കാറിൽ ഒരു മന്ത്രി തകഴിയുടെ വീട്ടിലെത്തി എന്നറിഞ്ഞപ്പോൾ നാട്ടുകാരിൽ പലരും അതിന്റെ പ്രാധാന്യമെന്തെന്നറിയാൻ തകഴിയുടെ വീട്ടുമുറ്റത്തെത്തി. തങ്ങളറിയാതെ കമ്യൂണിസ്റ്റ് മന്ത്രിസഭയിലെ ഒരംഗം തകഴിയുടെ വീട്ടിലെത്തിയതറിഞ്ഞ് കമ്യൂണിസ്റ്റ് ലോക്കൽ നേതാക്കളും ലോക്കൽ സെക്രട്ടറിയും അവിടെ എത്തി.

മുണ്ടശ്ശേരിയുമായുള്ള സൗഹൃദം അറിയാവുന്ന തകഴിയുടെ വീട്ടുകാർക്ക് വിശേഷിച്ചൊന്നും തോന്നിയില്ല. ഒരു സ്വകാര്യസൗഹൃദസന്ദർശനം, അത്രതന്നെ. മന്ത്രിയാണെന്നു കരുതി തനിക്ക് തന്റേതായൊരു പഴയകാല സുഹൃത്തിനെ സന്ദർശിക്കാൻ മാലോകരെ മുഴുവൻ അറി

യിക്കേണ്ട കാര്യമുണ്ടോ എന്ന ഭാവമായിരുന്നു മുണ്ടശ്ശേരിക്ക്. ലോക്കൽ സെക്രട്ടറി അവിടെ വന്നുചേർന്നത് അദ്ദേഹത്തിന് അത്രതന്നെ ഇഷ്ട മായില്ല. ഇറങ്ങിച്ചെന്ന് അവരെ കാണാൻ അദ്ദേഹം ഒരുങ്ങിയതുമില്ല.

എന്നാൽ, തകഴി അവരുടെ ഇടയിലേക്ക് ഇറങ്ങിച്ചെന്നു. നാട്ടുകാ രല്ലേ? വിദ്യാഭ്യാസമന്ത്രിയല്ലേ വന്നിരിക്കുന്നത്, തകഴിയിലെ സ്കൂളിന്റെ കാര്യം സംസാരിച്ച് അദ്ദേഹത്തിന് ഒരു നിവേദനം നല്കണം– പാർട്ടി ക്കാരുടെ ഉദ്ദേശ്യം അതായിരുന്നു. തകഴിയിലെ സ്കൂളിന്റെ കാര്യം താൻ മന്ത്രിയുമായി സംസാരിച്ച് ശരിയാക്കാം എന്ന് തകഴി ശിവശങ്കരപ്പിള്ള ഉറപ്പുനല്കിയതോടെ അവർ പിരിഞ്ഞുപോയി. ഒരു ജനകീയമന്ത്രി തന്നെ കാണാനെത്തിയ പാർട്ടിക്കാരോട് അവഗണന കാണിച്ചതു ശരിയാ യില്ല എന്ന് വായനക്കാർക്ക് തോന്നുന്നുണ്ടാവും. ആ നിവേദകസംഘ ത്തോട് രണ്ടു നല്ലവാക്ക് പറഞ്ഞ് ആശ്വസിപ്പിച്ചിരുന്നെങ്കിൽ അതൊരു നല്ല മാതൃകയായേനേ. പക്ഷേ, മുണ്ടശ്ശേരി അതിന് തയ്യാറായില്ല. അതാണ് മുണ്ടശ്ശേരി. ചില നേരങ്ങളിൽ അല്പമൊരഹന്ത അദ്ദേഹത്തി നുണ്ടായിരുന്നു എന്നുവേണം കരുതാൻ.

ഈ സംഭവത്തെച്ചൊല്ലി നിരവധി പരാതികളുണ്ടായി. അങ്ങനെ ഉണ്ടായില്ല എങ്കിലല്ലേ അത്ഭുതപ്പെടാനുള്ളു.

1957 ൽ കേന്ദ്ര സാഹിത്യ അക്കാദമി പ്രവർത്തിക്കാൻ തുടങ്ങിയിട്ട് ഏറെക്കാലമായിരുന്നില്ല. ഇതിന്റെ പ്രവർത്തനത്തിൽ പ്രധാനമന്ത്രി നെഹ്റു നേരിട്ട് പങ്കെടുത്തിരുന്നു എന്നത് ഒരു പ്രത്യേകതയാണ്. ഇന്ത്യൻ പ്രാദേശികഭാഷകളിലെ മികച്ച കൃതികൾക്ക് കേന്ദ്ര സാഹിത്യ അക്കാദമി പുരസ്കാരങ്ങൾ നല്കി പ്രോത്സാഹിപ്പിക്കുകയും ചെയ്തി രുന്നു. എഴുത്തുകാരനും നയതന്ത്രജ്ഞനുമായിരുന്ന സർദ്ദാർ കെ എം പണിക്കർ ഈ സ്ഥാപനവുമായി അടുത്ത ബന്ധം പുലർത്തിയിരുന്നു.

മുണ്ടശ്ശേരി അക്കാലത്ത് കേന്ദ്ര സാഹിത്യഅക്കാദമിയിൽ അംഗമാ യിരുന്നില്ല. എങ്കിലും, അക്കാദമിയുടെ പ്രവർത്തകസമിതിയോഗത്തി ലേക്ക് മുണ്ടശ്ശേരി ക്ഷണിക്കപ്പെട്ടു. ഇതിന്റെ പിന്നിൽ കെ എം പണിക്ക രുടെ നിർദ്ദേശമുണ്ടായിരിക്കാം. നെഹ്റുവിന്റെ മേൽനോട്ടത്തിൽ പ്രവർത്തിച്ചിരുന്ന കേന്ദ്ര സാഹിത്യഅക്കാദമിയുടെ പ്രവർത്തകസമിതി യിൽ പങ്കെടുക്കാൻ കഴിഞ്ഞതിൽ മുണ്ടശ്ശേരിക്കും അഭിമാനം തോന്നി.

ഈ കാലത്താണ് തകഴിയുടെ *ചെമ്മീൻ* പ്രസിദ്ധീകൃതമായത്. ചൂടപ്പംപോലെ വിറ്റുതീർന്ന ഈ കൃതി നാടെങ്ങും സംസാരവിഷയമായി.

ഡൽഹിയിലെ സാഹിത്യഅക്കാദമി ആപ്പീസിൽ കയറിയിറങ്ങിയ പ്പോൾ മുണ്ടശ്ശേരിക്ക് മനസ്സിലായി അത്തവണത്തെ കേന്ദ്ര സാഹിത്യ അക്കാദമി അവാർഡ് തകഴിക്കാണെന്ന്. കമ്മിറ്റിയോഗത്തിൽ ഈ നിർദ്ദേശം ചർച്ചയ്ക്കുവന്നപ്പോൾ മുണ്ടശ്ശേരി തകഴിയെ പിന്താങ്ങി സംസാരിച്ചു. *ചെമ്മീനല്ല* തകഴിയുടെ മാസ്റ്റർപീസെങ്കിലും, അദ്ദേഹ ത്തിന്റെ മൊത്തത്തിലുള്ള സാഹിത്യസേവനത്തെ പരിഗണിച്ച് ഒരു പുര സ്കാരം നല്കുന്നത് തീർച്ചയായും ഉചിതമാണ് എന്ന് അദ്ദേഹം അഭി

പ്രായപ്പെട്ടു. സർദ്ദാർ പണിക്കർക്ക് തകഴി കൃതികളോട് പ്രത്യേകമൊരു മതിപ്പുണ്ടായിരുന്നു. ചില എഴുത്തുകളിൽ അദ്ദേഹം അത് പ്രകടിപ്പിക്കുകയും ചെയ്തിരുന്നു എന്ന് മുണ്ടശ്ശേരി രേഖപ്പെടുത്തിയിട്ടുണ്ട്.

ഇതേപ്പറ്റി കേരളത്തിൽ പല സംവാദങ്ങളുമുണ്ടായി. കെ എം പണിക്കരും മുണ്ടശ്ശേരിയും ചേർന്ന് തകഴിക്ക് കേന്ദ്രസാഹിത്യഅക്കാദമി അവാർഡ് തരപ്പെടുത്തി എന്നുവരെ ആരോപിക്കപ്പെട്ടു. നെഹ്റുപോലും തകഴിയുടെ അവാർഡിന്റെ കാര്യത്തിൽ താല്പര്യം പ്രകടിപ്പിച്ചിരുന്നു എന്ന് മുണ്ടശ്ശേരി തന്റെ ആത്മകഥയിൽ രേഖപ്പെടുത്തിയിട്ടുണ്ട്.

കേശവദേവ്

വിദ്യാഭ്യാസബിൽ അവതരിപ്പിച്ച കാലത്ത് അന്നത്തെ ആൾ ഇന്ത്യാ റേഡിയോ സ്റ്റേഷന്റെ തിരുവനന്തപുരം ഡയറക്ടർ, ആ ബില്ലിനെക്കുറിച്ച് ഒരു റേഡിയോ പ്രഭാഷണം നടത്തുന്നത് നന്നായിരിക്കുമെന്ന് മുണ്ടശ്ശേരിയോട് നിർദ്ദേശിച്ചു. ബില്ലിന്റെ പശ്ചാത്തലവും രൂപവും പ്രയോജനവുമടങ്ങുന്ന ഒരവലോകനം തയ്യാറാക്കി മുണ്ടശ്ശേരി നിശ്ചിതസമയത്തിന് റേഡിയോസ്റ്റേഷനിലെത്തി. അവിടെ അദ്ദേഹത്തിന് ധാരാളം പരിചയക്കാരുണ്ടായിരുന്നു. കൈനിക്കര കുമാരപ്പിള്ള, നാഗവള്ളി ആർ എസ് കുറുപ്പ്, കേശവദേവ് തുടങ്ങിയവർ. എല്ലാവരും മുണ്ടശ്ശേരിയുമായി സൗഹൃദം പുലർത്തുന്നവർ.

ഇവരിൽ കേശവദേവുമായി മുണ്ടശ്ശേരിക്ക് പ്രത്യേകമൊരു അടുപ്പവും മതിപ്പുമുണ്ടായിരുന്നു. ഏതാണ്ട് 1930 മുതൽ കേരളത്തിലെ സാംസ്കാരിക പരിവർത്തനത്തിനുവേണ്ടി പ്രവർത്തിച്ചുപോന്ന വ്യക്തിയാണ് ദേവ്. അതുകൊണ്ടുതന്നെ മനഃപൂർവ്വം അവഗണിക്കപ്പെട്ട വ്യക്തിയുമായിരുന്നു. 'പപ്പു' എന്ന അനശ്വര കഥാപാത്രത്തെ സൃഷ്ടിച്ച ദേവിനെ മുണ്ടശ്ശേരി എപ്പോഴും അർഹിക്കുന്ന ആദരവോടെ മാത്രമേ നോക്കിക്കണ്ടിട്ടുള്ളൂ. അതുകൊണ്ട് തമ്മിൽ കണ്ടപ്പോൾ, ഔദ്യോഗികനിലമറന്ന് വളരെ സൗഹാർദ്ദപൂർവ്വം അടുത്തു പെരുമാറി. ജോലികഴിഞ്ഞ് പോകാൻ തയ്യാറായിവന്ന ദേവിനെ മുണ്ടശ്ശേരി തടഞ്ഞുനിർത്തി.

"പോകാൻ വരട്ടെ. പ്രഭാഷണം റെക്കോർഡുചെയ്തു ഞാനുടനെ വരാം."

ഏല്പിച്ച ജോലികഴിഞ്ഞ് മുണ്ടശ്ശേരി പുറത്തേക്ക് വന്നപ്പോൾ ദേവ് അവിടെ കാത്തുനില്പുണ്ടായിരുന്നു. "താങ്കളെ വേണ്ടിടത്ത് ഇറക്കിത്തരാം" എന്നുപറഞ്ഞ് ദേവിനെ കാറിൽ കയറ്റി. ഒരു കമ്യൂണിസ്റ്റ് സഹയാത്രികന്റെ കാറിലാണ് താൻ കയറുന്നതെന്നും റേഡിയോ നിലയത്തിലെ ഒരു കീഴുദ്യോഗസ്ഥനാണ് താനെന്നും ദേവ് അപ്പോൾ ഓർത്തതുപോലുമില്ല. എഴുത്തുകാരനായ ഒരാത്മസുഹൃത്തിന്റെ കൂടെ പോകുന്നു. ഇറങ്ങുന്നതുവരെ സൗഹൃദസംഭാഷണമാകാമല്ലോ എന്നേ ദേവ് കരുതിക്കാണുകയുള്ളൂ.

ദേവിനെ അദ്ദേഹത്തിന്റെ വസതിയിലിറക്കി മുണ്ടശ്ശേരി നേരെ തന്റെ ഓഫീസിലേക്ക് പോയി.

റേഡിയോനിലയത്തിൽ സാഹിത്യകാരന്മാരെയും കലാകാരന്മാരെയും കോൺട്രാക്ട് അടിസ്ഥാനത്തിലേ സേവനത്തിന് വിളിക്കുകയുള്ളൂ. അവർ സ്ഥിരം ജീവനക്കാരല്ല, നിലയത്തിന്റെ ഭരണത്തിൽ അവർക്കൊരു പങ്കുമില്ല.

അക്കാലത്ത് കേശവദേവ് ഒരു കമ്യൂണിസ്റ്റ് വിരോധിയായിക്കഴിഞ്ഞിരുന്നു. എന്നിട്ടും മുണ്ടശ്ശേരിയുമായി സൗഹൃദം പുലർത്തിയതിന്റെ പേരിൽ അദ്ദേഹം ക്രൂശിക്കപ്പെട്ടു. കോൺട്രാക്ട് കാലാവധി കഴിഞ്ഞതോടെ ദേവിന്റെ കോൺട്രാക്ട് പുതുക്കിയില്ല. താനുമായുള്ള സൗഹൃദത്തിന്റെ പേരിൽ ദേവിന്റെ ജോലി നഷ്ടമായതിൽ മുണ്ടശ്ശേരിക്ക് ഏറെ കുണ്ഠിതം തോന്നി.

ഇത്തരം കാര്യങ്ങളിൽ ദുഃഖിക്കുകയോ വേവലാതിപ്പെടുകയോ ചെയ്യുന്ന വ്യക്തിയായിരുന്നില്ല ദേവ് എന്നത് വേറെ കാര്യം. സമുന്നതനായ ഒരെഴുത്തുകാരന്റെ വ്യക്തിത്വത്തെ മാനിക്കുവാൻ റേഡിയോനിലയത്തിന്റെ മേധാവികൾക്ക് കഴിഞ്ഞില്ല എന്നത് അപമാനകരമാണ്. കാലമേറെക്കഴിഞ്ഞിട്ടും റേഡിയോനിലയങ്ങളുടെ സ്വഭാവവിശേഷങ്ങൾ ഇന്നും മാറിയിട്ടില്ല. ഭരണകൂടത്തിന്റെ വക്താക്കൾ വിപ്ലവാശയങ്ങളെ ഇത്രയേറെ ഭയക്കേണ്ടതുണ്ടോ?

സി കേശവനുമായി ഒരു കൂടിക്കാഴ്ച

1959 ലെ ഒരു രാത്രി.

പുറത്ത് വിമോചനസമരത്തിന്റെ വിഷക്കാറ്റ് വീശിക്കൊണ്ടിരിക്കുന്നു.

ഏതോ ഫയലിന്റെ താളുകൾ മറിച്ചുകൊണ്ട് സൂക്ഷ്മനിരീക്ഷണത്തിലാണ് വിദ്യാഭ്യാസമന്ത്രിയായ പ്രൊഫ. മുണ്ടശ്ശേരി, സമയം ഏറെ വൈകിയിരിക്കുന്നു. ആ സമയത്തെ നിശ്ശബ്ദതയെ കീറിമുറിച്ചുകൊണ്ടു ഫോൺ ശബ്ദിച്ചു. ഫോണെടുത്തപ്പോൾ കേട്ട പ്രതികരണം ഇങ്ങനെയായിരുന്നു:

"വിളിക്കുന്നതാരാണെന്നു മനസ്സിലായോ?"

മുഴക്കമുള്ള ശബ്ദം, അതു തിരിച്ചറിഞ്ഞ മുണ്ടശ്ശേരി പറഞ്ഞു:

"മനസ്സിലായി."

"എങ്കിൽ പറയൂ........ ആരാ?"

"സി കേശവൻ."

"തനിക്കെങ്ങനെ ഇത്രവേഗം പിടികിട്ടി?"

"ഈ ശബ്ദം കേട്ടാൽ അറിയാത്തവരുണ്ടോ?"

"ശരി. ഞാനങ്ങോട്ടുവരുന്നു."

"ഈ വൈകിയനേരത്ത് ഇത്രയും ബുദ്ധിമുട്ടണോ? വേണ്ടത് എന്തെന്ന് പറഞ്ഞാൽ ചെയ്യാവുന്നതു ചെയ്യാം."

“അതുപോരാ. താനിപ്പോൾ ഒരു മന്ത്രിയല്ലേ? കണ്ടുപറയേണ്ടത് കണ്ടുതന്നെ പറയണം.”

“നിർബ്ബന്ധമാണെങ്കിൽ അങ്ങനെ ആയിക്കോളൂ. ഈയിടെ ടി എം വർഗ്ഗീസും ആ നിർബ്ബന്ധം കാട്ടി.”

“ആ, ഞങ്ങളൊക്കെ പഴയ കൂട്ടരാ. വേണ്ടതു വേണ്ടപോലെ വേണമെന്ന പക്ഷക്കാരാ..... ഞാനിതാ വരുന്നൂ....”

പെട്ടെന്ന് ഫോൺ വച്ചു.

പിന്നീട് മുണ്ടശ്ശേരിക്ക് ഫയലിൽ കണ്ണുംനട്ടിരിക്കാൻ കഴിഞ്ഞില്ല. ഓർമ്മകൾ വർഷങ്ങളുടെ പിറകിലേക്ക് പാഞ്ഞുപോയി. കൃത്യമായിപ്പറഞ്ഞാൽ ഇരുപത്തിനാല് വർഷം പുറകിലേക്ക്....

1935 മെയ് 15 ആയിരുന്നു അത്.

നിറഞ്ഞുകവിഞ്ഞ മഹാസദസ്സ്..... ജനങ്ങളുടെ ആവേശത്തിനും ധർമ്മരോഷത്തിനും അതിരുണ്ടായിരുന്നില്ല. പതിനായിരക്കണക്കിനുള്ള ആ ജനസഞ്ചയത്തെ കണ്ടതോടെ ആ ആദർശശാലി പ്രകമ്പനം കൊണ്ടു. സ്ഫുടവും ദൃഢവും ഘനഗംഭീരവുമായ ആ ശബ്ദം ഒരു പ്രവാഹമായി സമ്മേളനപ്പന്തലിൽ പരന്നൊഴുകി.....

അതായിരുന്നു സി കേശവന്റെ സുപ്രസിദ്ധമായ കോഴഞ്ചേരി പ്രസംഗം.....

“ഞാൻ പറയുന്നത് സർ സി പിയെപ്പറ്റിയാണ്. ആ ജന്തു നമ്മുക്കാവശ്യമില്ല. അദ്ദേഹം ഈഴവനും ക്രിസ്ത്യാനിക്കും മുസ്ലീമിനും ഒരു ഗുണവും ചെയ്യുകയില്ല. ഈ വിദ്വാൻ ഇവിടെ വന്നതിൽപ്പിന്നെയാണ് തിരുവിതാംകൂർ രാജ്യത്തെപ്പറ്റി ഇത്ര ചീത്തയായ ഒരു പേര് പുറത്തുവന്നത്. ഈ മനുഷ്യൻ പോയെങ്കിലല്ലാതെ നമുക്ക് ഗുണം പിടിക്കുകയില്ല....”

നീണ്ടുനിന്ന ഹർഷാരവം......

രാജവാഴ്ചയ്ക്കെതിരെ....... നഗ്നമായ ഏകാധിപത്യത്തിനെതിരെ ആ സിംഹഗർജ്ജനം പിന്നെയും മുഴങ്ങിക്കൊണ്ടിരുന്നു. അന്നത്തെ ശ്രോതാക്കളുടെ കൂട്ടത്തിൽ മുൻനിരയിൽത്തന്നെ മുണ്ടശ്ശേരിയുണ്ടായിരുന്നു. ആ രംഗമാണ് മുണ്ടശ്ശേരിയുടെ മനോരഥത്തിൽ നിറഞ്ഞുനിന്നത്.

ഗവൺമെന്റ് സി കേശവനെ രാജ്യദ്രോഹിയെന്ന് വിളിച്ച് നിന്ദിച്ചു. രാജ്യദ്രോഹം എന്ന കുറ്റം ചുമത്തി കേസെടുക്കുകയും കൽത്തുറുങ്കിലടയ്ക്കുകയും ചെയ്തു. ആ പോരാളി കുലുങ്ങിയില്ല. ധീരതയുടെയും ത്യാഗത്തിന്റെയും പ്രതീകമായി ജനങ്ങൾ അദ്ദേഹത്തെ ‘സിംഹള സിംഹം’ എന്നു വിളിച്ചാരാധിച്ചു.

അരമണിക്കൂറിനകം സി കേശവൻ മുണ്ടശ്ശേരിയുടെ വീട്ടിലെത്തി. ഈ നേരമത്രയും മുണ്ടശ്ശേരി ധീരനായ ആ രാഷ്ട്രീയനേതാവിനെക്കുറിച്ചുതന്നെ ഓർക്കുകയായിരുന്നു. കുശലാന്വേഷണത്തിനുശേഷം അദ്ദേഹം പറഞ്ഞു:

"എടോ ഞാൻ പ്രത്യേകിച്ചൊരു കാര്യത്തിനെക്കുറിച്ചു ആലോചിക്കാൻ വന്നതാണ്."

"എന്താണാവോ?" മുണ്ടശ്ശേരി വിനയാന്വിതനായി.

"എനിക്ക് അവകാശപ്പെട്ട ഒരു പുസ്തകമുണ്ട്. *പഞ്ചവടി* എന്നാണ് പേര്. താൻ കണ്ടിട്ടുണ്ടോ എന്നറിഞ്ഞുകൂടാ. സി വിയുടെ (സി വി കുഞ്ഞിരാമൻ) പുസ്തകമാണ്. അത് ഇത്തവണ നിങ്ങളുടെ പാഠപുസ്തകകമ്മിറ്റിക്കാർ പരിഗണിക്കുന്നുണ്ടെന്ന് കേട്ടു. അവർ ശുപാർശ ചെയ്താൽ താനെന്തു ചെയ്യും?"

"സാധാരണഗതിയിൽ അംഗീകരിക്കും."

"ഉറപ്പുണ്ടോ?"

"എന്താ ഇല്ലാതിരിക്കാൻ?"

"പാർട്ടിയും മറ്റുമില്ലേ?"

"അതോണ്ട്?"

"സി കേശവൻ പുസ്തകം തന്നുവെന്നറിഞ്ഞാൽ.......?"

"അറിഞ്ഞാലെന്താ? സി വിയുടെ ഒരു പുസ്തകം കമ്മിറ്റി ശുപാർശ ചെയ്തു, മന്ത്രി അതംഗീകരിക്കുകയും ചെയ്തു. അതിലെന്താ പാർട്ടിക്ക്?"

"തനിക്കങ്ങനെയൊക്കെ പറയാം. കാര്യത്തോടടുക്കുമ്പോൾ...."

"വിശേഷിച്ചൊന്നും ഉണ്ടാകാൻ പോകുന്നില്ല."

"എന്നാൽ ഞാനൊന്നുകൂടി പറഞ്ഞോട്ടെ. എനിക്കെന്റെ ഒടുവിലത്തെ മകളെ വിവാഹം ചെയ്തുകൊടുക്കാനുണ്ട്. അതിനുവേറെ വഴിയൊന്നുമില്ല. അതുകൊണ്ടാണ് ഞാനിത്രത്തോളം വന്നത്. കമ്മിറ്റി നിർദ്ദേശിച്ചാൽ തള്ളിക്കളയാതിരിക്കണം. അത്രയേ വേണ്ടൂ."

"എന്നെക്കൊണ്ട് ഒരു ദോഷവും കേശവനുണ്ടാകില്ല."

"അത്രയേ വേണ്ടൂ, ഞാനിതാ പോകുന്നു."

സി കേശവനെ യാത്രയാക്കിയശേഷം ഒന്നും ചെയ്യാനാവാതെ മുണ്ടശ്ശേരി തരിച്ചിരുന്നുപോയി. സർ സി പി രാമസ്വാമിഅയ്യരുടെ സ്വേച്ഛാധിപത്യത്തോട് പടവെട്ടി കൽത്തുറുങ്കിനെ പുല്ലായിക്കരുതിയ ധീരദേശാഭിമാനിയാണ് ആ ഇറങ്ങിപ്പോയത്. തന്റെ വിലയേറിയ ജീവിതം നാടിനും നാട്ടാർക്കും വേണ്ടി സമർപ്പിച്ച ത്യാഗിവര്യൻ. ഒരിക്കൽ മന്ത്രിയും പിന്നീട് മുഖ്യമന്ത്രിയുമായി ഭരണചക്രം തിരിച്ച ഭരണകർത്താവ്. ത്യാഗം വിറ്റു തിന്നാത്ത കോൺഗ്രസിലെ അപൂർവ്വം നേതാക്കളിലൊരാൾ. നാടിന്റെ മോചനത്തിനുവേണ്ടിയുള്ള പോരാട്ടത്തിനിടയിൽ കുടുംബത്തിനും മക്കൾക്കും വേണ്ടി ഒന്നും കരുതിവെക്കാൻ കഴിയാതെ ഉഴലുമ്പോൾ അതിന്റെ സത്യാവസ്ഥ മനസ്സിലാക്കുന്നവർ എത്രപേരുണ്ടാകും? അദ്ദേഹം സ്വന്തം മകളുടെ വിവാഹത്തിനു പണമില്ലാതെ കമ്യൂണിസ്റ്റു മന്ത്രിസഭയിലെ ഒരംഗത്തോട് അർഹമായ സഹായം നിഷേധിക്കരുതെന്ന അഭ്യർത്ഥനയുമായി പാതിരാത്രിവന്ന കഥയോർത്ത് മുണ്ടശ്ശേരിയുടെ കണ്ണുകൾ നിറഞ്ഞു. ഈ കാര്യത്തിൽ തന്നാൽ കഴിയാവുന്ന

ഏത് സഹായവും ചെയ്യുമെന്ന് അദ്ദേഹം മനസ്സിൽ പ്രതിജ്ഞയെടുത്തു. അത്രയെങ്കിലും ചെയ്യാൻ കഴിഞ്ഞില്ലെങ്കിൽ തന്റെ മന്ത്രിസ്ഥാനംകൊണ്ട് ഈ ലോകത്തിന് എന്തുനേട്ടമാണ് ഉണ്ടാകാൻ പോകുന്നത്. പിന്നെയും കുറെ ദിവസങ്ങൾ കഴിഞ്ഞ ശേഷമാണ് ആ പുസ്തകം മുണ്ടശ്ശേരിയുടെ കൈകളിലെത്തിയത്. പുസ്തകങ്ങളെക്കുറിച്ച് ആധികാരികമായിപ്പറയാൻ മറ്റൊരാളെക്കാളും കഴിവുള്ള ആ നിരൂപകശ്രേഷ്ഠൻ കമ്മിറ്റിയുടെ എല്ലാ ശുപാർശകളും കണ്ണുമടച്ച് അംഗീകരിക്കാറില്ല. ശുപാർശ ചെയ്യുന്ന എല്ലാ പുസ്തകങ്ങളും അദ്ദേഹം വായിച്ചുനോക്കിയേ അംഗീകരിക്കാറുള്ളൂ. പില്ക്കാലത്ത് ഈ വിധത്തിലുള്ള ഒരു വിദ്യാഭ്യാസമന്ത്രിയുണ്ടായിരുന്നു എന്ന് ആർക്കെങ്കിലും പറയാൻ കഴിയുമോ? കമ്മിറ്റി നിർദ്ദേശിച്ച കൂട്ടത്തിൽ *പഞ്ചവടിയും* മുണ്ടശ്ശേരി സൂക്ഷ്മമായി വായിച്ചുനോക്കി. വെട്ടിക്കുറയ്ക്കാവുന്ന പല വർണ്ണനകളും അതിൽ അദ്ദേഹം അടയാളപ്പെടുത്തി.

ഉപപാഠപുസ്തകങ്ങളുടെ അംഗീകാരം തീരുമാനിക്കപ്പെട്ട ഒരു ദശയിൽ ആലപ്പുഴ പോയി മടങ്ങുന്ന വഴി മുണ്ടശ്ശേരി മയ്യനാട്ടെ സി കേശവന്റെ വസതിയിൽ കയറി, രാത്രി ഏറെ വൈകിയിരുന്നു. പാതിരാത്രിക്ക് വീട്ടിൽച്ചെന്ന് സി കേശവനെ വിളിച്ചുണർത്തി. നിലാവുള്ള രാത്രിയായിരുന്നു. മുറ്റത്തിരുന്നാണ് അവർ സംസാരിച്ചത്. ഒഴിവാക്കേണ്ടുന്ന ഭാഗം അടയാളപ്പെടുത്തിയ പുസ്തകം മുണ്ടശ്ശേരി കൈയിൽ വെച്ചിരുന്നു. ആ പുസ്തകം കേശവനെ ഏല്പിച്ച് മുണ്ടശ്ശേരി പറഞ്ഞു:

"പുതിയ പതിപ്പ് അച്ചടിക്കേണ്ടിവന്നാൽ ഇതിൽ അടയാളപ്പെടുത്തിയ ഭാഗങ്ങൾ ഒഴിവാക്കുന്നത് നന്നായിരിക്കും. പേജ് അല്പം കുറഞ്ഞുകിട്ടിയെന്നുംവരും."

"ശരി, അതോർമ്മവയ്ക്കാം." കേശവൻ പറഞ്ഞു.

തമ്മിൽ പിരിയാറായപ്പോൾ കേശവൻ എണീറ്റുവന്ന് മുണ്ടശ്ശേരിയെ കെട്ടിപ്പിടിച്ചു. അതിനിടയ്ക്ക് ഗദ്ഗദത്തോടെ അദ്ദേഹം എന്തോ പറഞ്ഞു. ആ വികാരവായ്പ്പിൽ കേശവൻ സങ്കടത്തോടെ പറഞ്ഞ വാക്കുകൾ മുണ്ടശ്ശേരിക്ക് പെട്ടെന്ന് വേർതിരിച്ചെടുക്കാനായില്ല. യാത്രയ്ക്കിടയിൽ ഡ്രൈവറാണ് ആ വാക്കുകൾ മുണ്ടശ്ശേരിയെ വ്യക്തമായി പറഞ്ഞു കേൾപ്പിച്ചത്.

"ഒരുമിച്ചുണ്ടുറങ്ങിപ്പോന്ന കോൺഗ്രസുകാർ ചെയ്യാത്തതാണ് കമ്യൂണിസ്റ്റ് സഹയാത്രികനായ മുണ്ടശ്ശേരി ചെയ്ത ഈ ഉപകാരം" എന്നാണത്രേ അദ്ദേഹം പറഞ്ഞത്. ആ വാക്കുകൾ ഡ്രൈവറെപ്പോലും കോരിത്തരിപ്പിക്കാൻ പര്യാപ്തമായിരുന്നു.

ആ ഡ്രൈവർ ഒരുപാട് അനുഭവങ്ങളുടെ വക്താവായിരുന്നു. കേശവനെ അറസ്റ്റുചെയ്ത ദിവാൻജിയുടെയും മന്ത്രിയായ കേശവന്റെയും ഡ്രൈവർ ആയിരുന്നിട്ടുണ്ട് അയാൾ.

കാലം ഇന്നെത്ര മാറിയിരിക്കുന്നു. ത്യാഗിവര്യനായ സി കേശവനും അർഹതയെ അംഗീകരിക്കാൻ വ്യഗ്രത കാണിച്ച വിദ്യാഭ്യാസമന്ത്രി മുണ്ട

ശ്ശേരിയും. ഇന്നത്തെ ചുറ്റുപാടിൽ ഇത് ഒരു കെട്ടുകഥയാണെന്ന് വായനക്കാർക്ക് അനുഭവപ്പെടുന്നുണ്ടോ?

1957 ലെ വിദ്യാഭ്യാസബില്ല്

അൻപതുവർഷങ്ങൾക്കുമുമ്പ്, കൃത്യമായിപ്പറഞ്ഞാൽ 1957 ഏപ്രിൽ 5ന്, കേരളത്തിൽ ഉദയം ചെയ്ത ആ ചുവന്ന പ്രഭാതത്തിന്റെ ഓർമ്മ ഇന്നും നമ്മളിൽ അനുരണനങ്ങൾ ഉയർത്തുന്നു. കേരളം ഇന്നെത്ര മാറിപ്പോയി. ഇന്ത്യയിലെ മറ്റൊരു സംസ്ഥാനത്തിനും അവകാശപ്പെടാൻ കഴിയാത്ത എത്രയെത്ര നേട്ടങ്ങളാണ് കേരളം കൈവരിച്ചിരിക്കുന്നത്. ഈ നവോത്ഥാനത്തിന് നേതൃത്വം നല്കിയത് ഇ എം എസിന്റെ നേതൃത്വത്തിൽ അധികാരത്തിൽവന്ന 1957 ലെ കമ്യൂണിസ്റ്റ് ഗവൺമെന്റായിരുന്നു. കാർഷികരംഗത്തും വിദ്യാഭ്യാസരംഗത്തും ആ ഗവൺമെന്റ് നടപ്പിലാക്കിയ ഭരണപരിഷ്കാരങ്ങൾ ഇന്ന് കൗതുകപൂർവ്വമായ ഒരു ഗവേഷണ വിഷയമായി മാറിയിരിക്കുന്നു. ഇന്ത്യയിലെ ഇതരസംസ്ഥാനങ്ങളിൽ നിന്ന് മാത്രമല്ല, വിദേശത്തുനിന്നുപോലും കേരളത്തിലെ വികാസ പരിണാമങ്ങളെക്കുറിച്ചറിയാൻ നിരവധിപേർ എത്തിച്ചേർന്നുകൊണ്ടിരിക്കുന്നു.

പ്രഗത്ഭ വിദ്യാഭ്യാസവിചക്ഷണനും ധീരനായ ഭരണാധികാരിയുമായിരുന്ന വിദ്യാഭ്യാസമന്ത്രി ജോസഫ് മുണ്ടശ്ശേരി അഴിച്ചുവിട്ട യാഗാശ്വം മറ്റാർക്കും പിടിച്ചുകെട്ടാനാവാതെ കേരളത്തിന്റെ സമൂഹ മനഃസാക്ഷിയിലൂടെ ജൈത്രയാത്ര തുടരുകയാണ്. പുതിയ തലമുറയിലെ അദ്ധ്യാപകർക്കോ മറ്റു ജീവനക്കാർക്കോ കനൽവഴി താണ്ടിക്കടന്ന ആ പഴയ കാലത്തെക്കുറിച്ച് വേണ്ടത്ര വിജ്ഞാനം ഉണ്ടായിരിക്കാൻ ഇടയില്ല. അതിനാൽ ആ പഴയ കാലത്തിലേക്ക് നമുക്ക് അല്പമൊന്നു എത്തിനോക്കാം.

1957 ജൂലൈ 13 ന് അന്നത്തെ വിദ്യാഭ്യാസമന്ത്രിയായിരുന്ന പ്രൊഫ. ജോസഫ് മുണ്ടശ്ശേരി കേരള നിയമസഭയിൽ അവതരിപ്പിച്ച വിദ്യാഭ്യാസബില്ലാണ് അദ്ധ്യാപകന്റെ 'മാഗ്നക്കാർട്ട'യായതും അതുവഴി അദ്ധ്യാപകന് സമൂഹത്തിൽ മാന്യത കൈവരിക്കാൻ ഇടയാക്കിയതും. അതിനുമുൻപത്തെ അദ്ധ്യാപകന്റെ ദയനീയ ജീവിതം അനുസ്മരിപ്പിക്കുന്നതാണ് കാരൂർ നീലകണ്ഠപ്പിള്ളയുടെ *പൊതിച്ചോറ്* എന്ന കഥ. കഠിനമായ വിശപ്പ് സഹിക്കാൻ കഴിയാതെ ഒരദ്ധ്യാപകൻ സ്കൂൾകുട്ടിയുടെ പൊതിച്ചോറ് മോഷ്ടിക്കുന്നതാണ് ആ കഥയുടെ ഇതിവൃത്തം.

1957 ലെ വിദ്യാഭ്യാസനിയമം വരുന്നതിന് മുൻപ് പ്രൈമറി അദ്ധ്യാപകന് 40–120 രൂപയും ഹൈസ്കൂൾ അദ്ധ്യാപകന് 80–165 രൂപയുമായിരുന്നു ശമ്പളസ്കെയിൽ. പ്രൈമറി അദ്ധ്യാപകന് തുടക്കത്തിൽ ഡി എ അടക്കം 74 രൂപയും ഹൈസ്കൂൾ അദ്ധ്യാപകന് 118 രൂപയും ട്രെയിൻഡ് അല്ലാത്തവർക്ക് 103 രൂപയുമാണ് അന്ന് ശമ്പളം. എന്നാൽ, സ്വകാര്യ സ്കൂളുകളിൽ ഈ നിയമങ്ങളൊന്നും ബാധകമായിരുന്നില്ല. നേരിട്ടു ശമ്പളം ലഭിക്കുക എന്നത് ഒരു വിദൂരസ്വപ്നമായിരുന്നു. മാനേജർമാർ

കൊടുക്കുന്ന ശമ്പളം വാങ്ങിക്കുക. പലപ്പോഴും അത് ഒരു സ്കൂളിൽ ഒരേ ജോലിചെയ്യുന്ന അദ്ധ്യാപകനുപോലും വ്യത്യസ്തമായ രീതിയിലായിരിക്കും. മാസംതോറും ശമ്പളം ലഭിക്കുന്ന പതിവില്ല. ഗവൺമെന്റിൽനിന്നും ഗ്രാന്റ് ലഭിക്കുമ്പോൾ മിക്കവാറും രണ്ടോ മൂന്നോ മാസത്തിലൊരിക്കൽ മാനേജർമാർ കൊടുക്കുന്നത് കൈനീട്ടിവാങ്ങാം. അക്വിറ്റൻസിൽ എഴുതി ഒപ്പിടുന്ന തുകയുടെ പകുതിപോലും കൊടുക്കാത്ത മാനേജർമാർ ധാരാളമുണ്ടായിരുന്നു. എന്തെങ്കിലും പ്രതികരിച്ചുപോയാൽ പിറ്റേന്നുമുതൽ ജോലിയുമുണ്ടാവില്ല. വെക്കേഷൻകാലത്ത് ശമ്പളമുണ്ടാവില്ല. ഇൻക്രിമെന്റ് എന്ന ആനുകൂല്യവും തഥൈവ. 1957 ൽ ഇ എം സിന്റെ നേതൃത്വത്തിലുള്ള ഗവൺമെന്റ് അധികാരമേല്ക്കുമ്പോൾ ഇതായിരുന്നു മലബാറും തിരുവിതാംകൂർ കൊച്ചിയും ഉൾക്കൊള്ളുന്ന കേരളത്തിലെ പ്രൈവറ്റ് അദ്ധ്യാപകരുടെ ദയനീയചിത്രം.

അദ്ധ്യാപകരംഗത്ത് ദീർഘകാലം ജോലിചെയ്ത് 25 വർഷത്തെ സേവനം പൂർത്തിയാക്കിയ കാലഘട്ടത്തിൽ തൃശ്ശൂരിലെ സെന്റ് തോമസ് കോളേജിൽനിന്ന് പ്രത്യേക കാരണമൊന്നും ചൂണ്ടിക്കാണിക്കാതെ പിരിച്ചുവിടപ്പെട്ട വ്യക്തിയായിരുന്നു വിദ്യാഭ്യാസമന്ത്രിയായി ചുമതലയേറ്റ മുണ്ടശ്ശേരി. അദ്ധ്യാപകരുടെ പ്രശ്നങ്ങളെക്കുറിച്ച് വ്യക്തമായ ധാരണയുണ്ടായിരുന്ന മുണ്ടശ്ശേരി, സ്കൂൾ മാനേജർമാരുടെ കുടിലതന്ത്രങ്ങൾക്ക് 'മൂക്കുകയറിട'ണമെന്ന് ആഗ്രഹിച്ചുവെങ്കിൽ അതിൽ തെറ്റായി ഒന്നുംതന്നെയില്ല. മാത്രമല്ല, അവഗണിക്കപ്പെട്ടുകിടക്കുന്ന പ്രൈവറ്റ് സ്കൂൾ അദ്ധ്യാപകരെ മോചിപ്പിക്കുക എന്നത് കമ്യൂണിസ്റ്റ് ഗവൺമെന്റിന്റെ സോഷ്യലിസ്റ്റ് ലക്ഷ്യബോധത്തിന്റെയും നയതന്ത്രജ്ഞതയുടെയും ഭാഗമായിരുന്നു.

നിരവധി സന്ദിഗ്ദ്ധഘട്ടങ്ങളെ അതിജീവിച്ച് 1958 നവംബർ 28 ന് നിയമസഭയിൽ വിദ്യാഭ്യാസബിൽ പാസാക്കിയെടുത്തു. നിയമസഭയിൽ തങ്ങളുടെ തന്ത്രങ്ങൾ വിജയിക്കാതെപോയ മാനേജ്മെന്റ് വക്താക്കൾ ദില്ലിയിൽ തമ്പടിച്ച് രാഷ്ട്രപതിയുടെ അനുമതി ലഭിക്കാതിരിക്കുന്നതിനുള്ള കരുനീക്കങ്ങൾ നടത്തുകയാണ് പിന്നീട് ചെയ്തത്. പ്രൈവറ്റ് സ്കൂളുകളെ നിയന്ത്രിക്കാൻ ആന്ധ്രാപ്രദേശ് നിയമസഭ അംഗീകരിച്ച ബില്ലിന് മണിക്കൂറുകൾക്കുള്ളിൽ അനുമതി നല്കിയ രാഷ്ട്രപതി, കേരളത്തിന്റെ ബില്ലിനോടുകാട്ടിയ അവഗണന മുണ്ടശ്ശേരിയെയും കമ്യൂണിസ്റ്റു നേതാക്കളെയും ഉൽക്കണ്ഠാകുലരാക്കി. ബില്ലിന് രാഷ്ട്രപതിയുടെ അംഗീകാരം ലഭിക്കാതെ കാത്തുകിടന്നപ്പോൾ, പാർലമെന്ററി ജനാധിപത്യം നിക്ഷിപ്തതാല്പര്യങ്ങളിൽ കൈവയ്ക്കാത്ത കാലത്തോളമേ ജനാധിപത്യമായി നിലനില്ക്കുകയുള്ളൂ എന്ന് നിഷ്പക്ഷമതികൾപോലും സംശയിച്ചുപോയി.

കാലം പിന്നെയും മുന്നോട്ടുനീങ്ങിയപ്പോൾ വിദ്യാഭ്യാസനിയമത്തിന് രാഷ്ട്രപതിയുടെ അനുമതി നിഷേധിക്കപ്പെടുമോ എന്നുപോലും സംശയിക്കാതിരുന്നില്ല. ഈ ഒരു ഘട്ടത്തിൽ, പ്രൈവറ്റ് സ്കൂൾ അദ്ധ്യാപക

രുടെ ശമ്പളക്കാര്യം ഇനിയും നീട്ടിക്കൊണ്ടുപോകുന്നത് ശരിയായിരിക്കുകയില്ല എന്ന് മുണ്ടശ്ശേരിക്കു തോന്നി. അദ്ദേഹം ഇതേപ്പറ്റി മുഖ്യമന്ത്രി ഇ എം എസുമായും നിയമവിദഗ്ദ്ധരുമായും പലവട്ടം കൂടിയാലോചന നടത്തി. നേരിട്ടുള്ള ശമ്പളവിതരണം ഒരു എക്സിക്യൂട്ടീവ് ഉത്തരവു മുഖേന നടപ്പിലാക്കാവുന്നതേയുള്ളൂ, അതിനു നിയമത്തിന്റെ പിൻബലം വേണമെന്നില്ല എന്ന വിദഗ്ദ്ധ നിയമോപദേശം ലഭിച്ച മുറയ്ക്ക്, പ്രശ്നം മന്ത്രിസഭയുമായി കൂടിയാലോചിച്ചു. മന്ത്രിസഭ അംഗീകാരം നല്കിയതോടെ ഡയറക്ട് പേമെന്റിനുള്ള ഉത്തരവിറങ്ങി.

പ്രൈവറ്റ് സ്കൂൾ അദ്ധ്യാപകരിൽ ഭൂരിഭാഗവും ഗവൺമെന്റിനെ അഭിനന്ദിച്ചുകൊണ്ട് പ്രകടനങ്ങൾ നടത്തി തങ്ങളുടെ പിന്തുണ പ്രഖ്യാപിച്ചു. എന്നാൽ, കമ്യൂണിസ്റ്റു വിരുദ്ധരായ ഒരു വിഭാഗം പ്രൈവറ്റ് അദ്ധ്യാപകർ ഉള്ളുകൊണ്ട് സന്തോഷിച്ചുവെങ്കിലും, മാനേജ്മെന്റുകളെ ഭയന്ന് തിരശ്ശീലയ്ക്കുപിന്നിൽ നിന്നതേയുള്ളൂ. പില്ക്കാലത്ത് ഈ ആനുകൂല്യം കൈപ്പറ്റിയ നല്ലൊരു വിഭാഗം അദ്ധ്യാപകരും അവരുടെ സംഘടനയായ പി എസ് ടി എയും പിന്താങ്ങിയത് മാനേജ്മെന്റുകളുടെ താല്പര്യങ്ങളെയാണ്.

ഡയറക്ട് പേമെന്റിന്റെ ഉത്തരവിറങ്ങേണ്ട താമസമേ ഉണ്ടായുള്ളൂ, ക്രിസ്ത്യൻ മാനേജ്മെന്റുകളിലൊന്ന് കേരളഹൈക്കോടതിയിൽ റിട്ടുമായി എത്തി. ഹൈക്കോടതിയിൽ റിട്ടിന്റെ വാദം കേട്ടത് ജസ്റ്റിസ് പി ടി രാമൻനായരായിരുന്നു. കുറേക്കാലമായി നിലനിന്നിരുന്ന 'ഗ്രാന്റ് ഇൻ എയ്ഡി'ലെ വ്യവസ്ഥകളെ മറികടന്ന് ഡയറക്ട് പേമെന്റിന് ഉത്തരവിടാൻ ഗവൺമെന്റിന് അധികാരമില്ലെന്നായിരുന്നു അന്യായഭാഗത്തിന്റെ വാദം.

'ഗ്രാന്റ് ഇൻ എയ്ഡി'ന് ഒരു എക്സിക്യൂട്ടീവ് ഉത്തരവിന്റെ പ്രാബല്യമേ ഉള്ളൂവെങ്കിലും ആവശ്യമാണെന്നു തോന്നിയാൽ അതിൽ ഭേദഗതി വരുത്താൻ ഗവൺമെന്റിനധികാരമുണ്ടെന്നായിരുന്നു ജസ്റ്റിസ് രാമൻനായരുടെ വിധി. മാത്രമല്ല, പണം കൊടുക്കുന്നവന് അത് അർഹിക്കുന്നവരുടെ കൈകളിൽ എത്തുന്നുണ്ടോ എന്നറിയാൻ അവകാശമുണ്ട് എന്ന് കൂടി അദ്ദേഹം വിധിന്യായത്തിൽ കൂട്ടിച്ചേർത്തു. ജസ്റ്റിസ് രാമൻനായരുടെ വിധി ഗവൺമെന്റിന് ഉന്മേഷം പകരാൻ പര്യാപ്തമായി. പക്ഷേ, മാനേജ്മെന്റുകൾ വിടാനുള്ള ഭാവമായിരുന്നില്ല. അവർ ഈ പ്രശ്നത്തിൽ സുപ്രീംകോടതിയിൽ അപ്പീൽ പോയി. ഈ റിട്ടിന്റെ വാദം തുടങ്ങാറായ ഘട്ടത്തിൽ, അംഗീകാരം നല്കാതെ തന്റെ കൈയിൽ ഇരിക്കുന്ന വിദ്യാഭ്യാസ ബില്ലിന്റെ സാധുത അറിയാൻ രാഷ്ട്രപതി സുപ്രീംകോടതിയിലേക്ക് ഒരു റഫറൻസ് നടത്തി. ഈ കാര്യത്തിൽ തങ്ങൾക്കാണ് വിജയമെന്ന് ഭാവിച്ച് മാനേജ്മെന്റുകൾ റിട്ടിന്റെ വാദത്തിൽനിന്ന് പിന്മാറി.

ബിൽ നടപ്പിലായി ഒന്നാമത്തെ മാസം സംസ്ഥാനത്തെ പ്രൈവറ്റ് അദ്ധ്യാപകരും സ്കൂൾ ജീവനക്കാരും വർദ്ധിപ്പിച്ച തോതിൽ ഹെഡ്മാ

സ്റ്ററിൽനിന്ന് നേരിട്ട് ശമ്പളം വാങ്ങിയ ആ ദിവസം ഇന്നു ജീവിച്ചിരിക്കുന്ന അപൂർവ്വം ചില ജീവനക്കാരെങ്കിലും ഓർക്കുന്നുണ്ടാകും. അതിന്റെ പിറ്റേദിവസം മുണ്ടശ്ശേരിക്കുണ്ടായ കോരിത്തരിപ്പിക്കുന്ന ഒരനുഭവം അദ്ദേഹം തന്റെ ഓർമ്മക്കുറിപ്പിൽ ഇങ്ങനെ കുറിച്ചിട്ടു:

> പിറ്റേന്നു രാവിലെ അമ്പതിലേറെ വയസ്സായ ഒരാൾ എന്റെ വീട്ടിൽ വന്നു, അയാൾക്കെന്നെ നേരിട്ടുകാണണമെന്ന് നിർബ്ബന്ധമായി. ഞാൻ ഇറങ്ങിവന്നു. എന്നെ കണ്ട ഉടനെ കുടുകുടെ കണ്ണീരൊഴുക്കിക്കൊണ്ട് ആ മനുഷ്യൻ എന്റെ കാല്ക്കൽ വീണു. തൊട്ടുനില്ക്കുന്ന പൊലീസ് കോൺസ്റ്റബിളിനും എന്റെ വേലക്കാരനും ആ വിങ്ങിപ്പൊട്ടലിന്റെ രഹസ്യം മനസ്സിലായില്ല. വളരെ പണിപ്പെട്ടേ അയാളെ എന്റെ കാല്ക്കൽനിന്നെണീപ്പിച്ചു നിർത്താൻ കഴിഞ്ഞുള്ളൂ. അപ്പോഴും ഗദ്ഗദമായിരുന്നു. കുത്തികുത്തിച്ചോദിച്ചപ്പോൾ ആ പാവം ഇപ്രകാരം പറഞ്ഞു: "ഒന്നുമില്ലേമാനേ, നേരിട്ടൊന്നു കാണണംന്നേ ഉള്ളൂ. അടിയൻ ഇവിടെത്തന്നെ സ്കൂളിലെ ശിപായിയാണ്. പത്തുമുപ്പതുകൊല്ലത്തെ സർവ്വീസുണ്ട്. ഇന്നലെ മാത്രമേ ശമ്പളവും അലവൻസും തികച്ച് എന്റെ കൈയിൽ കിട്ടിയുള്ളൂ. അതിന്റെ സന്തോഷം ബോധിപ്പിക്കാൻ വന്നതാണ്. ഏമാനെ അടിയനും കുഞ്ഞുങ്ങളും മറക്കില്ല.
>
> മതി. എനിക്ക് ചാരിതാർത്ഥ്യപ്പെടാൻ മറ്റൊന്നും വേണ്ട.

അദ്ധ്യാപകന് സമൂഹത്തിൽ മാന്യത നേടിക്കൊടുത്ത ഗവൺമെന്റായിരുന്നു 1957 ലേത്. പ്രത്യേകിച്ച് പ്രൈവറ്റ് സ്കൂൾ ജീവനക്കാർക്ക്. കൈനിറയെ സ്വർണ്ണവളകളും വിലകൂടിയ സാരിയും ധരിച്ച് പുരോഗമന രാഷ്ട്രീയക്കാരെ പുച്ഛിച്ചുനടക്കുന്ന പുതിയ തലമുറയിലെ അദ്ധ്യാപക സമൂഹം ഈ യാഥാർത്ഥ്യം മനസ്സിലാക്കുമോ?

1957 ലെ സർക്കാരിനെ അട്ടിമറിച്ച് കോൺഗ്രസ് നേതൃത്വത്തിലുള്ള ഗവൺമെന്റ് അധികാരത്തിൽ വന്നപ്പോൾ അദ്ധ്യാപകനിയമനം പി എസ് സിക്ക് വിടുന്നതുമായി ബന്ധപ്പെട്ട് വിദ്യാഭ്യാസനിയമത്തിലെ 11,12 വകുപ്പുകൾ റദ്ദാക്കി. പിന്നീട് പലവട്ടം ഇടതുപക്ഷസർക്കാരുകൾ കേരളം ഭരിക്കുകയുണ്ടായെങ്കിലും, ഒരിക്കൽ സുപ്രീംകോടതിയിൽ നിന്ന് നേടിയെടുത്ത ഈ അധികാരം തിരിച്ചുപിടിക്കാനുള്ള ഇച്ഛാശക്തി പ്രകടിപ്പിച്ചുകണ്ടില്ല.

പ്രൊഫ. എം പി പോൾ
പുരോഗമനാത്മക മാനവികതയുടെ ആചാര്യൻ

ഇരുപതാം നൂറ്റാണ്ടിന്റെ ആദ്യഘട്ടത്തിൽ കേരളീയഭാവുകത്വത്തെ അടിമുടി നവീകരിക്കാൻ മുൻനിന്നു പ്രവർത്തിച്ച സാഹിത്യവിമർശകനാണ് എം പി പോൾ. ഉറച്ച പാണ്ഡിത്യവും നിസ്തന്ദ്രമായ കർമ്മശേഷിയുംകൊണ്ട് മലയാളത്തിലെ മൗലികചിന്തയുടെ പ്രചോദനകേന്ദ്രമായി മാറി അദ്ദേഹം. ഗദ്യസാഹിത്യത്തിന്റെ രൂപഭേദത്തെപ്പറ്റി വ്യക്തമായ അവബോധത്തോടെ, ശാസ്ത്രീയവും കലാപരവുമായ മാനദണ്ഡങ്ങൾ ഉപയോഗിച്ച്, അന്നേവരെ രചിക്കപ്പെട്ട പ്രധാന ഗദ്യരചനകളെക്കുറിച്ച് മാതൃകാപരമായ വിമർശനം കാഴ്ചവെച്ച നിരൂപകശ്രേഷ്ഠനായിരുന്നു പോൾ.

അതുല്യമായ ആംഗലഭാഷാജ്ഞാനവും നിതാന്തമായ വായനയും നിശിതമായ അന്വേഷണബുദ്ധിയും സൂക്ഷ്മനിരീക്ഷണസ്വഭാവവും പോളിന്റെ മനസ്സിലുണർത്തിയ ചിന്തകൾ എക്കാലത്തും പ്രസക്തമായിരുന്നു. നിർഭയത്വം അദ്ദേഹത്തിന്റെ വാക്കുകളുടെ സഹജസ്വഭാവമാണ്. അതുകൊണ്ടുതന്നെ ചിന്താശീലവും സാഹിത്യ താല്പര്യവുമുള്ള കേരളീയ യുവത്വത്തിന്റെ ആരാധനപുരുഷനായി പോൾ അന്നും ഇന്നും. സ്വന്തം മനസ്സാക്ഷിയുടെ പിൻബലത്തോടെ അദ്ദേഹം നടത്തിയ ഒറ്റയാൻ പോരാട്ടങ്ങൾ ഇതിഹാസങ്ങളായി മാറുകയായിരുന്നു.

പഴയ തൃശ്ശൂർ നഗരത്തിന്റെ കിഴക്കുഭാഗത്ത് മുക്കാട്ടുകര ഗ്രാമത്തിൽ വലിയ സൗകര്യത്തോടെ കഴിഞ്ഞുപോന്നവരായിരുന്നു പോളിന്റെ പൂർവ്വികരായ മേനാച്ചേരി കുടുംബം. ധാരാളിത്തം അതിരുകവിഞ്ഞതോടെ പ്രതാപം കീഴ്മേൽ മറിഞ്ഞു. പിടിച്ചുനില്ക്കാൻ കഴിയാതെ വന്നപ്പോൾ പോളിന്റെ പിതാമഹന്മാർ രണ്ടു മക്കളേയും കൂട്ടി ബന്ധുഗൃഹങ്ങളിൽ അഭയംതേടി. കൂടുതൽകാലം മറ്റുള്ളവരെ ആശ്രയിച്ചു കഴിയാൻ അഭിമാനബോധം അവരെ അനുവദിച്ചില്ല. ഒടുവിൽ അവർ എറണാകുളത്തിന് സമീപം വരാപ്പുഴയിൽ പുത്തൻപള്ളി ഗ്രാമത്തിൽ താമസമാക്കി.

പ്രൊഫ. എം പി പോൾ

ചെറിയ തോതിൽ കച്ചവടം തുടങ്ങി. അത് ക്രമത്തിൽ വളർന്ന് തടിവ്യവസായമായി മാറി.

പോളിന്റെ പിതാവായ പൗലോസ് ഏതാണ്ട് ഒരു നൂറ്റാണ്ടുമുൻപ് പണികഴിപ്പിച്ചതാണ് പുത്തൻപള്ളിയിൽ ഇപ്പോഴുള്ള രണ്ടുനിലക്കെട്ടിടം. ആ വീട്ടിലാണ് പൗലോസ്–റോസമ്മ ദമ്പതിമാരുടെ അഞ്ചാമത്തെ സന്താനമായി പോൾ 1904 മെയ് ഒന്നിന് പിറന്നത്. മൂന്നാമത്തെ വയസ്സിൽ ത്തന്നെ പോളിനെ എഴുത്തിനിരുത്തി. നാലാം ക്ലാസിലെ പൊതുപരീക്ഷയിൽ പോൾ സ്കോളർഷിപ്പിന് അർഹതനേടി. മകന്റെ മിടുക്ക് തിരിച്ചറിഞ്ഞ പിതാവ് പോളിനെ എറണാകുളത്തെ സെന്റ് ആൽബർട്ട് ഹൈസ്കൂളിൽ ചേർത്തു. താമസം ബോർഡിങ്ങിലാക്കി. അക്കാലം തൊട്ട് പഠനം അവസാനിക്കുന്നവരെ പോൾ എപ്പോഴും ഒന്നാമനായി

രുന്നു. ബോർഡിങ്ങിലെ ചിട്ടയായ ജീവിതവും ഏകാന്തതയും പോളിന്റെ ജീവിതത്തെ രൂപപ്പെടുത്തുന്നതിൽ മുഖ്യപങ്കുവഹിച്ചു എന്നു പറയാം. പഠനത്തിലും വായനയിലും മുഴുകാൻ പ്രേരണ നല്കിയതും ഈ ബോർഡിങ് ജീവിതമാണ്.

പോൾ എട്ടാം ക്ലാസിൽ പഠിക്കുമ്പോഴായിരുന്നു അമ്മയുടെ മരണം. പോളിന് ഓർമ്മവച്ചനാൾ മുതൽ ഒരസുഖക്കാരിയായി മാത്രമേ അമ്മയെക്കണ്ടിട്ടുള്ളൂ. അമ്മയുടെ നിര്യാണത്തോടെയാണ് സ്നേഹത്തിന്റെ വേദന എന്തെന്ന് പോൾ തിരിച്ചറിഞ്ഞത്. പിന്നീട് ഒരാശ്രയം പിതാവു മാത്രമായിരുന്നു. പോൾ സ്കൂൾ ഫൈനൽ പാസായ വർഷം പിതാവും അകാലത്തിൽ മരണപ്പെട്ടു. പിന്നീട് ഇളയപ്പനാണ് പോളിന്റെ കാര്യങ്ങൾ നോക്കി നടത്തിയിരുന്നത്.

സ്കൂൾ ഫൈനൽ ക്ലാസിൽ പഠിച്ചുകൊണ്ടിരുന്ന വർഷത്തിൽ പോളിന് പരീക്ഷയ്ക്കിരിക്കാൻ കഴിഞ്ഞിട്ടില്ല. വയസ്സ് തികയാതെ വന്നതിനാൽ പരീക്ഷ എഴുതാൻ ഒരുവർഷം കാത്തിരിക്കേണ്ടിവന്നു. അക്കാലത്ത് സ്കോട്ടിന്റെ ചരിത്രാഖ്യായികകൾ ഉൾപ്പെടെ നിരവധി സാഹിത്യകൃതികൾ അദ്ദേഹം വായിച്ചുതീർത്തു.

തുടർന്ന് തൃശ്ശൂർ സെന്റ് തോമസ് കോളേജിൽ ഇന്റർമീഡിയറ്റിന് ചേർന്നു. പ്രശസ്തവിജയം നേടിയ പോളിന്റെ തുടർപഠനം തൃശ്ശിനാപ്പള്ളി കോളേജിലായിരുന്നു. ഇംഗ്ലീഷിലും ചരിത്രത്തിലും മികച്ച വിജയം കരസ്ഥമാക്കിയ അദ്ദേഹം അതേ കോളേജിൽത്തന്നെ ട്യൂട്ടറായി നിയമിതനായി. അദ്ധ്യാപകനെന്നനിലയിൽ പോൾ സഹപ്രവർത്തകർക്കും വിദ്യാർത്ഥികൾക്കും പ്രിയങ്കരനായി.

തൃശ്ശിനാപ്പള്ളിയിൽ അദ്ധ്യാപകനായിരിക്കെ പോൾ ഐ എ എസ് പരീക്ഷ എഴുതി, അദ്ദേഹത്തിന് ഒൻപതാം റാങ്കാണ് ലഭിച്ചത്. ആ വർഷം ആറാം റാങ്കു ലഭിച്ചവരെ മാത്രമേ സർവ്വീസിലെടുത്തുള്ളു. പോളിനെ എടുത്തിരുന്നെങ്കിൽത്തന്നെ, ദേശീയബോധവും വ്യക്തിസ്വാതന്ത്ര്യസങ്കല്പവും വെച്ചുപുലർത്തിയിരുന്ന അദ്ദേഹം ഭരണാധികാരികളുമായി എത്രമാത്രം പൊരുത്തപ്പെട്ടുപോകുമായിരുന്നു എന്ന കാര്യം ചിന്തനീയമാണ്. സ്കൂളിൽ പഠിച്ചിരുന്ന കാലത്ത് ഒരിക്കൽ, ജീവിച്ചിരിക്കുന്നവരിൽ ഏറ്റവും മഹാനാരാണെന്ന ചോദ്യത്തിന്, മഹാത്മാഗാന്ധി എന്നുത്തരം നല്കിയതിന് അയർലണ്ടുകാരനായ അദ്ധ്യാപകൻ പോളിനെ ചൂരൽ കൊണ്ട് പ്രഹരിക്കുകയുണ്ടായി.

1927 ൽ വടക്കേ ഇന്ത്യയിൽ ചുറ്റിസഞ്ചരിച്ചതോടെ ഗാന്ധിജി നേതൃത്വം നല്കിയ സ്വാതന്ത്ര്യസമരത്തിന്റെ വേലിയേറ്റം പോളിന് ശരിക്കും അനുഭവയോഗ്യമായി. ഇംഗ്ലീഷ് അദ്ധ്യാപകനായ പോൾ പാശ്ചാത്യരീതിയിൽ വസ്ത്രം ധരിച്ച് മോട്ടിലാൽ നെഹ്റുവിനെ കാണാൻ പോയി. ഖദർ ദോത്തിയും കുർത്തയും ധരിച്ചുനില്ക്കുന്ന മോത്തിലാൽ നെഹ്റുവിനെ കണ്ടപ്പോൾ അപകർഷതാബോധംകൊണ്ട് അദ്ദേഹത്തിന്റെ തല താണുപോയി. അതോടെ പോളിന്റെ ജീവിതവീക്ഷണ

ത്തിൽ വിപ്ലവകരമായ മാറ്റം സംഭവിച്ചു. അലഹബാദിൽനിന്നും തിരിച്ചെത്തിയ അദ്ദേഹം, അന്നുമുതൽ ഖദർവസ്ത്രം ധരിക്കാൻ തുടങ്ങി. ജീവിതാന്ത്യംവരെ അതിനു മാറ്റമുണ്ടായില്ല.

ദേശാഭിമാനത്താൽ പ്രചോദിതമായിരുന്നു പോളിന്റെ മനസ്സ്. 1934 ജനുവരി 17 ന് ഗാന്ധിജി തൃശ്ശൂർ സന്ദർശിച്ചപ്പോൾ അദ്ദേഹത്തിന് സമർപ്പിച്ച മംഗളപത്രം തയ്യാറാക്കിയത് പോളായിരുന്നു.

മഹാത്മാഗാന്ധി ആ മംഗളപത്രം വായിച്ചുനോക്കിയശേഷം ആരാഞ്ഞു.

"Who Wrote this?"

മലയാളിയുവാവായ ഒരിംഗ്ലീഷ് അദ്ധ്യാപകനാണ് ഇതെഴുതിയതെന്നറിഞ്ഞപ്പോൾ ഗാന്ധിജി സംപ്രീതനായി. പോളിന്റെ ആംഗലഭാഷാജ്ഞാനം അദ്ദേഹത്തെ ആകർഷിച്ചിരിക്കണം. അദ്ദേഹം പറഞ്ഞു:

"He is a braining youngman. I wish to see him."

പോൾ ഗാന്ധിജിയെച്ചെന്നു കണ്ടു. ഗാന്ധിജി പോളിന്റെ ആംഗലഭാഷാപാടവത്തെ ശ്ലാഘിക്കുകയും വിജയം ആശംസിക്കുകയും ചെയ്തു. ഇന്ത്യൻ ജനതയുടെ പാരതന്ത്ര്യത്തിനെതിരെ പോരാട്ടം നടത്തിയ ഗാന്ധിജിയെ "അന്തിക്രിസ്തു" എന്നാണല്ലോ പള്ളിയും പുരോഹിതന്മാരും വിശേഷിപ്പിച്ചത്. അദ്ധ്യാപനരംഗം ഉപേക്ഷിച്ച് നിയമം പഠിക്കാൻ പോയപ്പോൾ നിയമപഠനം പൂർത്തിയാക്കിയിരുന്നെങ്കിൽ പോൾ തീർച്ചയായും സ്വാതന്ത്ര്യസമരത്തിലെ പോരാളിയാകുമായിരുന്നു എന്നുവേണം അനുമാനിക്കാൻ. ഗതിമാറി ഒഴുകാൻ തുടങ്ങിയ പോളിന്റെ ജീവിതയാത്രയെ തടഞ്ഞുനിർത്തിയത് ചങ്ങനാശ്ശേരി സെന്റ് ബർക്ക്സ്മെൻസ് കോളേജ് അധികൃതരായിരുന്നുവല്ലോ.

2

വ്യക്തിസ്വാതന്ത്ര്യത്തിന് അങ്ങേയറ്റം വിലകല്പിച്ചിരുന്ന വ്യക്തിയായിരുന്നു പോൾ, അത് പ്രാവർത്തികമാക്കിയതിന്റെ ആദ്യത്തെ ഉദാഹരണമായിരുന്നു അദ്ദേഹത്തിന്റെ വിവാഹം. ഉയരം അല്പം കുറവായിരുന്നെങ്കിലും നല്ല വെളുത്ത നിറവും സാമ്പത്തികസൗകര്യവും ഉയർന്ന വിദ്യാഭ്യാസയോഗ്യതയും ഭേദപ്പെട്ട ജോലിയുമുള്ള പോളിനെ ജാമാതാവായിക്കിട്ടുവാൻ ഏതു സമ്പന്നകുടുംബക്കാരും ആഗ്രഹിച്ചേക്കും. വലിയ നിലയിൽനിന്ന് വിവാഹം കഴിപ്പിച്ച് ഇംഗ്ലണ്ടിൽ അയച്ച് പഠിപ്പിക്കുവാൻ കാത്തിരിക്കുകയായിരുന്നു പോളിനെ പഠിപ്പിച്ച് വലുതാക്കിയ പിതൃസഹോദരനും അടുത്ത ബന്ധുക്കളും. എന്നാൽ, പോൾ ആ തീരുമാനത്തിന് വഴങ്ങിയില്ല. അദ്ദേഹം താൻ സ്നേഹിച്ച യുവതിയെത്തന്നെ പരിണയിക്കാൻ തീരുമാനിച്ചു.

പോളും മേരിയും അകന്ന ബന്ധുക്കളായിരുന്നു. കൗമാരപ്രായത്തിൽ അവർ തമ്മിൽ അടുക്കുകയും പ്രേമബദ്ധരാവുകയും ചെയ്തു. മേരി

സുന്ദരിയായിരുന്നെങ്കിലും സാമ്പത്തികസൗകര്യം കുറഞ്ഞ ഒരു കുടുംബത്തിലെ അംഗമായിരുന്നു. വേണ്ടപ്പെട്ടവരുടെ അഭിപ്രായങ്ങളെ തള്ളിക്കളഞ്ഞ് പോൾ മേരിയെത്തന്നെ വിവാഹം കഴിച്ചു. വിവാഹച്ചടങ്ങിൽ ബന്ധുക്കളോ പോളിന്റെ സഹോദരങ്ങളോ ഒന്നും സംബന്ധിച്ചില്ല. ഏതാനും സ്നേഹിതന്മാർ മാത്രമാണ് പങ്കെടുത്തത്. പോൾ പ്രകടിപ്പിച്ചുപോന്ന സ്വാതന്ത്ര്യ സങ്കല്പത്തിന്റെയും ഇച്ഛാശക്തിയുടെയും പ്രകടമായ ഉദാഹരണമായിരുന്നു ഈ വിവാഹം.

1928 ൽ പോൾ തൃശ്ശൂർ സെന്റ് തോമസ് കോളേജിൽ ഇംഗ്ലീഷ് വകുപ്പിൽ അദ്ധ്യാപകനായി കോൺട്രാക്ട് അടിസ്ഥാനത്തിൽ നിയമിതനായി. തൃശ്ശൂർ സെന്റ് തോമസ് കോളേജ് പോളിന്റെ മാതൃവിദ്യാലയമായിരുന്നു. അദ്ദേഹത്തെ പഠിപ്പിച്ച ചില അദ്ധ്യാപകർ അപ്പോഴും സ്റ്റാഫിലുണ്ടായിരുന്നു. അവരിലൊരാളായിരുന്നു പ്രിൻസിപ്പൽ റവറന്റ് ഫാദർ പാലോക്കാരൻ. 1929 ൽ പോൾ പ്രൈവറ്റായി ഇംഗ്ലീഷ് എം എ പരീക്ഷയെഴുതി പ്രശസ്തവിജയം നേടി. ഈ സന്ദർഭത്തിൽ തമിഴ്നാട്ടിലെ ചിദംബരം കോളേജ് അധികൃതർ അദ്ദേഹത്തിന് അവിടെ ജോലിനല്കാമെന്ന് വാഗ്ദാനം ചെയ്തു. പ്രിൻസിപ്പലും മറ്റു സഹപ്രവർത്തകരുമായി നല്ല ബന്ധം പുലർത്തിയിരുന്ന പോൾ നാട്ടിൽ നിന്നകലെയുള്ള ഈ ഉദ്യോഗവാഗ്ദാനത്തിന് വേണ്ടത്ര പരിഗണന നല്കിയില്ല.

പോൾ സെന്റ് തോമസ് കോളേജിൽ നിയമിതനായി അധികം കഴിയുന്നതിനു മുൻപുതന്നെ ജോസഫ് മുണ്ടശ്ശേരി അതേ കോളേജിൽ മലയാളവിഭാഗത്തിൽ അദ്ധ്യാപകനായിച്ചേർന്നു. സാഹിത്യത്തിലുള്ള താല്പര്യംമൂലം പോളും മുണ്ടശ്ശേരിയും അതിവേഗം അടുത്തു. പ്രിൻസിപ്പൽ പാലോക്കാരനും സാഹിത്യകുതുകിയായിരുന്നതിനാൽ പോളിന്റെയും മുണ്ടശ്ശേരിയുടെയും സാഹിത്യസായാഹ്നങ്ങൾക്ക് നല്ലരീതിയിൽ പ്രോത്സാഹനം ലഭിച്ചു.

ഇംഗ്ലീഷ് അദ്ധ്യാപകനെന്നനിലയിൽ പോൾ അതിവേഗം പ്രശസ്തനായി. സഹപ്രവർത്തകർക്കുപോലും അസൂയ ജനിപ്പിക്കുന്നതായിരുന്നു പോളിന്റെ ഇംഗ്ലീഷ് ഭാഷാജ്ഞാനം. അദ്ദേഹം നന്നായി തയ്യാറായി വന്നാണ് ക്ലാസെടുത്തിരുന്നത്. പരീക്ഷ എഴുതാൻ വിദ്യാർത്ഥികളെ പ്രാപ്തരാക്കുന്ന ശുഷ്കമായ പഠനരീതിയായിരുന്നില്ല അദ്ദേഹത്തിന്റേത്. എന്നാൽ, പരീക്ഷ എഴുതാൻവേണ്ട മാറ്റർ അദ്ദേഹത്തിന്റെ ക്ലാസുകളിൽനിന്ന് ലഭിക്കും. സാഹിത്യരസം ശരിക്കും ആസ്വദിക്കുവാൻ വിദ്യാർത്ഥികളെ പ്രാപ്തരാക്കുക, അതിന്റെ ആസ്വാദനത്തിൽ ലയിച്ചുചേരുക എന്നിവയെല്ലാം അദ്ദേഹത്തിന്റെ ക്ലാസുകളുടെ പ്രത്യേകതയായിരുന്നു. വിദ്യാർത്ഥികളുടെ സ്വതന്ത്രവീക്ഷണത്തെ സ്വാഗതം ചെയ്യുന്നതോടൊപ്പം അവരുടെ സംശയങ്ങൾക്കെല്ലാം പരിഹാരം കണ്ടെത്താൻ അദ്ദേഹം പരമാവധി ശ്രമിച്ചുപോന്നു. ഇതോടെ വിദ്യാർത്ഥികളുടെ ആരാധനാപാത്രമായി പോൾസാർ. ഇംഗ്ലീഷിലെന്നപോലെ മലയാളത്തിലും അവഗാഹം നേടാൻകഴിഞ്ഞ രണ്ട് അദ്ധ്യാപകരേ അക്കാലത്തുണ്ടായി

രുന്നുള്ളു. പ്രൊ. പി ശങ്കരൻനമ്പ്യാരും എം പി പോളും മാത്രം. പോളിന്റെ അക്കാലത്തെ ശിഷ്യന്മാരിൽ ഇ എം എസ് നമ്പൂതിരിപ്പാട്, സി അച്യുതമേനോൻ, പി ടി പുന്നൂസ്സ്, എം എം തോമസ് എന്നിവർ ഉൾപ്പെട്ടിരുന്നു. സി അച്യുതമേനോന്റെ *സ്മരണയുടെ ഏടുകൾ* എന്ന ഓർമ്മക്കുറിപ്പിൽ എം പി പോളിനെക്കുറിച്ച് വിശദമായി എഴുതിയിട്ടുണ്ട്.

3

ബ്രിട്ടീഷ് ഭരണത്തിനെതിരായ ദേശീയപ്രക്ഷോഭം ശക്തിപ്രാപിച്ച ഘട്ടത്തിലായിരുന്നു പോൾ തൃശ്ശൂർ സെന്റ് തോമസ് കോളേജിൽ ജോലി ചെയ്തിരുന്നത്. ഗാന്ധിജി, നെഹ്റു, സുഭാഷ് ചന്ദ്രബോസ് തുടങ്ങിയ ദേശീയ നേതാക്കൾ യുവജനങ്ങളുടെ ആദരവ് പിടിച്ചുപറ്റിയിരുന്നു. ആദർശധീരരായ യുവാക്കൾ ഒട്ടുമിക്ക ദിവസങ്ങളിലും പ്രകടനങ്ങൾ നടത്തി ജനങ്ങളുടെ സ്വാതന്ത്ര്യതൃഷ്ണയെ ദീപ്തമാക്കിക്കൊണ്ടിരുന്നു. ദേശാഭിമാനപ്രചോദിതനായ ഖദർവസ്ത്രധാരിയായിട്ടാണ് പോൾ കോളേജിൽ എത്തിയിരുന്നത്. ഭരണവർഗ്ഗത്തിന്റെ പിണിയാളുകളാകാൻ മാത്രം ശീലിച്ചുപോന്ന പുരോഹിതവർഗ്ഗത്തിന് ഈ പുരോഗമനമുഖം ഇഷ്ടമായില്ല. പരസ്യമായി അതു പ്രകടിപ്പിച്ചില്ലെന്നു മാത്രം.

അധികം വൈകിയില്ല, പോളിന്റെ സ്വതന്ത്രബുദ്ധിയും കോളേജ് അധികൃതരുടെ കർക്കശമായ അധികാരഘടനയും തമ്മിൽ ഏറ്റുമുട്ടുക തന്നെ ചെയ്തു. കോളേജ് അധികൃതരെ ധിക്കരിക്കുന്നവർക്ക് തൽക്ഷണം ജോലിനഷ്ടമായെന്നു വരും. ജോലി സംബന്ധിച്ച് യാതൊരു സേവന വ്യവസ്ഥയും അക്കാലത്ത് നിലവിലുണ്ടായിരുന്നില്ല. സെന്റ് തോമസ് കോളേജ് അദ്ധ്യാപകരുടെ ശമ്പളംപോലും മൂന്നും നാലും തവണകളായിട്ടാണ് നല്കിയിരുന്നത്. അതിനുതന്നെ ഹെഡ്ക്ലാർക്ക് കനിയണം. പോളിനും ഏതാനും സഹപ്രവർത്തകർക്കും ഈ സമ്പ്രദായം അസ്വീകാര്യമായിത്തോന്നി. മറ്റുള്ളവർക്കും ഇതേ അഭിപ്രായം തന്നെയായിരുന്നെങ്കിലും മാനേജ്മെന്റിന്റെ മുന്നിൽ അവതരിപ്പിക്കുവാൻ ധൈര്യമുണ്ടായിരുന്നില്ല. മാസത്തിൽ ഒരു നിശ്ചിത ദിവസത്തിൽ ശമ്പളം ഒന്നിച്ചു നല്കണം എന്നവർ ആവശ്യപ്പെട്ടു. ഈ ആവശ്യം അംഗീകരിക്കാൻ പ്രിൻസിപ്പൽ തയ്യാറായെങ്കിലും തങ്ങളുടെ അധികാരപരിധിയിൽ ഇടപെടാൻ തുനിഞ്ഞ അദ്ധ്യാപകരുടെ അവകാശവാദം വൈദികമേലാളന്മാരെ ക്രുദ്ധരാക്കി.

1930 ൽ ചെലവുചുരുക്കലിന്റെ ഭാഗമായി സർക്കാരുദ്യോഗസ്ഥരുടെ ശമ്പളം അല്പം വെട്ടിച്ചുരുക്കുകയുണ്ടായി. ഇതിന്റെ ചുവടുപിടിച്ച് സെന്റ് തോമസ് കോളേജിന്റെ നോട്ടീസ് ബോർഡിലും ഒരു നോട്ടീസ് പ്രത്യക്ഷപ്പെട്ടു. നൂറുരൂപയ്ക്കുമേൽ ശമ്പളമുള്ളവർക്ക് പത്തുശതമാനവും അതിൽ താഴെയുള്ളവർക്ക് ഏഴുശതമാനവും ശമ്പളം വെട്ടിച്ചുരുക്കാൻ തീരുമാനിച്ചിരിക്കുന്നു എന്നുമായിരുന്നു നോട്ടീസ്.

ഇതുസംബന്ധിച്ച് പതിനൊന്ന് സീനിയർ അദ്ധ്യാപകർ ചേർന്ന് ഒരു നിവേദനം പ്രിൻസിപ്പലിന് സമർപ്പിച്ചു. അദ്ധ്യാപകരുടെ യോഗം വിളിച്ചുകൂട്ടി വസ്തുതകൾ പരസ്പരം മനസ്സിലാക്കാൻ ഒരവസരം സൃഷ്ടിക്കണമെന്നും അതിനുശേഷമേ നോട്ടീസിലെ നിർദ്ദേശങ്ങൾ നടപ്പിലാക്കാവൂ എന്നായിരുന്നു നിവേദനത്തിലെ ഉള്ളടക്കം.

"യാതൊരു പുനരാലോചനയ്ക്കും സാദ്ധ്യമല്ല" എന്ന് നിവേദനത്തിന്റെ പുറത്തെഴുതി ആ കടലാസ് നിവേദകരെ തിരിച്ചേല്പിക്കുകയാണ് പ്രിൻസിപ്പൽ ചെയ്തത്. അതൊരു അവഹേളനമായി എല്ലാവർക്കും തോന്നി. നീതിക്കുവേണ്ടിയുള്ള പോരാട്ടത്തിന്റെ ഭാഗമെന്ന നിലയിൽ പോൾ തുടർച്ചയായി മാനേജുമെന്റുമായി കത്തിടപാടുകൾ തുടർന്നു. ഇത് മാനേജ്മെന്റിനെ കൂടുതൽ പ്രകോപിപ്പിക്കുകയാണ് ചെയ്തത്.

ഒരു ഇടവേളയ്ക്കുശേഷം, പോളിനെ കോളേജിൽനിന്ന് പിരിച്ചുവിട്ടിരിക്കുന്നു എന്ന ഉത്തരവാണ് ലഭിച്ചത്. 1932 ജൂൺ 15 മുതല്ക്ക് പ്രാബല്യത്തിൽ വരുന്നതായിരുന്നു ഈ ഉത്തരവ്. പോളുമായി കോളേജ് അധികൃതർ ഉണ്ടാക്കിയ കരാർപ്രകാരം ഒരുവർഷത്തെ സേവനകാലംകൂടി ബാക്കിയുണ്ടായിരുന്നു. ഇത്രയുമായപ്പോൾ പോൾ സാഹിത്യകുശലൻ അഡ്വക്കേറ്റ് പുത്തേഴത്ത് രാമൻമേനോൻ മുഖേന ഒരു വക്കീൽ നോട്ടീസയച്ചു. അതിന് ലഭിച്ച മറുപടിയിൽ പോളുമായി കരാറുണ്ടാക്കിയെന്ന വസ്തുത മാനേജ്മെന്റ് നിഷേധിക്കുകയാണ് ചെയ്തത്. ഈ ചുറ്റുപാടിൽ കോളേജിന്റെ ഉടമസ്ഥനായ മെത്രാനെയും മാനേജരെയും പ്രിൻസിപ്പാളെയും പ്രതികളാക്കി അന്യായം ഫയൽ ചെയ്യുകയല്ലാതെ മറ്റുവഴികളൊന്നുമില്ലായിരുന്നു. ഇത്രയുമായപ്പോൾ തിരുമനസ്സുകൾ ഭയചകിതരായി. ഒരു കത്തോലിക്കാവിശ്വാസി മെത്രാനെതിരെ കേസ് ഫയൽ ചെയ്യുകയോ? കോടതിയിൽ കേസുമായി മുന്നോട്ടു പോയാൽ വിധി പ്രതികൂലമായേക്കുമെന്നായിരുന്നു കിട്ടിയ നിയമോപദേശം. അതിനാൽ മാനേജ്മെന്റ് പോൾ നിർദ്ദേശിച്ച വ്യവസ്ഥകൾ അംഗീകരിക്കാൻ തയ്യാറായി. പോളിനു ലഭിക്കേണ്ട മുഴുവൻ ശമ്പളവും ഒരുവർഷത്തെ സർവ്വീസ് ഉപേക്ഷിക്കുന്നതിന് 250 രൂപയും ചേർത്ത് 606 രൂപ പ്രതികൾ നല്കേണ്ടിവന്നു. പിരിച്ചുവിടൽ നോട്ടീസ് പിൻവലിക്കാനും അവർ തയ്യാറായി. ഈ പരിതഃസ്ഥിതിയിൽ സ്വമേധയാ ഉദ്യോഗത്തിൽനിന്നുപിരിയാൻ പോൾ സമ്മതിച്ചു.

ജോലി രാജിവെച്ചപ്പോൾത്തന്നെ പോൾ ബിഷപ്പ് പാലസിനെതിരായുള്ള ഒരു രണ്ടുനിലക്കെട്ടിടം വാടകയ്ക്കെടുത്തു. മദ്ധ്യവേനൽ അവധി കഴിഞ്ഞ് കോളേജ് തുറന്നപ്പോൾ, വാടകയ്ക്കെടുത്ത കെട്ടിടത്തിൽ എം പി പോൾസ് കോളേജിന്റെ ബോർഡ് പ്രത്യക്ഷപ്പെട്ടു. പഴയ സഹപ്രവർത്തകരെയും എതിരാളികളെയും വിദ്യാർത്ഥികളെയും എല്ലാം ഒരുപോലെ അത്ഭുതപ്പെടുത്തിയ കാഴ്ചയായിരുന്നു അത്. ഇതോടെ ധീരനും വിപ്ലവകാരിയും പുരോഗമനവാദിയുമായ പോൾസാർ ബഹുജനങ്ങളുടെ ആരാ

ധനാപാത്രമായി. പോളിന്റെ കോളേജിലേക്ക് വിദ്യാർത്ഥികളുടെ പ്രവാഹമായിരുന്നു. വാസനാസമ്പന്നരും സാഹിത്യകുതുകികളുമായ ചെറുപ്പക്കാർ പോൾസ് ട്യൂട്ടോറിയലിൽ ഒത്തുകൂടുക പതിവായി. ആ വേദിയിൽ പല വിഷയങ്ങളും ചർച്ചാവിഷയമായി.

കോളേജധികൃതരും പോളും തമ്മിൽ നടത്തിയ കത്തിടപാടുകൾ 'History of a cut'എന്ന ലഘുലേഖയായി പുറത്തുവന്നു. ആത്മാഭിമാനിയായ ഒരദ്ധ്യാപകൻ നടത്തിയ അവകാശസമരത്തിന്റെ ചരിത്രമായിരുന്നു ഈ ലഘുലേഖ. അദ്ധ്യാപകരും വിദ്യാർത്ഥികളും പൊതുജനങ്ങളും ആവേശപൂർവ്വം ഈ ലഘുലേഖ വാങ്ങിവായിച്ചു. വായിച്ചുകഴിഞ്ഞവർ ഇത് നിരവധിപേർക്ക് കൈമാറിക്കൊണ്ടിരുന്നു. തൃശ്ശൂർ വൈദിക സംഘത്തിലെ അധിപന്റെ നേതൃത്വത്തിൽ നടന്നുവന്നിരുന്ന *പ്രേഷിതൻ* മാസിക പോളിനെ സ്വഭാവഹത്യ നടത്താൻ തുനിഞ്ഞിറങ്ങി. അതുകൊണ്ടൊന്നും പോൾ കുലുങ്ങിയില്ല.

കേരളത്തിൽ സമാന്തര വിദ്യാഭ്യാസസ്ഥാപനമായ ട്യൂട്ടോറിയൽ കോളേജ് എന്ന ആശയം ആദ്യമായി പ്രാവർത്തികമാക്കിയത് എം പി പോളാണ്. ഒരു വർഷം പിന്നിട്ടതോടെ പോളിന്റെ ട്യൂട്ടോറിയൽ കോളേജ് നഗരഹൃദയത്തിലേക്ക് മാറ്റി. പുരോഗമന ചിന്താഗതിക്കാരായ യുവാക്കളും എഴുത്തുകാരും വൈകിട്ട് അവിടെ ഒത്തുകൂടുകയും വിവിധ വിഷയങ്ങളെക്കുറിച്ച് ചർച്ച നടത്തുകയും ചെയ്തു. അങ്ങനെ ഒത്തുകൂടിയവരിൽ ജി ശങ്കരക്കുറുപ്പും ജോസഫ് മുണ്ടശ്ശേരിയും ഉൾപ്പെടുന്നു. ആ ഫോറത്തിൽ ഉയർന്നുവന്ന ചിന്തകൾ പോളിന്റെ സാഹിത്യചിന്തകളെ ഉദ്ദീപിപ്പിക്കുകയുണ്ടായി. തൃശ്ശൂരിൽ പഠിപ്പിച്ചുകൊണ്ടിരുന്ന കാലത്താണ് പോൾ *നോവൽ സാഹിത്യ*വും *ചെറുകഥാപ്രസ്ഥാന*വും രചിച്ചത്. ഈ ഘട്ടത്തിൽ സാഹിത്യ സാംസ്കാരിക മണ്ഡലങ്ങളിൽ പോൾ ഒരു ചൈതന്യ കേന്ദ്രമായി മാറുകയായിരുന്നു.

നാടിന്റെ സ്വാതന്ത്ര്യത്തിനുവേണ്ടിയുള്ള പ്രക്ഷോഭം അനുദിനം ശക്തി പ്രാപിച്ചുകൊണ്ടിരുന്നു. നഗരത്തിൽ മിക്കദിവസങ്ങളിലും പ്രകടനങ്ങളും പൊതുയോഗങ്ങളും നടന്നുകൊണ്ടിരുന്നു. ഇതിന്റെ അലയൊലികൾ പുരോഗമനവാദിയായ പോളിന്റെ അന്തരംഗത്തിലും ആന്ദോളനങ്ങൾ സൃഷ്ടിച്ചിരിക്കണം. ട്യൂട്ടോറിയൽ കോളേജ് അഭിവൃദ്ധിയിലേക്ക് കുതിച്ചുകൊണ്ടിരുന്ന ഈ ഘട്ടത്തിൽ തീർത്തും അപ്രതീക്ഷിതമായി പോൾ ഈ സ്ഥാപനം നിർത്തിവച്ച് നിയമപഠനത്തിനായി മദ്രാസിലേക്ക് പോയി. ബുദ്ധിമാനായ പോൾ ഉയർന്ന മാർക്കോടെത്തന്നെ എഫ് എൽ പരീക്ഷ പാസായി. ബി എല്ലിന് പഠിക്കാനായി സ്കോളർഷിപ്പും നേടിയെടുത്തു. നിയമപഠനത്തിന് പോകുമ്പോൾ എന്തായിരുന്നു പോളിന്റെ മനസ്സിൽ? അദ്ദേഹത്തിന്റെ ജീവചരിത്രകാരനോ സ്മരണകളെഴുതിയ മിസ്സിസ് എം പി പോളോ അതേപ്പറ്റി ഒന്നുംതന്നെ രേഖപ്പെടുത്തിക്കാണുന്നില്ല. ഒരുകാര്യം വ്യക്തം, ഇടുങ്ങിയ മനസ്സിനുടമകളായ പുരോഹിത പ്രമാണികളുടെ ലോകത്തുനിന്ന് അല്പംകൂടി വിശാലമായ ഒരു

ലോകത്തേക്ക് കുതിക്കുവാൻ അദ്ദേഹത്തിന്റെ മനസ്സ് വെമ്പിയിരുന്നു. പോളിനെക്കുറിച്ച് തന്റെ ആത്മകഥയിൽ ഇ എം എസ് നമ്പൂതിരിപ്പാട് ഇങ്ങനെ രേഖപ്പെടുത്തിയതായിക്കാണുന്നു.

> ഇന്റർമീഡിയറ്റിന് ഇന്ത്യാചരിത്രവും പൊതുധനശാസ്ത്രവുമാണ് പ്രൊ. നാരായണസ്വാമി എടുത്തിരുന്നത്. അദ്ദേഹവും ഇംഗ്ലീഷ ദ്ധ്യാപകനായിരുന്ന എം പി പോളുമായിട്ടാണ് എനിക്ക് കൂടുതൽ അടുപ്പം തോന്നിയിരുന്നത്. കാരണമെന്താണെന്നോ, നല്ല അദ്ധ്യാപകന്മാരെന്നതിന് പുറമെ ദേശീയപ്രസ്ഥാനത്തോട് അനുഭാവമുള്ളവരാണ് തങ്ങളെന്ന് അവരുടെ വാക്കുകളും പെരുമാറ്റവും സൂചിപ്പിച്ചിരുന്നു. ഇവരിരുവരിലുംവച്ച് പോൾ മാസ്റ്ററാണ് കുറേക്കൂടി പ്രത്യക്ഷമായി പ്രകടമാക്കുക (പിന്നീട് ഞാൻ കോളേജ് വിട്ട് നിയമലംഘനത്തിൽ പങ്കെടുത്തപ്പോൾ പോൾ എന്നെക്കുറിച്ച് മാസികയിലൊരു കുറിപ്പെഴുതുകയുണ്ടായി). എന്റെ ജയിൽവാസം കഴിഞ്ഞ് വന്നതിൽ പിന്നീടും അദ്ദേഹവുമായി കൂടുതൽ ഇടപെടുകയുണ്ടായിട്ടുണ്ട്. (*ആത്മകഥ*, പേജ് 122)

ട്യൂട്ടോറിയൽ കോളേജിൽനിന്ന് ധാരാളം വരുമാനം നേടാൻ കഴിഞ്ഞിരുന്നെങ്കിലും കുടുംബത്തിൽ ചെലവുകളുടെ കാര്യത്തിൽ യാതൊരു നിയന്ത്രണവും പാലിച്ചിരുന്നില്ല. ട്യൂട്ടോറിയൽ നിർത്തി പഠിക്കുന്നതിനായി മദ്രാസിലേക്ക് പോയപ്പോൾ പോളിന് കുടുംബത്തിന്റെയും കുട്ടികളുടെയും പഠനച്ചെലവുകളുടെ കാര്യംകൂടി ശ്രദ്ധിക്കേണ്ടിവന്നു. ഒട്ടും വൈകിയില്ല, മദ്രാസിലെ രാജാജി ട്യൂട്ടോറിയൽ കോളേജിൽ പാർട്ട്ടൈമായി ജോലിനോക്കി അദ്ദേഹം ഒരു കുടുംബനാഥന്റെ കടമകൾ നിറവേറ്റി.

4

നിയമപഠനം തുടരാനായി മദ്രാസിലേക്ക് പോകാൻ തയ്യാറായ ഘട്ടത്തിൽ തീർത്തും അപ്രതീക്ഷിതമായി ചങ്ങനാശ്ശേരി സെന്റ് ബർക്ക്മെൻസ് കോളേജിൽനിന്നും ഇംഗ്ലീഷുവകുപ്പ് തലവനായി ചേരാൻ പോളിന് ക്ഷണം ലഭിച്ചു. തൃശ്ശൂർ സെന്റ് തോമസ് കോളേജിൽനിന്നും അനുഭവിക്കേണ്ടിവന്ന കയ്പേറിയ അനുഭവം മുന്നിലുണ്ടായിട്ടും പോൾ ഈ ക്ഷണം സ്വീകരിക്കുകയാണുണ്ടായത്. അതോടെ നിയമപഠനം മുടങ്ങി. നിയമപഠനകാലത്ത് വന്നുപെട്ട സാമ്പത്തിക ഞെരുക്കമായിരുന്നോ ഈ തീരുമാനത്തിന് പിന്നിൽ എന്നതിന് തെളിവുകളൊന്നുമില്ല.

പോൾ അഞ്ചുവർഷക്കാലം സെന്റ് ബർക്ക്മെൻസ് കോളേജിൽ സ്തുത്യർഹമായ സേവനമനുഷ്ഠിച്ചു. ഇതോടെ അല്പം മങ്ങലേറ്റ എസ് ബി കോളേജിന്റെ സൽപ്പേര് വീണ്ടെടുക്കാനായി. അവസാനവർഷം തികയാറായ ഘട്ടത്തിൽ മാനേജ്മെന്റും പ്രിൻസിപ്പലുമായി പോളിന് ഇടയേ

ണ്ടിവന്നു. പോൾ കോളേജിൽനിന്ന് വീണ്ടും പിരിച്ചുവിടപ്പെട്ടു. താല്ക്കാലികമായി ഒത്തുതീർപ്പുണ്ടായെങ്കിലും പ്രതികാരബുദ്ധിയോടെ പ്രവർത്തിച്ചുപോന്ന പ്രിൻസിപ്പൽ പോളിന് പലവിധത്തിലുള്ള പ്രയാസങ്ങളുണ്ടാക്കി. പോൾ ജോലി രാജിവെച്ച് മാനേജ്മെന്റിനെതിരെ കേസുകൊടുത്തു. ഈ പ്രാവശ്യവും പോളിനുതന്നെയായിരുന്നു വിജയം. 1938 ലായിരുന്നു ഈ സംഭവം.

ജോലിയില്ലാത്ത അവസ്ഥയെപ്പറ്റി പോൾ വേവലാതിപ്പെട്ടില്ല. വിദ്യാലയങ്ങൾ തുറക്കുന്ന സമയത്ത് പോൾ ചങ്ങനാശ്ശേരിയിൽ ഒരു ട്യൂട്ടോറിയൽ കോളേജ് തുടങ്ങി. എം പി പോൾസ് കോളേജ് എന്നാണ് ഈ സ്ഥാപനം അറിയപ്പെട്ടത്. കുട്ടികൾ ഈ കോളേജിലേക്ക് ഇരച്ചുകയറി. തിരുവിതാംകൂറിലെ ഏറ്റവും മികച്ച പ്രൈവറ്റ് കോളേജിന്റെ നിലവാരത്തിലായിരുന്നു പോൾസ് കോളേജ് പ്രവർത്തിച്ചു പോന്നത്. ഒന്നാംതരം അദ്ധ്യാപകർ, ഉപകരണങ്ങളോടുകൂടിയ ക്ലാസ്മുറികൾ, ആൺകുട്ടികൾക്കും പെൺകുട്ടികൾക്കും പ്രത്യേകം ഹോസ്റ്റലുകൾ. കോളേജുകൾ ഏതുവിധത്തിൽ പ്രവർത്തിക്കണം എന്നതു സംബന്ധിച്ച് പോളിന് വ്യക്തമായ കാഴ്ചപ്പാടുണ്ടായിരുന്നു. ഇക്കാലത്ത് അദ്ദേഹം ധാരാളം സാമ്പത്തികനേട്ടമുണ്ടാക്കി. 1940 ൽ പോൾസ് കോളേജ് എറണാകുളത്തേക്കുമാറ്റി. അവിടെ അധികകാലം തുടരാനായില്ല. ലോകമഹായുദ്ധം നടന്നിരുന്ന അക്കാലത്ത് എറണാകുളത്ത് ജപ്പാന്റെ ബോംബാക്രമണം ഉണ്ടായേക്കുമോ എന്ന ഭീതി പരന്നതോടെ പോൾസ് കോളേജ് കോട്ടയത്തേക്കു മാറ്റി.

കോട്ടയത്തും വിജയക്കൊടി പാറിച്ചുകൊണ്ട് പോൾസ് കോളേജ് മുന്നേറി. ഈ സമയത്ത് പഴയകാര്യങ്ങളെല്ലാം മറന്ന്, ചങ്ങനാശ്ശേരി എസ് ബി കോളേജ് അധികൃതർ വീണ്ടും പോളിനെ കോളേജിലേക്ക് ക്ഷണിച്ചു. കോളേജിനെ നശിപ്പിക്കുവാൻ ഭരണാധികാരിയായ സർ സി പി രാമസ്വാമിഅയ്യർ മുൻനിന്നു പ്രവർത്തിച്ചപ്പോൾ തകരാതെ പിടിച്ചു നില്ക്കുവാനാണ്, നാണക്കേട് ഓർക്കാതെ കോളേജധികൃതർ പോളിന്റെ മുന്നിൽ ഭിക്ഷാപാത്രവുമായെത്തിയത്. ആ കോളേജിൽ കുടുതൽകാലം തുടരാനാവില്ല എന്നറിഞ്ഞുകൊണ്ടുതന്നെയാണ് അദ്ദേഹം ആ ക്ഷണം സ്വീകരിച്ചത്. മാത്രമല്ല, ആരോടും വൈരനിര്യാതന ബുദ്ധിയോടെ പ്രവർത്തിക്കുന്ന ശീലം പോളിനുണ്ടായിരുന്നില്ല എന്നുവേണം അനുമാനിക്കുവാൻ. അക്കാലത്തെ ഏറ്റവും മികച്ച ശമ്പളമാണ് (400 രൂപ) കോളേജധികൃതർ പോളിന് നല്കിയത്. എന്നാൽ, ഭീമമായ ശമ്പളത്തേക്കാളും വിലപ്പെട്ടതായിരുന്നു പോളിന് ആത്മാഭിമാനവും സ്വാതന്ത്ര്യവും. രണ്ടുവർഷത്തിനുശേഷം, 1946 ൽ, പോൾ ആ കോളേജിൽനിന്നും സ്വയം പിരിഞ്ഞുപോന്നു.

കോട്ടയത്തെ പോൾസ് കോളേജ് മറ്റേത് പ്രൈവറ്റ് കോളേജിനോടും കിടപിടിക്കാവുന്ന നിലവാരത്തിൽ ഉയർന്നുനിന്ന 1950 ൽ പോളിന് വീണ്ടും മറ്റൊരു കോളേജിലേക്ക് ക്ഷണം ലഭിച്ചു. തിരുവനന്തപുരത്ത്

പുതുതായി ആരംഭിച്ച മാർ ഇവാനിയോസ് കോളേജിലെ ഇംഗ്ലീഷ് വിഭാഗം തലവനാകാനായിരുന്നു ക്ഷണം. പ്രൈവറ്റ് കോളേജിൽ പഠിപ്പിക്കുന്നവർക്ക് ട്യൂട്ടോറിയലിൽ പഠിപ്പിക്കുന്നതിന് അക്കാലത്ത് വിലക്കൊന്നുമില്ലായിരുന്നു. മാർ ഇവാനിയോസ് ബിഷപ്പിന്റെ ക്ഷണം പോൾ സ്വീകരിച്ചു. എല്ലാവിധ സൗകര്യങ്ങളോടുകൂടിത്തന്നെ പോൾസ് കോളേജ് തിരുവനന്തപുരത്തേക്ക് മാറ്റി സ്ഥാപിച്ചു. കുട്ടികളെയെല്ലാം തിരുവനന്തപുരത്തെ വിദ്യാഭ്യാസസ്ഥാപനങ്ങളിൽ ചേർത്തു. പോളിന്റെ സാമ്പത്തികസ്ഥിതി ഒട്ടേറെ ഉയർന്നു. അല്ലലൊന്നുമില്ലാതെ അതീവ സൗഖ്യത്തോടെയായിരുന്നു തിരുവനന്തപുരത്തെ ജീവിതം. കുടുംബത്തിന്റെ സാമ്പത്തികകാര്യങ്ങളെല്ലാം നോക്കിയിരുന്നതും നിയന്ത്രിച്ചിരുന്നതും മിസ്സിസ് മേരി പോളായിരുന്നു. തലസ്ഥാനനഗരിയിലെ ജീവിതത്തിനിടയിൽ രണ്ടുവർഷം കഴിഞ്ഞുപോയത് ആരും അറിഞ്ഞില്ല. ഇതിനിടയ്ക്ക് സംഭവിച്ച മൂത്ത മകൾ റോസി തോമസിന്റെ വിവാഹം പോളിനെ വല്ലാതെ വേദനിപ്പിച്ചിരുന്നു. പോൾസ് കോളേജിലെ ഒരദ്ധ്യാപകനെന്നനിലയിൽ സി ജെ തോമസിനെ താല്പര്യമായിരുന്നെങ്കിലും, അയാൾ മകളുടെ ഭർത്താവാകുന്നതിൽ പോളിന് ഒട്ടും താല്പര്യമില്ലായിരുന്നു. പിന്തിരിയാനാവാത്ത വിധത്തിൽ മകൾ അനുരക്തയായി ത്തീർന്നപ്പോൾ മുണ്ടശ്ശേരി, കുറ്റിപ്പുഴ കൃഷ്ണപിള്ള തുടങ്ങിയ ആത്മസുഹൃത്തുക്കളുടെ സ്നേഹപൂർവ്വമായ നിർബ്ബന്ധത്തിന് വഴങ്ങിക്കൊടുക്കുകയായിരുന്നു അദ്ദേഹം. കുടുംബത്തെയും മക്കളെയും അതിരറ്റു സ്നേഹിച്ചിരുന്ന അദ്ദേഹത്തിന്റെ ഹൃദയത്തിന്റെ ഒരു കോണിൽ അതൊരു നീറ്റലായി അവശേഷിച്ചിരുന്നു.

1952 ജൂലൈ മാസാദ്യത്തിൽ കഠിനമായ ജലദോഷം ബാധിച്ചാണ് പോളിനെ ആശുപത്രിയിൽ പ്രവേശിപ്പിച്ചത്. അദ്ദേഹത്തിന് കഠിനമായ തളർച്ചയും ക്ഷീണവും തോന്നിയിരുന്നെങ്കിലും ഗുരുതരമായ രോഗമുള്ളതായി തോന്നിയില്ല. സുഖം പ്രാപിച്ചുവരികയാണെന്ന് അദ്ദേഹം ഭാര്യയോടും മക്കളോടും പറഞ്ഞിരുന്നു. തപാലിൽ വന്ന ഒരു പുസ്തകം ഒപ്പിട്ടു വാങ്ങിയതേ ഓർമ്മയുള്ളൂ, പെട്ടെന്ന് പോളിൽ ഒരു ഭാവപ്പകർച്ച കണ്ടു. നിമിഷങ്ങൾക്കകം അദ്ദേഹം അന്തരിച്ചു. ജൂലൈ 12 ന് അന്തരിക്കുമ്പോൾ അദ്ദേഹത്തിന് 48 വയസ്സ് തികഞ്ഞിരുന്നതേയുള്ളൂ.

പോളിന്റെ ആകസ്മികമായ നിര്യാണ വാർത്തയറിഞ്ഞ് സാഹിത്യ-സാംസ്കാരിക രംഗങ്ങളിലുള്ളവരും ആത്മസുഹൃത്തുക്കളും നൂറുകണക്കിന് ശിഷ്യഗണങ്ങളും വന്നെത്തി. അഭൂതപൂർവ്വമായ ഈ ജനക്കൂട്ടത്തെ കണ്ടിട്ടും പാളയം കത്തീഡ്രൽ അധികാരികളുടെ നിലപാടിന് മാറ്റമുണ്ടായില്ല. സഭയുടെ പ്രമാണങ്ങൾ പാലിക്കാതിരുന്ന പോളിന്റെ മൃതദേഹം പള്ളിസെമിത്തേരിയിൽ അടക്കുന്നതല്ലെന്ന് അവർ പ്രഖ്യാപിച്ചു.

പോളിന്റെ സുഹൃത്തുക്കളും ആരാധകരും കത്തിജ്ജ്വലിക്കുന്ന ഹൃദയത്തോടെ പള്ളിസെമിത്തേരിയുടെ പുറത്ത് ഒരു പ്ലാവിന്റെ ചുവട്ടിൽ പോളിന്റെ ജഡം മറവുചെയ്തു!

മതപരമായ അന്ത്യകർമ്മങ്ങളുടെ അനുഗ്രഹം ലഭിക്കണമെന്ന് പോൾ ആഗ്രഹിച്ചിരിക്കാൻ ഇടയില്ല. മരണാനന്തരജീവിതമുണ്ടെന്നും അദ്ദേഹം വിശ്വസിച്ചിരുന്നില്ല. ബാഹ്യാചാരങ്ങൾ അനുഷ്ഠിക്കുന്ന ക്രൈസ്തവരെ അപേക്ഷിച്ച് ഉന്നതമായ ക്രൈസ്തവാദർശങ്ങൾ വച്ചു പുലർത്തിയിരുന്ന പോളിനെ തെമ്മാടിക്കുഴിയിലടക്കാൻ വിധിച്ചത് സഹൃദയലോകത്തെയും സമൂഹമനഃസ്സാക്ഷിയെയും വേദനിപ്പിക്കുകതന്നെ ചെയ്തു. അദ്ദേഹത്തെ അടക്കം ചെയ്ത തെമ്മാടിക്കുഴി ആത്മാവിന്റെ സ്വാതന്ത്ര്യവും സത്യസന്ധതയും ഉയർത്തിപ്പിടിക്കാനുള്ള മനുഷ്യന്റെ നിശ്ചയദാർഢ്യത്തിന്റെ പ്രതീകമായി ഇന്നും നിലകൊള്ളുകയാണ്.

മോളിയെയുടെ *അവേരി* എന്ന നാടകം *ലുബ്ധൻ* എന്ന പേരിൽ പോൾ വിവർത്തനം ചെയ്തു പ്രസിദ്ധീകരിച്ചിട്ടുണ്ട്. അതിന്റെ ആമുഖത്തിൽ പോൾ ആ സാഹിത്യകാരന്റെ ശവസംസ്കാരത്തെക്കുറിച്ച് ഇങ്ങനെ എഴുതി:

> മോളിയെ മരിക്കുന്നതിന് അല്പം മുൻപ് സുഹൃത്തുക്കൾ അദ്ദേഹത്തിന് അന്ത്യകൂദാശ നല്കുന്നതിനായി രണ്ടു പുരോഹിതന്മാർക്ക് ആളയച്ചു. പക്ഷേ, പുരോഹിതന്മാർ വരാൻ കൂട്ടാക്കിയില്ല. പള്ളിയോടു ചേർന്ന ശ്മശാനഭൂമിയിൽ അദ്ദേഹത്തെ സംസ്കരിക്കുവാൻ മതാധികാരികൾ അനുവദിച്ചില്ല. രാജാവിന്റെ കല്പന പ്രകാരം അർദ്ധരാത്രിയുടെ മറവിൽ മോളിയെയുടെ ശവസംസ്കാരം നടന്നു. നൂറോളം സുഹൃത്തുക്കൾ കത്തിച്ച പന്തങ്ങളുമായി അദ്ദേഹത്തിന്റെ ശവപ്പെട്ടിയെ ശവക്കുഴിയോളം അനുഗമിച്ചു.

ഇതെഴുതുമ്പോൾ തന്റെ അന്ത്യം പോൾ മുൻകൂട്ടിക്കണ്ടിരുന്നുവോ എന്തോ? ഏതാണ്ട് ഇതിനു സമാനമായ രംഗങ്ങൾ തന്നെയാണല്ലോ പോളിന്റെ സംസ്കാരച്ചടങ്ങിലും സംഭവിച്ചത്.

"ലോകൈകനാഥേ, മാതേ.... നാകലോകത്തിൻ തിങ്കളായ്...."
എന്ന് രാഗാലാപത്തോടെ നീട്ടിപ്പാടുന്ന കന്യാസ്ത്രീകളും പള്ളിമേടയിലെ ഗായകസംഘത്തിൽ ഉൾപ്പെടുന്ന പുതിയ തലമുറയിലെ പെൺകുട്ടികളും അറിയുന്നുണ്ടോ, തിരുസഭ തെമ്മാടിക്കുഴി വിധിച്ച ആദർശധീരനായ പോൾ രചിച്ച വരികളാണ് അതെന്ന്.

5

പടിഞ്ഞാറൻ നാടുകളിൽ പത്തൊൻപതാം നൂറ്റാണ്ടിന്റെ അന്ത്യത്തോടെ നോവൽ വളരെയേറെ ശ്രദ്ധേയമായ സാഹിത്യരൂപമായി വികാസം പ്രാപിച്ചിരുന്നു. ഗദ്യത്തിലുള്ള സാഹിത്യരൂപങ്ങൾ മലയാള ഭാഷയിലും അതിവേഗം പുഷ്ടിപ്പെടുമെന്ന് മികച്ച വായനക്കാരനായ പോൾ അതിവേഗം മനസ്സിലാക്കി. വായന അദ്ദേഹത്തിന് ഒരു ലഹരി തന്നെയായിരുന്നു. മുപ്പതുകളിലേക്ക് കടന്നപ്പോഴേക്ക് വൈവിദ്ധ്യം കുറ

വായിരുന്നെങ്കിലും നോവൽ എണ്ണത്തിൽ വർദ്ധിച്ചുകൊണ്ടിരുന്നു. മലയാളനോവലിനെ ശരിയായ ദിശയിലേക്കുതന്നെ നയിക്കേണ്ടിയിരിക്കുന്നു എന്ന് ഭാഷാസ്നേഹിയായ പോളിന് തോന്നി.

ഈ സന്ദർഭത്തിൽ പാശ്ചാത്യസാഹിത്യത്തിൽനിന്നും ലഭിച്ച അറിവുകളുടെ പിൻബലത്തിൽ നോവൽ എന്ന സാഹിത്യരൂപത്തെക്കുറിച്ച് പോൾ *നോവൽസാഹിത്യം* എന്നൊരു ക്ലാസിക് ഗ്രന്ഥം രചിച്ചു. ഇക്കാലത്ത് പോളിന് കേവലം 26 വയസ്സ് മാത്രമാണ് പ്രായം. പില്ക്കാലത്ത് നോവലിനെക്കുറിച്ച് വേറെയും ചില ഗ്രന്ഥങ്ങൾ ഇറങ്ങിയെങ്കിലും, ഇന്നും നോവലിനെക്കുറിച്ചുള്ള ആധികാരികഗ്രന്ഥം *നോവൽസാഹിത്യം* തന്നെയാണ്.

പതിനാല് അദ്ധ്യായങ്ങളുള്ള *നോവൽസാഹിത്യ*ത്തിൽ ആദ്യത്തെ ഒൻപത് അദ്ധ്യായങ്ങളിൽ ഒരു സാഹിത്യരൂപമെന്ന നിലയിൽ നോവലിനെ വിശകലനം ചെയ്യുന്നു. തുടർന്നുള്ള അഞ്ച് അദ്ധ്യായങ്ങളിൽ ചന്തുമേനോൻ, സി വി രാമൻപിള്ള, കേരളവർമ്മ, നാരായണ ഗുരുക്കൾ എന്നിവർ മലയാള നോവലിന് നല്കിയ സംഭാവനകളെ വിലയിരുത്തുകയാണ് ചെയ്യുന്നത്. 1963 ൽ പ്രസിദ്ധപ്പെടുത്തിയ *നോവൽസാഹിത്യ*ത്തിന്റെ പുതിയ പതിപ്പിൽ *കുന്ദലത, ബാല്യകാലസഖി* എന്നീ നോവലുകളെക്കുറിച്ച് പോൾ എഴുതിയ ലേഖനങ്ങൾകൂടി പ്രസാധകർ ഉൾപ്പെടുത്തിയിട്ടുണ്ട്.

രണ്ടുവർഷത്തിനുശേഷം, അദ്ദേഹം *ചെറുകഥാപ്രസ്ഥാനം* എന്ന ഗ്രന്ഥം പുറത്തിറക്കി. മോപ്പസാങ്ങും ചെക്കോവും ചെറുകഥാ സങ്കല്പത്തെ ഉടച്ചുവാർക്കുകയും കഥയെ കവിതയോടടുപ്പിച്ചു നിർത്തുകയും ചെയ്തതിനെ ചൂണ്ടിക്കാണിച്ചുകൊണ്ട് നമ്മുടെ കഥാകൃത്തുക്കൾ ഈ കഥാകാരന്മാരെ മാതൃകകളാക്കി രചനയിലേർപ്പെടണമെന്ന് പോൾ ഉൽബോധിപ്പിക്കുന്നു. കഥാസാഹിത്യത്തിന്റെ വളർച്ചയുടേതായ ഈ ഘട്ടത്തിൽ പോളിന്റെ മാതൃകാപരമായ ഈ രചന കഥാരചയിതാക്കൾക്ക് അമൂല്യമായ ഒരു ലക്ഷണഗ്രന്ഥമായിത്തീർന്നു. ഇന്നും സാഹിത്യവിദ്യാർത്ഥികൾ ഏറ്റവുമധികം ആശ്രയിക്കുന്ന ഗ്രന്ഥങ്ങളാണ് *നോവൽസാഹിത്യവും ചെറുകഥാപ്രസ്ഥാനവും.*

നാടകസാഹിത്യം എന്നൊരു ഗ്രന്ഥംകൂടി രചിക്കണമെന്ന് പോൾ ആഗ്രഹിച്ചിരുന്നു. എന്നാൽ, ഒരേസമയം ഒന്നിലധികം സ്ഥാപനങ്ങളിൽ അദ്ധ്യാപനത്തിൽ ഏർപ്പെടേണ്ടിവന്നതിനാൽ പോളിന്റെ പല ആഗ്രഹങ്ങളും നടക്കാതെപോയി. ഒഴിവായി ലഭിച്ചിരുന്ന കുറഞ്ഞ സമയങ്ങളത്രയും വായനയിൽ മുഴുകാനാണ് പോൾ ചെലവഴിച്ചത്. അദ്ദേഹം മനസ്സിൽ ആലോചിച്ച് ഉറപ്പിച്ചുവെച്ചിരുന്ന സാഹിത്യ സംബന്ധമായ പല കാര്യങ്ങളും അകാലത്തിലെ മരണംമൂലം മലയാളത്തിന് നഷ്ടമായി.

അദ്ദേഹത്തിന്റെ മരണശേഷം, പലപ്പോഴായി എഴുതിയ പ്രബന്ധങ്ങളെല്ലാം സമാഹരിച്ച് *സാഹിത്യവിചാരം, ഗദ്യഗതി* എന്നീ രണ്ടു പുസ്തകങ്ങൾ പ്രസിദ്ധീകരിച്ചിട്ടുണ്ട്. 1947 ൽ പ്രസിദ്ധീകരിച്ച *സൗന്ദര്യനിരീ*

ക്ഷണം എന്ന ഗ്രന്ഥം ഇന്നും സൗന്ദര്യശാസ്ത്രത്തെക്കുറിച്ചുള്ള പ്രാമാണിക ഗ്രന്ഥമായി ആദരിക്കപ്പെടുന്നു. കോഴിക്കോട്ടെ അൾട്ടർമീഡിയ എന്ന പ്രസിദ്ധീകരണ സ്ഥാപനം പോളിന്റെ സമ്പൂർണ്ണകൃതികളും അദ്ദേഹത്തെക്കുറിച്ചുള്ള അനുസ്മരണകളും ഉൾപ്പെടുത്തി രണ്ടു വാല്യങ്ങളായി പ്രസിദ്ധീകരിച്ചത് തീർച്ചയായും ശ്ലാഘനീയമാണ്.

6

ആയിരത്തിത്തൊള്ളായിരത്തി നാല്പത്തിനാല് ജനുവരി 29 നാണ് കേരളത്തിൽ പുരോഗമന സാഹിത്യസംഘടനയുടെ ഉദ്ഘാടനം നടന്നത്. ആ സമ്മേളനത്തിൽ വെച്ചാണ് എം പി പോളിനെ സംഘടനയുടെ പ്രസിഡന്റായി തെരഞ്ഞെടുത്തത്. 1945 ൽ കോട്ടയത്തുവച്ചുനടന്ന രണ്ടാം വാർഷികസമ്മേളനം ഹരീന്ദ്രനാഥചതോപാദ്ധ്യായ ഉദ്ഘാടനം ചെയ്തു. ആ സമ്മേളനത്തോടെ പുരോഗമന സാഹിത്യസംഘടന പുരോഗമനാശയക്കാരായ എല്ലാ എഴുത്തുകാരുടെയും സംഘടനയായി ഉയർന്നു. പോൾ തന്നെയായിരുന്നു അപ്പോഴും പ്രസിഡന്റ്. 1946 ലും 1947 ലും പുരോഗമന സാഹിത്യസംഘടനയുടെ വാർഷികയോഗങ്ങൾ നടന്നില്ല. അപ്പോഴേക്കും സംഘടനയിൽ ചില ചേരിതിരിവുകളും വടംവലിയും ആരംഭിച്ചിരുന്നു.

സാഹിത്യം മനുഷ്യ പുരോഗതിയാണ് ലക്ഷ്യമിടേണ്ടതെന്നും എഴുത്തുകാരൻ ജനങ്ങളുടെ ചേരിയിലാണ് നിലയുറപ്പിക്കേണ്ടതെന്നും അവരുടെ പ്രശ്നങ്ങൾക്കും സ്വപ്നങ്ങൾക്കും ആവിഷ്കാരം നല്കേണ്ടതുണ്ടെന്നും അർത്ഥശങ്കയ്ക്കിടയില്ലാത്തവിധം പോൾ വ്യക്തമാക്കി. സാഹിത്യത്തിന്റെ മൗലികധർമ്മത്തെക്കുറിച്ച് വ്യക്തമായ കാഴ്ചപ്പാടുണ്ടാക്കാൻ സഹായകമായിരുന്നു പോളിന്റെ സമീപനം.

ഈ കാര്യം, തന്റെ *ഗദ്യഗതി* എന്ന ഗ്രന്ഥത്തിൽ അല്പംകൂടി വിശകലനം ചെയ്തു. പുരോഗമനസാഹിത്യം ഹ്യൂമനിസത്തിന്റെ മൂല്യങ്ങൾക്കുവേണ്ടിയും എല്ലാ ബന്ധനങ്ങളിൽ നിന്നുമുള്ള മനുഷ്യന്റെ വിമോചനത്തിനുവേണ്ടിയും നിലകൊള്ളുന്നതാവണം. പുതിയ എഴുത്തുകാർ, വർത്തമാനകാല ജീവിതത്തെ കീഴടക്കുകയും ഭാവിക്കുവേണ്ടി ജനതയെ സജ്ജരാക്കുകയും ചെയ്യേണ്ടതുണ്ട്. സാഹിത്യം ഫലപ്രദമാകണമെങ്കിൽ അതിനെ ശരിയായ വഴിയിൽക്കൂടിത്തന്നെ നയിക്കണം. കപ്പലിനെ ലക്ഷ്യസ്ഥാനത്തെത്തിക്കണമെങ്കിൽ ചുക്കാനും കപ്പൽപ്പായും ഒന്നിച്ചു പ്രവർത്തിക്കുന്നതിലൂടെ മാത്രമേ സാദ്ധ്യമാവൂ.

1948 ൽ ചേർന്ന പുരോഗമന സാഹിത്യസംഘടനയുടെ തൃശ്ശൂർ സമ്മേളനവേദി മൊത്തത്തിൽ പ്രക്ഷുബ്ദ്ധമായിരുന്നു. കമ്യൂണിസ്റ്റ് പാർട്ടിയുടെ കല്ക്കത്താ സമ്മേളനം സായുധവിപ്ലവം അനിവാര്യമാണെന്ന് തീരുമാനമെടുത്തിരുന്നല്ലോ. അതിന്റെ പേരിൽ പാർട്ടിക്ക് നിരോധനം വന്നു. അതിനാൽ പരസ്യമായ പ്രവർത്തനം അസാദ്ധ്യമായി

ത്തീർന്നു. ഈ സന്ദർഭത്തിൽ സാംസ്കാരിക സ്ഥാപനങ്ങളുടെ മേൽവിലാസം ഉപയോഗിച്ചുള്ള പ്രവർത്തനത്തിൽ ഒരുവിഭാഗം നേതാക്കൾ വ്യാപൃതരായി. പുരോഗമന സാഹിത്യസംഘടനയുടെ തൃശ്ശൂർ സമ്മേളനത്തിൽ കമ്മ്യൂണിസ്റ്റ് ആദർശങ്ങളുടെ ചുവടുപിടിച്ച് ഒരു പ്രകടന പത്രിക പുറപ്പെടുവിക്കാൻ ഇ എം എസ്, കെ ദാമോദരൻ, എം എസ് ദേവദാസ് എന്നിവരുടെ നേതൃത്വത്തിൽ ഒരു ശ്രമം നടന്നു. ഇതിനെ എതിർത്തവരിൽ പ്രമുഖർ എം പി പോൾ, മുണ്ടശ്ശേരി, തകഴി, സി ജെ തോമസ് എന്നിവരായിരുന്നു. കലാകാരന്റെ വ്യക്തിസ്വാതന്ത്ര്യത്തെക്കുറിച്ചും റഷ്യയിൽ സ്റ്റാലിന്റെ കാലത്ത് സംഭവിച്ച ഏകാധിപത്യശൈലിയെക്കുറിച്ചും അത് സമൂഹത്തിലുളവാക്കിയ ദോഷവശങ്ങളെക്കുറിച്ചും പോൾ തന്റെ അദ്ധ്യക്ഷപ്രസംഗത്തിൽ ശക്തമായി ഊന്നിപ്പറഞ്ഞു (സാഹിത്യവിചാരം, പേജ് 142, 143)

അന്ന് പോളിന് വത്തിക്കാന്റെ ഏജന്റ് എന്നുള്ള ആക്ഷേപം പോലും കേൾക്കേണ്ടിവന്നു. പക്ഷേ, ഈ ആക്ഷേപങ്ങളിലൊന്നും അദ്ദേഹം കുലുങ്ങിയില്ല. പ്രതിസന്ധിഘട്ടങ്ങളിലെ അക്ഷോഭ്യത, വ്യതിചലിക്കാത്ത ജീവിതദർശനം, എന്തും ത്യജിക്കാൻ മടിയില്ലാത്ത ആത്മപൗരുഷം എന്നീ ഗുണവിശേഷങ്ങൾക്കൊണ്ട് പോൾ ഈ സന്ദിഗ്ദ്ധഘട്ടത്തിലും പിടിച്ചുനിന്നു. ഒരുപരിധിവരെ, പോളിന്റെ മാർഗ്ഗത്തിലൂടെ സഞ്ചരിക്കുവാൻ മുണ്ടശ്ശേരിക്കു കഴിഞ്ഞു. മുണ്ടശ്ശേരിയുടെ രൂപഭദ്രതാവാദവും ഈ സമ്മേളനത്തിൽ കഠിനമായ വിമർശനത്തിന് വിധേയമായി.

പള്ളിയും പട്ടക്കാരും മതമേധാവികളും പോളിനെയും മുണ്ടശ്ശേരിയെയും 'കമ്മ്യൂണിസ്റ്റുകൾ' എന്ന് മുദ്രകുത്തി. കമ്മ്യൂണിസ്റ്റുകാരാവട്ടെ അവരെ 'പിന്തിരിപ്പൻ മൂരാച്ചികൾ' എന്നും ആക്ഷേപിച്ചു.

മലയാളസാഹിത്യം നാല്പതുകളിലും അമ്പതുകളിലും ദർശിച്ച നവോത്ഥാനത്തിന് ഒരു വലിയ അളവുവരെ മാർഗ്ഗനിർദ്ദേശം നല്കിയത് പുരോഗമന സാഹിത്യപ്രസ്ഥാനമാണ്. അതിന് നേതൃത്വം നല്കിയവരിൽ അദ്വിതീയനായിരുന്നു പോൾ എന്നു രേഖപ്പെടുത്താതെ വയ്യ.

പോളിന്റെയും മുണ്ടശ്ശേരിയുടെയും വാദഗതികൾ അംഗീകരിക്കുവാൻ കമ്മ്യൂണിസ്റ്റ് നേതാക്കൾക്ക് നാലുപതിറ്റാണ്ടു കഴിയേണ്ടിവന്നു. 1992 ഏപ്രിൽ 25 ന് തൃശ്ശൂരിൽ വച്ചുചേർന്ന ഭാഷാപോഷിണി ശതാബ്ദി സമ്മേളനത്തിൽ ഇ എം എസ്, തങ്ങൾ വെച്ചുപുലർത്തിയിരുന്ന ധാരണകളിലെ പിശകുകൾ ഇപ്രകാരം വിലയിരുത്തി.

> ഈ പ്രസ്ഥാനം മുന്നോട്ടു കൊണ്ടുപോകുന്നതിനിടയ്ക്ക് ഞാനടക്കം അതിൽ പ്രവർത്തിച്ചിരുന്നവർക്ക് പറ്റിയ ഒരു പിശക് ഇതിനു മുൻപു തന്നെ സ്വയം വിമർശനപരമായി ഞാൻ വിലയിരുത്തിയിട്ടുണ്ട്. സാമൂഹ്യപുരോഗതിക്കുവേണ്ടി പ്രതിജ്ഞാബദ്ധതയോടെ സർഗ്ഗാത്മകരചനയും നിരൂപണവും നടത്തുന്നവരിൽ ബോധപൂർവ്വമായോ അല്ലാതെയോ ചെയ്യുന്ന രണ്ടു വിഭാഗങ്ങളുണ്ടെന്ന സത്യം ഞങ്ങൾ കണ്ടില്ല. ഈ സത്യം കാണാതിരുന്നതിനാൽ

ബോധപൂർവ്വമല്ലാത്ത പുരോഗമനപരമായ കൃതികൾ രചിക്കുന്നവരെ വിലമതിക്കാൻ ഞങ്ങൾക്കു കഴിഞ്ഞില്ല.

വിശ്വസാഹിത്യകാരന്മാരുടെ കാര്യമെടുത്താൽ ബൽസാക്ക് ആശയപരമായി പിന്തിരിപ്പൻ ചേരിയിലായിരുന്നെങ്കിലും അദ്ദേഹത്തിന്റെ കലാസൃഷ്ടികൾ വിപ്ലവത്തിന്റെ ചേരിയോട് അടുത്തതായിരുന്നുവെന്ന് മാർക്സും, ടോൾസ്റ്റോയി ഫ്യൂഡൽ പ്രഭുവിന്റെ വീക്ഷണമുള്ള ആളായിരുന്നെങ്കിലും സർഗ്ഗാത്മകസാഹിത്യകാരനെന്ന നിലയ്ക്ക് റഷ്യൻവിപ്ലവത്തിന്റെ കണ്ണാടിയാകുവാൻ അദ്ദേഹത്തിന് കഴിഞ്ഞുവെന്ന് ലെനിനും പ്രസ്താവിച്ചിട്ടുണ്ട്. ഈ യാഥാർത്ഥ്യം മനസ്സിലാക്കാതെ ബോധപൂർവ്വമായ പ്രതിജ്ഞാബദ്ധതയോടെ പുരോഗമനചേരിയിൽ നിന്നുകൊണ്ട് രചിക്കുന്ന കൃതികളെ മാത്രം വാഴ്ത്തുന്ന ഒരു പ്രവണത ഞങ്ങളിൽ വ്യാപിക്കുകയുണ്ടായി. അതാണ് സ്വയം വിമർശനപരമായി ഞാനെന്റെ പല ലേഖനങ്ങളിലും പ്രസംഗങ്ങളിലും സമ്മതിച്ചിട്ടുള്ളത്.

പക്ഷേ, ഇതിനർത്ഥം ബോധപൂർവ്വം രാഷ്ട്രീയ ചായ്‌വോടെയുള്ള സർഗ്ഗാത്മക കൃതികൾ വർജ്ജ്യമാണെന്നല്ല. നേരെമറിച്ച് ബോധപൂർവ്വംതന്നെ വിപ്ലവത്തിന്റെ ചേരിയിൽനിന്ന് അതിനെ ശക്തിപ്പെടുത്തുന്നതിനുവേണ്ടി പ്രതിജ്ഞാബദ്ധതയോടെ രചനകൾ നടത്താൻ കഴിവുള്ളവർ അതിന് ശ്രമിക്കുകതന്നെ വേണം. അതാണ് റഷ്യൻ സാഹിത്യത്തിന്റെ ചരിത്രത്തിൽ ബോധപൂർവ്വം *അമ്മ* എഴുതിയ ഗോർക്കിയും ബോധപൂർവമല്ലാതെയാണെങ്കിലും റഷ്യൻ വിപ്ലവത്തിന്റെ കണ്ണാടിയായിത്തീർന്ന ടോൾസ്റ്റോയിയും തമ്മിലുള്ള വ്യത്യാസം. ഗോർക്കി സ്വയം വിപ്ലവകൃതികൾ രചിക്കുകമാത്രമല്ല, മറ്റെല്ലാ സാംസ്കാരിക നായകന്മാരോടും ഫാസിസ്റ്റ് വിരുദ്ധകൃതികൾ രചിക്കാൻ നിർദ്ദേശിക്കുകയും ചെയ്തു.

കമ്യൂണിസ്റ്റുകാരോ ഇടതുപക്ഷ രാഷ്ട്രീയക്കാരോ ആയ സർഗ്ഗാത്മക സാഹിത്യകാരന്മാർ ബോധപൂർവ്വംതന്നെ രാഷ്ട്രീയ പ്രാധാന്യമുള്ള കൃതികൾ രചിക്കാൻ നോക്കണം. പക്ഷേ, ബോധപൂർവ്വമല്ലാതെ അതേകൃത്യം നിറവേറ്റുന്ന സാഹിത്യകാരന്മാരെ ആദരിക്കുകയും ബഹുമാനിക്കുകയും ചെയ്യാൻ അവർ സന്നദ്ധരാവണം. ഈ കാഴ്ചപ്പാടിന്റെ അഭാവമാണ് പുരോഗമന സാഹിത്യസംഘടനയ്ക്കകത്ത് രൂപഭദ്രതാവാദത്തിനെതിരായി പോരാടിയപ്പോൾ ഞങ്ങളെ വഴിതെറ്റിച്ചത്.

7

പോളിന്റെ നേർക്ക് പൈശാചികമായ വിദ്വേഷവും അധികാരത്തിന്റെ അഹന്തയും വെച്ചുപുലർത്തിയത് ഏതാനും പുരോഹിതപ്രമാണികൾ മാത്രമാണ്. ശുദ്ധാത്മാക്കളായ വൈദികരും വിശ്വാസികളും പോളിനെ

ഇഷ്ടപ്പെട്ടിരുന്നു. ആ വ്യക്തിമാഹാത്മ്യം അനുഭവത്തിലൂടെ ആർജ്ജിക്കാൻ കഴിഞ്ഞ ശിഷ്യന്മാരും സുഹൃത്തുക്കളും അദ്ദേഹത്തെ അതിരറ്റു സ്നേഹിക്കുകയും ബഹുമാനിക്കുകയും ചെയ്തിരുന്നു.

സർഗ്ഗധനരായ പുതിയ തലമുറയിലെ എഴുത്തുകാരെ പ്രോത്സാഹിപ്പിക്കാനും അവർക്ക് മാർഗ്ഗനിർദ്ദേശം നല്കാനും പോൾ പ്രത്യേകം ശ്രദ്ധ ചെലുത്തിപ്പോന്നു. ധാരാളം എഴുതിയെങ്കിലും അതുകൊണ്ടൊന്നും ഒരു നേട്ടവും കൈവരിക്കാനാകാതെ അലഞ്ഞുതിരിഞ്ഞുനടന്നിരുന്ന വൈക്കം മുഹമ്മദ് ബഷീറിനെ കൈപിടിച്ചുയർത്തിയത് പോളായിരുന്നു. സ്വാതന്ത്ര്യസമര സേനാനിയായി സർ സി പിയുടെ പൊലീസിനെ കബളിപ്പിച്ച് ഒളിവിൽ കഴിഞ്ഞിരുന്ന ബഷീറിനെ എറണാകുളത്തെ പോൾസ് കോളേജ് ഹോസ്റ്റലിലെ വാർഡനായി നിയമിച്ച് പരിരക്ഷിച്ചെടുത്തത് അദ്ദേഹമായിരുന്നു. ഇതിന് സമാനമായരീതിയിൽ അദ്ദേഹത്തിന്റെ സൗജന്യങ്ങൾ സ്വീകരിച്ച നിരവധി എഴുത്തുകാരുണ്ടായിരുന്നു. കുറ്റിപ്പുഴയെപ്പോലുള്ള ഒരു സ്വതന്ത്രചിന്തകനെയും അനീതിക്കെതിരെ ഉറച്ചു നില്ക്കാൻ തയ്യാറായ മുണ്ടശ്ശേരിയെയും തന്റെ ആത്മസുഹൃത്തുക്കളാക്കി മാറ്റാൻ കഴിഞ്ഞത് പോളിന്റെ സഹൃദയസ്വഭാവം ഒന്നു കൊണ്ടു മാത്രമാണ്.

ബഷീറിന്റെ *ബാല്യകാലസഖി*, ചന്തുമേനോന്റെ *ഇന്ദുലേഖയ്*ക്കൊപ്പം നില്ക്കാൻ കഴിയുന്ന ഒരു രചനയാണെന്നും അത് ഒരു ക്ലാസിക് കൃതിയായി മാറിയേക്കുമെന്നും ഉള്ള പോളിന്റെ നിഗമനം നോവൽ വിമർശനത്തിന്റെ ഉൽകൃഷ്ട നിദർശനം തന്നെയാണ്. വർഷങ്ങൾ പിന്നിട്ടതോടെ *ബാല്യകാലസഖി*യെക്കുറിച്ചുള്ള പോളിന്റെ വിലയിരുത്തൽ ശരിയായിരുന്നു എന്ന സത്യം നമ്മുടെ മുന്നിലുണ്ട്. ഫ്രഞ്ചുകഥാകാരനായ മോപ്പസാങ്ങിന്റെ കഥകളോടൊപ്പം നില്ക്കുന്ന പല കഥകളും ബഷീർ രചിച്ചിട്ടുണ്ടെന്ന് പോൾ പറയുമായിരുന്നു.

. 1945 ൽ നടന്ന പുരോഗമന സാഹിത്യസംഘടനയുടെ കോട്ടയം സമ്മേളനത്തിൽ കേശവദേവിന്റെ *നാടകകൃത്ത്* എന്ന നാടകം അരങ്ങേറാൻ തീരുമാനിച്ചു. കേശവദേവ്, ആനന്ദക്കുട്ടൻ, പി ടി ചാക്കോ എന്നിവർ മുഖ്യവേഷക്കാരായി മുന്നോട്ടുവന്നു. നായികയായി അഭിനയിക്കാൻ ഒരു യുവതിയെ ലഭിക്കണം. നാടകാഭിനയം ആഭിജാത്യമുള്ള കുടുംബങ്ങൾക്ക് പറ്റിയതല്ല എന്ന വിശ്വാസം നിലനിന്നിരുന്ന ഒരു ഘട്ടത്തിൽ, യാഥാസ്ഥിതികരായ സുറിയാനി ക്രിസ്ത്യാനികളുടെ ആസ്ഥാനമായ കോട്ടയത്ത്, നായികയായി അഭിനയിക്കാൻ സ്വന്തം മകളെ നിയോഗിച്ച പോളിന്റെ ആത്മാർഥതയും ആത്മധൈര്യവും എത്ര അഭിനന്ദിച്ചാലും അധികമാവില്ല. പുറത്ത് പുരോഗമനം പറയുകയും അകത്ത് സങ്കുചിതത്വം മുറുകെപ്പിടിക്കുകയും ചെയ്യുന്നവരുടെ നാടാണല്ലോ ഇന്നും കേരളം.

കോട്ടയത്ത് എം പി പോൾസ് കോളേജ് നടത്തിയിരുന്ന കാലത്ത് സാഹിതീസഖ്യം എന്നൊരു സാഹിത്യസമിതി രൂപീകരിച്ചിരുന്നു. പില്

ക്കാലത്ത് എഴുത്തുകാരനെന്നനിലയിൽ പ്രസിദ്ധനായ ഡോ. എസ് കെ നായർ പോൾസ് കോളേജിലെ അദ്ധ്യാപകനായിരുന്നു. പോളിന്റെ ആശീർവാദത്തോടെ സാഹിതീസഖ്യം രൂപംകൊണ്ടു. ഒന്നിടവിട്ട ഞായറാഴ്ചകളിലാരംഭിക്കുന്ന സഖ്യത്തിന്റെ യോഗങ്ങൾ ശരാശരി ആറു മണിക്കൂർവരെ നീണ്ടുനില്ക്കാറുണ്ട്. അംഗങ്ങളുടെ സാഹിത്യരചനകൾ നിശിതമായ വിമർശനത്തിനും അഭിനന്ദനത്തിനും വിധേയമാകും. എസ് കെ നായർ, പി ദാമോദരൻപിള്ള, മാടശ്ശേരി, ആനന്ദക്കുട്ടൻ, കാരൂർ, നാലാങ്കൽ കൃഷ്ണപിള്ള, എം എൻ ഗോവിന്ദൻനായർ തുടങ്ങിയ മുപ്പതിൽപ്പരം അംഗങ്ങളുണ്ടായിരുന്നു സാഹിതീസഖ്യത്തിൽ. പോളിനെകാണാൻ എത്തിയിരുന്ന പൊൻകുന്നംവർക്കി, ബഷീർ, വക്കം അബ്ദുൾ ഖാദർ, കേശവദേവ്, ഡി സി കിഴക്കേമുറി, സി നാരായണപിള്ള തുടങ്ങിയ സാഹിത്യകാരന്മാരും സഖ്യത്തിന്റെ യോഗങ്ങളിൽ പങ്കുചേരാറുണ്ട്. പുരോഗമന സാഹിത്യസംഘടനയുടെ വിപുലമായ സമ്മേളനം 1945 ൽ കോട്ടയത്തുവച്ചുനടത്താൻ കരുത്തുപകർന്നത് ഈ സാഹിതീസഖ്യത്തിന്റെ പിൻബലം കൊണ്ടുതന്നെയാണ്.

സാഹിതീസഖ്യത്തിന്റെ യോഗങ്ങളിലൊന്നിൽ വെച്ചാണ് എഴുത്തുകാരുടെ സഹകരണ സ്ഥാപനമായ സാഹിത്യപ്രവർത്തക സഹകരണ സംഘം 1945 ൽ രൂപംകൊണ്ടത്. ഈ ആശയം മുന്നോട്ടുവെച്ചതും അതിനുവേണ്ടി മുൻനിന്നു പ്രവർത്തിച്ചതും എം പി പോൾ തന്നെയാണ്. മരിക്കുന്നതുവരെയും അദ്ദേഹംതന്നെയായിരുന്നു സംഘത്തിന്റെ പ്രസിഡന്റ്. എഴുത്തുകാരെ പ്രസാധകരുടെ ചൂഷണത്തിൽനിന്ന് മോചിപ്പിക്കാനും അവരുടെ രചനകൾക്ക് മുപ്പതുശതമാനംവരെ റോയൽറ്റി നല്കാനും പ്രാപ്തമാക്കിയത് ഈ സംഘമാണ്. സാഹിത്യപ്രവർത്തകസംഘം അത്യുന്നതിയിലെത്തിയെങ്കിലും കെടുകാര്യസ്ഥതകൊണ്ടും ചില സ്ഥാപിതതാല്പര്യക്കാരുടെ ഗൂഢപ്രവർത്തനങ്ങൾകൊണ്ടും ഈ സഹകരണസ്ഥാപനം തകർച്ചയുടെ വക്കിലെത്തി. ഈ തകർച്ചയിൽ നിന്നും സംഘത്തെ രക്ഷിച്ചെടുത്തത് പിന്നീട് അധികാരത്തിൽവന്ന ഇടതുപക്ഷ ഗവൺമെന്റുകളാണ്.

പുരോഗമനാശയങ്ങൾക്കും അതിന്റെ പ്രവർത്തകർക്കും എന്നും താങ്ങും തണലുമായിരുന്നു പോൾ. മലയാളനാടക ചരിത്രത്തിൽ മായാത്ത മുദ്രകൾ പതിപ്പിച്ച കെ പി എ സി (കേരള പീപ്പിൾസ് ആർട്ട് ക്ലബ്ബ്) പ്രവർത്തകർക്കും ആദ്യഘട്ടത്തിൽ പോളിന്റെ തലോടൽ ലഭിക്കാൻ ഭാഗ്യമുണ്ടായി. കെ പി എ സി പ്രവർത്തകനായ രാജഗോപാലൻനായർ നാടകാവതരണത്തിന് സംഭവിച്ച പ്രതിബന്ധങ്ങൾക്കിടയിൽ എം പി പോളിനെച്ചെന്നു കണ്ടു. അതേപ്പറ്റി സ്വയം സംസാരിക്കുന്ന ഒരു കുറിപ്പ് ഇവിടെ ഉദ്ധരിക്കുന്നു:

> ..... റിഹേഴ്സലിന് സ്ഥലമന്വേഷിച്ചു നടക്കുമ്പോഴാണ് രാജഗോപാലൻനായർ എം പി പോളിനെ കണ്ടുമുട്ടുന്നത്. മലയാളത്തിലെ

സമാരാദ്ധ്യനായ സാഹിത്യവിമർശകൻ എം പി പോൾ അന്ന് തിരുവനന്തപുരത്ത് ഒരു ട്യൂട്ടോറിയൽ കോളേജ് നടത്തുകയായിരുന്നു. നാടകത്തിന്റെ പ്രമേയവും നാടകപ്രവർത്തകരുടെ സങ്കടാവസ്ഥയും ബോദ്ധ്യപ്പെട്ടപ്പോൾ ക്ലാസിനുശേഷം റിഹേഴ്സലിനായി തന്റെ ട്യൂട്ടോറിയൽ കോളേജ് ഉപയോഗിച്ചുകൊള്ളാൻ അദ്ദേഹം അനുവാദം കൊടുത്തു. അങ്ങനെ കെ പി എ സി എന്ന നാടകപ്രസ്ഥാനം അതിന്റെ ആദ്യത്തെ റിഹേഴ്സൽ നടത്തിയത് എം പി പോളിന്റെ ട്യൂട്ടോറിയൽ കോളേജിൽ വച്ചായിരുന്നു. (*സ്മരണകളിരമ്പുന്ന രണസ്മാരകം - കലാകൗമുദി* വാരിക, 1993 മാർച്ച് 14)

പരന്ന വായനയിലൂടെ ആർജ്ജിച്ച വിജ്ഞാനത്തിന്റെ പിൻബലമായിരുന്നു പോളിന്റെ കരുത്ത്. സാഹിത്യ സിദ്ധാന്തങ്ങളുടെ പ്രയോഗം എങ്ങനെ മികച്ച വായനാനുഭവമാക്കി മാറ്റാം എന്നതു സംബന്ധിച്ച് അദ്ദേഹത്തിന് വ്യക്തമായ കാഴ്ചപ്പാടുണ്ടായിരുന്നു. വായനയിൽ സ്വയം അർപ്പിച്ച ഋഷിതുല്യനായ പോളിന്റെ മനസ്സിലുണർത്തിയ ചിന്തകളുടെ പത്തിലൊന്നുപോലും പിൻതലമുറയ്ക്കായി കുറിച്ചുവയ്ക്കാൻ അദ്ദേഹത്തിനു കഴിഞ്ഞില്ല. അതിനുള്ള പ്ലാനുകളെല്ലാം ഉണ്ടായിരുന്നെങ്കിലും അകാലത്തിൽ മരണം അദ്ദേഹത്തെ തട്ടിയെടുക്കുകയായിരുന്നല്ലോ.

"ഒരഗ്നിപർവ്വതത്തെ തലയിലേറ്റി നടന്നിട്ടും ശ്രീ. പോൾ കാഴ്ചയിൽ പരമശാന്തനായിരുന്നു. മുടിചീകി പിന്നോട്ടുവച്ച് ആ വിരിഞ്ഞ നെറ്റിയും പൊടിമീശയുമായി ഒരു വടിയും കൈയിൽ കറക്കിക്കൊണ്ട് മിക്കപ്പോഴും കീഴ്പ്പോട്ടുനോക്കി ചിന്താമഗ്നനായി ഫുട്പാത്തിലൂടെ മെല്ലെമെല്ലെ നടന്നുപോകുന്ന ആ ഉയരം കുറഞ്ഞ ഉന്നതമനുഷ്യനെ കണ്ടപ്പോഴൊക്കെ എനിക്കങ്ങനെയേ തോന്നിയിട്ടുള്ളൂ. (മുണ്ടശ്ശേരി, *കൊഴിഞ്ഞ ഇലകൾ*)

Reference

1. *എം പി പോൾ*, കെ എം തരകൻ.
2. *എം പി പോൾ: കാലത്തിന്റെ തിരുശേഷിപ്പുകൾ*, ജോർജ്ജ് ഓണക്കൂർ.
3. *കൊഴിഞ്ഞ ഇലകൾ*, മുണ്ടശ്ശേരി
4. *ഉറങ്ങുന്ന സിംഹം*, റോസി തോമസ്
5. *ആത്മകഥ*, ഇ എം എസ്
6. *പോളിന്റെ സമ്പൂർണ്ണകൃതികൾ*, ആൾട്ടർ മീഡിയ

പൊൻകുന്നം വർക്കി
തീവ്രമായ ജീവിതാഭിനിവേശം

രണ്ട് മഹായുദ്ധങ്ങളും ദേശീയ പ്രസ്ഥാനവും നവോത്ഥാന പ്രസ്ഥാനവും അവകാശസമരങ്ങളും എല്ലാം ആധിപത്യം പുലർത്തിയ ഇരുപതാം നൂറ്റാണ്ട് കേരളീയ സമൂഹത്തിൽ പരിവർത്തനങ്ങളുടേതായ ഒരു കാലഘട്ടമായിരുന്നു. അതിന്റെ ആദ്യപകുതിയാകട്ടെ നിർണ്ണായകമായ ഒരുപാട് സംഭവങ്ങൾക്ക് സാക്ഷ്യം വഹിച്ചു. ഈ പരിവർത്തനങ്ങൾ സാധിച്ചെടുക്കുന്നതിൽ സാഹിത്യവും നിർണ്ണായകമായ പങ്ക് വഹിച്ചിട്ടുണ്ട്. അതിന് മുൻനിന്ന് പ്രവർത്തിച്ച എഴുത്തുകാരാണ് തകഴി, കേശവദേവ്, പൊറ്റെക്കാട്ട്, പൊൻകുന്നം വർക്കി, ബഷീർ, മുണ്ടശ്ശേരി, ചെറുകാട് തുടങ്ങിയവർ. ആ കാലഘട്ടത്തിന്റെ പ്രതിനിധിയായി നമ്മോടൊപ്പമുണ്ടായിരുന്ന പൊൻകുന്നം വർക്കിയും നമ്മെ വിട്ടുപിരിഞ്ഞു.

ജീവിതത്തോട് തീവ്രമായ അഭിനിവേശവും ആദരവും അർപ്പണമനോഭാവവും വച്ചുപുലർത്തിയ ഒരെഴുത്തുകാരനായിരുന്നു പൊൻകുന്നം വർക്കി. സ്വന്തമായ അഭിപ്രായം വച്ചുപുലർത്തുവാനും ശരിയെന്ന് തോന്നുന്ന പാതയിലൂടെ മുന്നോട്ട് പോകുവാനും ഉള്ള നിരന്തമായ പോരാട്ടമായിരുന്നു വർക്കിയുടെ ജീവിതം. ദാരിദ്ര്യം, പട്ടിണി, ചൂഷണം, സ്വാതന്ത്ര്യനിഷേധം എന്നിവ സ്വമേധയാ വന്നു ഭവിക്കുന്നതല്ല; തെറ്റായ സാമ്പത്തികവ്യവസ്ഥയും ഭരണക്രമവുംമൂലം ഉളവാകുന്ന സാംക്രമികരോഗങ്ങളാണ്. അവയ്ക്ക് ശരിയായ ചികിത്സ ആവശ്യമാണ്. ആ ചികിത്സ നിഷേധിക്കാനുള്ള ഏതു ശ്രമത്തെയും ചെറുത്തു തോല്പിച്ചേ തീരൂ എന്ന പക്ഷക്കാരനായിരുന്നു വർക്കി.

"ഞാൻ കഥയെഴുതാൻ തുടങ്ങിയ കാലത്തിനും ഇന്നത്തെ കാലഘട്ടത്തിനുമിടയ്ക്ക് കാണുന്ന മാറ്റങ്ങളിൽ ഞാൻ എന്റെ പങ്ക് ആത്മാർത്ഥമായി അവകാശപ്പെടുന്നു. ഇത് വിട്ടുതരാൻ മടിക്കുന്നവരുടെ നേർക്ക്

പൊൻകുന്നം വർക്കി

എനിക്ക് അനുകമ്പയേ ഉള്ളൂ." 1964 ൽ, അദ്ദേഹത്തിന്റെ കഥയെഴുത്തിന്റെ 22-ാം വർഷത്തിൽ തെരഞ്ഞെടുത്ത കഥകളുടെ ആമുഖത്തിലാണ് അദ്ദേഹം ഇങ്ങനെ അവകാശപ്പെട്ടത്. ഈ അർത്ഥത്തിൽ കേരളീയ ചരിത്രത്തെ മാറ്റിത്തീർക്കാൻ അദ്ദേഹത്തിന്റെ കഥകൾ വഴിയൊരുക്കിയിട്ടുണ്ട്. കഥയെഴുതിയതിന്റെ പേരിൽ ജയിലിലടയ്ക്കപ്പെട്ട ആദ്യത്തെ എഴുത്തുകാരനും വർക്കിയായിരുന്നു.

ഒ എൻ വി കുറുപ്പ് വർക്കിയെ വിലയിരുത്തിയത് ശ്രദ്ധിക്കുക:

> നിന്ദിതർക്കും നിരാധാരർക്കുംവേണ്ടി ശബ്ദിച്ച ആ ധീരതയെ കാലം തളർത്തിയിട്ടില്ല എന്നതാണ് ഒരു സവിശേഷത. വാർദ്ധക്യം പലരെയും മിതഭാഷികളോ നിലവിലുള്ള വ്യവസ്ഥയെ അനുകൂലിക്കുന്നവരോ നിസ്സംഗരോ ആക്കി മാറ്റുന്നു. ഇതൊരു സാമാന്യവസ്തുത. ഇതിന് നേർ വിപരീത ദിശയിലാണ് വർക്കി

സാറിന്റെ മനസ്സോടിയത്. ശാരീരികമായ അസ്വസ്ഥത നിസ്തന്ദ്രമായ സർഗ്ഗസപര്യ അസാദ്ധ്യമാക്കുമ്പോഴും ആ മനസ്സ് കൂടുതൽ ധീരവും ശക്തവും ആദർശോന്മുഖവുമാവുകയായിരുന്നു. നാം സ്വപ്നം കണ്ട നവലോകമെത്തിയില്ല എന്ന ദുഃഖസത്യത്തിന് മുമ്പിൽ വർക്കിസാർ തളരുന്നില്ല. മറിച്ച് അതിനെ തുറിച്ചുനോക്കുകയാണ്- പേടിപ്പെടുത്തുന്ന നോട്ടം.

(*ഗ്രന്ഥലോകം മാസിക*)

1910 ജൂൺ 30 ന് കട്ടപ്പുറത്ത് പാപ്പിയുടെയും അന്നമ്മയുടെയും മകനായി ആലപ്പുഴ ജില്ലയിലെ എടത്വായിൽ വർക്കി ജനിച്ചു. പിതാവിന്റെ മരണത്തെതുടർന്ന് അഞ്ചാം വയസ്സിൽത്തന്നെ അമ്മയുടെ ജന്മദേശമായ പൊൻകുന്നത്തേക്ക് താമസം മാറ്റേണ്ടിവന്ന വർക്കിയുടെ ബാല്യം ഏറെ ക്ലേശകരമായിരുന്നു. അമ്മയുടെ പിതാവായിരുന്നു കുറേ കാലത്തേക്ക് അവർക്ക് അഭയം നല്കിയത്. പൗരോഹിത്യത്തിന്റെ ചൂഷണവും സദാചാരരാഹിത്യവും നേരിൽ കാണാൻ കഴിഞ്ഞതോടെ ധിക്കാരിയും നിഷേധിയുമായി വളർന്ന ആ ചെറുപ്പക്കാരൻ ഓരോ സംഭവങ്ങളും മനസ്സിൽ കുറിച്ചിട്ടു. പള്ളിക്കും പട്ടക്കാരനും അധികാരകേന്ദ്രങ്ങൾക്കും ഇളംപ്രായത്തിൽ പോലും ഉരുക്കുപോലുറച്ച ആ അഭിപ്രായധീരതയെ കീഴടക്കാനായില്ല.

മലയാളം വിദ്വാൻ പരീക്ഷ പാസായി അദ്ധ്യാപക ജോലിയിൽ പ്രവേശിച്ച വർക്കി, അർഹമായ ശമ്പളം നല്കാതിരുന്നതിന്റെ പേരിൽ മാനേജരുമായി തെറ്റിപ്പിരിഞ്ഞ് ജോലി രാജിവെച്ചു. അന്ന് അദ്ധ്യാപകന്റെ പ്രതിമാസ ശമ്പളം ഏഴ് രൂപയായിരുന്നു. മാനേജർ നല്കിയതോ അഞ്ചു രൂപയും. ഇത് ലഭിക്കാൻതന്നെ പല മാസങ്ങൾ കാത്തിരിക്കേണ്ടിവരും. പിന്നീടാണ് അദ്ദേഹത്തിന് കണ്ടനാട് സർക്കാർ സ്കൂളിൽ ജോലി ലഭിച്ചത്. അക്കാലത്തുതന്നെ ഒരെഴുത്തുകാരൻ എന്ന നിലയിൽ വർക്കി അറിയപ്പെട്ടുതുടങ്ങിയിരുന്നു. തന്റെ ക്ലേശകരമായ ആദ്യകാല ജീവിതത്തെ കുറിച്ച് 'ഞാൻ കഥാകാരനായ കഥ' എന്ന ലേഖനത്തിൽ അദ്ദേഹം ഇങ്ങനെ കുറിച്ചിട്ടിരിക്കുന്നു:

> സന്ധിയില്ലാത്ത സമരം നടത്തുന്ന മർദ്ദിതരുടെ അനുഭവങ്ങളിലും ദിവസങ്ങളിലും ഞാൻ ജീവിതത്തിലെ ഏറ്റവും വലിയ അനുഭൂതി കണ്ടെത്തി. തുല്യദുഃഖിതനായ ഞാൻ അവരുടെ വിശ്വസ്ത സ്നേഹിതനായി പറ്റിച്ചേർന്നു. പരിഹാസത്തിന്റെയും മർദ്ദനത്തിന്റെയും അപമാനത്തിന്റെയും പട്ടിണിയുടെയും പാനപാത്രങ്ങളിൽ നിന്ന് ഞങ്ങൾ കുടിക്കേണ്ടിവന്ന കയ്പുനീരിന്റെ (പ്രതികാരനടപടികൾ) കഥ എന്റെ നേർക്ക് ഒരു രാജവീഥി തുറന്ന് കാണിച്ചു. തുല്യദുഃഖിതരോട് ചേർന്നുനിന്ന് ഞാൻ ഞങ്ങളുടെ ശബ്ദവും രൂപവും പ്രകാശിപ്പിക്കാൻ ഒരുങ്ങിയപ്പോൾ നിങ്ങളിൽ ചിലർ എന്നെ ഒരു കഥാകാരനായി അംഗീകരിച്ചു. അറിവായ നാൾ

> മുതൽ ജീവിതാനുഭവങ്ങളാൽ മുതലാളിത്തത്തിന്റെ നേർക്ക് എന്തെന്നില്ലാത്ത ഒരു വെറുപ്പ് എന്നിൽ വളർന്നുവന്നു, വളരെയധികം പണക്കാരുടെ ഇടയിൽ നിസ്വനായി ജീവിക്കേണ്ടിവരികയും മുന്നിൽ മുട്ടുമടക്കാൻ ഒരുങ്ങാതിരിക്കുകയും ചെയ്യുമ്പോൾ ഒരു മർദ്ദിതന് ഇത് സ്വാഭാവികമായിരിക്കാം. സ്നേഹിക്കാനോ വിശ്വസിക്കാനോ എനിക്കൊന്നുംതന്നെ കിട്ടിയില്ല. ചൂടേറിയ അന്നത്തെ ദിവസങ്ങളെപ്പറ്റി ഓർക്കുമ്പോൾ ഇന്നും എന്റെ ഉള്ളിൽനിന്ന് നെടുവീർപ്പുയരുന്നു. ഗവൺമെന്റിനോടുണ്ടായ അവിശ്വാസം നിമിത്തം ഒരു ചെറിയ സർക്കാർജോലി ഉണ്ടായിരുന്നതും ഞാൻ രാജിവെച്ചു. സുഖത്തിനും പ്രതീക്ഷകൾക്കും വേണ്ടി ഞാൻ ജീവിക്കണമായിരുന്നില്ല. രണ്ടേ രണ്ട് മാർഗ്ഗങ്ങളേ ശരണീയമായിരുന്നുള്ളൂ. ഒന്ന്, വിഴുപ്പുകെട്ടുമായി കഴുതയെപ്പോലെ അനുസരിക്കുക. രണ്ട്, ഒരു ചെന്നായയെപ്പോലെ എതിർക്കുക.

പൊൻകുന്നം വർക്കിയുടെ ജീവിതവും രചനകളും തമ്മിൽ എത്രമാത്രം താദാത്മ്യം പ്രാപിച്ചിരിക്കുന്നു എന്ന സത്യം മേലുദ്ധരിച്ച വരികളിൽനിന്നും വ്യക്തമാകും.

ഉണ്ണിയേശു ആണോ പെണ്ണോ എന്ന് തിരിച്ചറിയാനുള്ള ചെറുപ്പത്തിന്റെ കൗതുകവും, അച്ചന്റെ അടഞ്ഞുകിടന്ന മുറിയിൽനിന്നിറങ്ങിവന്ന കന്യാസ്ത്രീയും, തന്റെ സ്നേഹഭാജനത്തെ വിശാഖപട്ടണത്തേക്ക് തട്ടിക്കൊണ്ടുപോയ തടിയൻ കത്തനാരും (*എന്റെ വഴിത്തിരിവ്*, പേജ് 12,40,62) വർക്കിയുടെ ആത്മകഥയിലെ നിരവധി കഥാപാത്രങ്ങളിൽ ചിലരാണ്. സ്വന്തം ജീവിതംതന്നെ ഒരു സമരമാക്കി വളർത്തിയെടുക്കുകയാണ് വർക്കി ചെയ്തത്. താൻ ജീവിച്ച സമുദായത്തോടും അധികാരത്തോടുമാണ് അദ്ദേഹം ഏറ്റുമുട്ടിയത്. സാഹിത്യം അതിനുള്ള ഒരു ഉപാധിയായിരുന്നു എന്നു മാത്രം.

തന്റെ ആത്മകഥയിൽ വർക്കി ഇങ്ങനെ എഴുതിയിരിക്കുന്നു:

> ഒരിക്കൽ എന്റെ ഭാര്യയുടെ അടുക്കൽ ബന്ധുക്കളിൽ ഒരാൾ ഒരു ദൗത്യവുമായി വന്നു. വക്കച്ചന് ഹൈസ്കൂളിലോ കോളേജിലോ ജോലി കൊടുക്കാം. നല്ല ശമ്പളം കൊടുക്കാം. താമസിക്കാൻ കെട്ടിടവും തരാം. അച്ചന്മാരെ പരിഹസിക്കുന്നതല്ലെങ്കിൽ കഥകൾ അച്ചടിപ്പിക്കുന്നതിന് പ്രസിലെ സൗകര്യങ്ങളും തരാം. കത്തോലിക്കർക്ക് ചേർന്ന തരത്തിൽ ജീവിക്കാൻ മനസ്സുണ്ടെങ്കിൽ അറിയിക്കൂ. എന്ന് ബഹുമാന്യനായ ഒരാളാണ് പറഞ്ഞത്. ഞങ്ങളുടെ ജീവിതമാണെങ്കിൽ വറുതിയും കഷ്ടപ്പാടും നിറഞ്ഞ് ഞെരുങ്ങുന്നതും. എന്തുകൊണ്ട് വയ്യ എന്ന് എന്റെ ഭാര്യ ചിന്തിച്ചു. അത്താഴത്തിന് ശേഷം അവർ എന്നെ ഉപദേശിക്കാൻ തുടങ്ങി. കഷ്ടപ്പാടും ഇല്ലായ്മയുമൊക്കെ സഹിച്ച് അന്തസ്സായി മുന്നോട്ടുപോകാനാണ് ഞാൻ ആഗ്രഹിക്കുന്നത്. 'സൗകര്യമുണ്ടെങ്കിൽ മാത്രം

എന്നെ സഹിക്കുക. ഇല്ലെങ്കിൽ ഇഷ്ടംപോലെ ചെയ്തുകൊള്ളുക' എന്ന് ഞാനവരെ അറിയിച്ചു. എന്റെ മറുപടി അവരുടെ ഹൃദയത്തെ വല്ലാതെ വേദനിപ്പിച്ചു. കണ്ണീരോടുകൂടി അവർ മാപ്പു ചോദിച്ചു. അതിനുശേഷം ഇത്തരം ഉപദേശങ്ങളെ എന്നേക്കാൾ തീവ്രതയോടുകൂടി അവർ എതിർക്കുകയാണ് ചെയ്തിട്ടുള്ളത്. എന്റെ മനസ്സ് തിരിക്കാൻ കത്തനാരന്മാർ നല്കിയ ഉപദേശങ്ങളെയും ധീരമായി അവർ എതിർത്തു. ആ മനുഷ്യനെപ്പറ്റി എനിക്കൊരു പരാതിയുമില്ല. അച്ചന് വല്ലതും പറയാനുണ്ടെങ്കിൽ നേരിട്ടുതന്നെ പറഞ്ഞുകൊള്ളുക എന്നായിരിക്കും അവരുടെ മറുപടി.

(*എന്റെ വഴിത്തിരിവ്*, പേജ് 107–108)

വിശ്വാസികളെ ധൈഷണികമായി തടവിലാക്കുന്ന പള്ളിക്കാരുടെ പ്രവണതയെയാണ് വർക്കി എക്കാലത്തും എതിർത്തുപോന്നിട്ടുള്ളത്. മാനേജ്മെന്റിന്റെ കൊള്ളരുതായ്മകളെ ചോദ്യം ചെയ്തതിന്റെ പേരിൽ പള്ളിക്കുറ്റം ചുമത്തി തെമ്മാടിക്കുഴി വിധിച്ച തന്റെ പ്രിയ സ്നേഹിതൻ എം പി പോളിന്റെ ജീവിതം ഒരു പാഠമായി വർക്കി എന്നും ഉൾക്കൊണ്ടു. അതുകൊണ്ട് 1991 ൽ ഭാര്യ മരണപ്പെട്ടപ്പോൾ പള്ളിയുടെ ദയാദാക്ഷിണ്യത്തിനുവേണ്ടി യാചിക്കാൻ വർക്കി ഒരുക്കമായിരുന്നില്ല. അതുകൊണ്ടാണ് 94–ാം വയസ്സിലും ധൈര്യപൂർവ്വം "എന്നെ ഈ പറമ്പിൽ ക്ലാരമ്മയോടൊപ്പം അടക്കിയാൽ മതി. പള്ളിക്കാർക്കിതാവും തെമ്മാടിക്കുഴി. എനിക്കീ തെമ്മാടിക്കുഴിയാണിഷ്ടം" എന്ന് പതറാതെ, ആത്മധൈര്യത്തോടെ പറയുവാൻ വർക്കിക്ക് കഴിഞ്ഞത്.

പുത്രന്റെ ചിന്താസ്വാതന്ത്ര്യം മുൻനിർത്തി വർക്കിയുടെ അമ്മയെ പള്ളിക്കുറ്റത്തിൽ നിർത്താൻ പള്ളിക്കാരും പുരോഹിതരും ഒരുങ്ങുകയുണ്ടായി. നൂറു ശതമാനവും ഭക്തയായിരുന്നു ആ അമ്മ. ആദ്യഘട്ടത്തിൽ മകന്റെ മനസ്സ് മാറ്റാൻ ശ്രമിച്ച് പരാജയപ്പെട്ടെങ്കിലും മകൻ പ്രദർശിപ്പിക്കുന്ന നന്മയിലും സൽപ്രവൃത്തികളിലും ഉത്തമബോദ്ധ്യമുള്ള വ്യക്തിയായി ആ അമ്മ. അവർ മകനുവേണ്ടി നിലകൊണ്ടു. കത്തനാർ പറയുന്നതിൽ വലിയ കഴമ്പൊന്നുമില്ലെന്ന് അമ്മ വാദിച്ചു.

"മകൻ പള്ളിയിൽ പോകാത്തതിന് ഞാനെന്തു വേണം? അടയ്ക്കയാണെങ്കിൽ മടിയിൽ വയ്ക്കാം. അടയ്ക്കാമരമായാൽ എന്ത് ചെയ്യും?" എന്ന് അമ്മ ചോദിച്ചുതുടങ്ങി. ഈ വടംവലിയിൽ അമ്മ എന്റെ ദൈവവിരോധകാര്യം ശ്രദ്ധയോടെ പരിശോധിക്കുകയും എന്റെ പക്ഷത്തേക്ക് വ്യക്തമായി ചായുകയും ചെയ്തു. (*എന്റെ വഴിത്തിരിവ്*, പേജ് 36)

പക്ഷേ, തനിക്കും പള്ളിക്കും ഇടയിൽക്കിടന്ന് വിഷമിക്കേണ്ടിവന്ന അമ്മയെയും ഭാര്യയെയും ഓർത്ത് വർക്കിക്ക് ദുഃഖമുണ്ടായിരുന്നു.

പൊൻകുന്നം വർക്കിയുടെ വീക്ഷണങ്ങൾക്കും ചിന്തകൾക്കും ദിശാബോധം നല്കിയ രണ്ട് ദർശനങ്ങളുണ്ട്. ആദ്യത്തേത് 'ക്രൈസ്തവ മത ദർശന'മാണ്. രണ്ടാമത്തേതാകട്ടെ 'മാർക്സിസ്റ്റ് ദർശനവും.'

> കമ്യൂണിസത്തെക്കുറിച്ച് പഠിക്കുന്നതിന്മുമ്പ് കമ്യൂണിസ്റ്റ് സ്നേഹിതന്മാർ എനിക്ക് പഠന വിധേയമായി. കെ സി ജോർജ്, ഇ എം എസ്, അച്യുതമേനോൻ, കോട്ടയം ഭാസി, സി എസ് ഗോപാലപിള്ള, ആർ സുഗതൻ മുതലായ വ്യക്തികളുടെ ലഘു ജീവിതവും ഉയർന്ന തരത്തിലുള്ള ചിന്താഗതിയും എന്നെ ആകർഷിക്കുകയുണ്ടായി. ഈ സ്നേഹിതന്മാർ വിശ്വസിക്കുന്ന ജീവിതതത്ത്വശാസ്ത്രത്തിന് അതിന്റേതായ നന്മയുണ്ടായിരിക്കുമെന്ന് ഞാൻ മനസ്സിലാക്കി. നിലവിലുള്ള പലതിനേയും നിഷേധിക്കയും ആരോഗ്യയുക്തമായ പുതിയതിനെ പ്രതീക്ഷിക്കയും ചെയ്യുന്ന എനിക്ക് കമ്യൂണിസത്തോടും കമ്യൂണിസ്റ്റ് സ്നേഹിതന്മാരോടും ബഹുമാനം തോന്നി. വിശേഷിച്ച് തന്റെ സ്വത്തിൽ അധികഭാഗവും പാർട്ടിക്ക് സംഭാവന ചെയ്തശേഷം പാർട്ടി നല്കിയ ചെറിയ തുകയിൽ ജീവിച്ച് ഒരു പുതിയ സാമൂഹികക്രമത്തിനുവേണ്ടി പണിയെടുത്തുകൊണ്ടിരിക്കുന്ന ഇ എം എസ് എനിക്ക് ഒരു ചിന്താവിഷയമായി. സർ സി പി യുടെ സ്വേച്ഛാധിപത്യത്തിനെതിരായി ആലപ്പുഴയിലെ ട്രേഡ് യൂണിയൻ പ്രസ്ഥാനം ഉയർത്തിക്കൊണ്ടിരുന്ന വിപ്ലവശബ്ദങ്ങളും എന്റെ ആത്മാവിൽ അലയടിച്ചുകൊണ്ടിരുന്നു. (*എന്റെ വഴിത്തിരിവ്*)

കമ്യൂണിസ്റ്റ് പ്രസ്ഥാനം ഏതുവിധത്തിലാണ് വർക്കിയുടെ ജീവിതത്തെ സ്വാധീനിച്ചതെന്ന് മേലുദ്ധരിച്ച അദ്ദേഹത്തിന്റെ നിഗമനങ്ങളിൽനിന്ന് വ്യക്തമാകുമല്ലോ. കോട്ടയത്തുനിന്ന് ആലപ്പുഴയിലേക്കുള്ള ഒരു ബോട്ടുയാത്രയിൽ ആദർശസമ്പന്നനും മനുഷ്യസ്നേഹിയുമായ പി കൃഷ്ണപിള്ളയുമായി തുടർച്ചയായി രണ്ടുമണിക്കൂർ സംസാരിക്കാൻ ഇടവന്നതോടെ വർക്കി ഒരു കമ്യൂണിസ്റ്റ് സഹയാത്രികനായി മാറുകയായിരുന്നു.

ഈ ഘട്ടത്തിലാണ് സാമൂഹിക ചിന്തകനും നിരൂപകനുമായ എം പി പോളുമായി ബന്ധപ്പെടുന്നതും പുരോഗമന സാഹിത്യസംഘടനയുടെ പ്രവർത്തനങ്ങളിൽ ഭാഗഭാക്കാകുന്നതും. തൃശ്ശൂർ സെന്റ് തോമസ് കോളേജിൽനിന്നും പിരിച്ചുവിട്ടശേഷം സാഹിത്യപ്രവർത്തനവും ട്യൂട്ടോറിയൽ കോളേജുമായി കോട്ടയത്ത് കഴിഞ്ഞുകൂടുകയായിരുന്നു എം പി പോൾ. കമ്യൂണിസ്റ്റ് പാർട്ടിയുടെ ഒരു പോഷകസംഘടനയാണ് പുരോഗമനസാഹിത്യസംഘടന എന്ന ആക്ഷേപത്തെപ്പറ്റി നിഷ്പക്ഷബുദ്ധിയോടെ നിരീക്ഷിക്കുകയും ആ ആക്ഷേപത്തിൽ വലിയ കാമ്പില്ല എന്ന് വർക്കിക്ക് ബോദ്ധ്യമാവുകയും ചെയ്തു. തുടർന്നാണ് അദ്ദേഹം ആ സംഘടനയുടെ സെക്രട്ടറിയായി പ്രവർത്തിക്കാൻ തയ്യാ

റായത്. എം പി പോളായിരുന്നു പുരോഗമനസാഹിത്യസംഘടനയുടെ പ്രസിഡന്റ്. കേശവദേവ്, ബഷീർ, തകഴി, കുറ്റിപ്പുഴ, മുണ്ടശ്ശേരി, കെ ദാമോദരൻ, എം എസ് ദേവദാസ്, സി അച്യുതക്കുറുപ്പ് എന്നിവർ സംഘടനയുടെ അംഗങ്ങളായിരുന്നു. ദേശീയപ്രസ്ഥാനം അതിന്റെ മൂർദ്ധന്യദശയിൽ എത്തിനിന്നിരുന്ന ആ കാലത്ത് അഭിപ്രായഭേദങ്ങൾ മറന്ന് കലാകാരന്മാർ ഒറ്റക്കെട്ടായി നീങ്ങുന്നതായി മാത്രമേ വർക്കി അതിനെ വിലയിരുത്തിയുള്ളൂ.

1945 ൽ കോട്ടയത്തുവച്ച് ഹരീന്ദ്രനാഥ ചതോപാദ്ധ്യായയുടെ അദ്ധ്യക്ഷതയിൽ ചേർന്ന പുരോഗമന സാഹിത്യസമ്മേളനം സാഹിത്യലോകത്തെ ഒരു വലിയ സംഭവം തന്നെയായിരുന്നു. അതുവരെ സംഘടനയെ എതിർത്തിരുന്നവർ പോലും പുരോഗമന സാഹിത്യസംഘടനയുടെ ഉപാസകരായി മാറി. മാറ്റത്തിന്റെ കാഹളം മുഴക്കിയ ആ സമ്മേളനത്തിനുശേഷം കത്തോലിക്കാ സഭയും പുരോഹിതന്മാരും സാഹിത്യപ്രവർത്തകരിൽ ഒരു വിഭാഗവും വർക്കിയെ കമ്യൂണിസ്റ്റുകാരൻ എന്ന് മുദ്രകുത്തി. പുരോഗമന സാഹിത്യസംഘടനയുടെ പ്രവർത്തനങ്ങളിൽ നിന്ന് പിന്മാറ്റാൻ പള്ളിക്കാരും പുരോഹിതന്മാരും ആവുന്നത്ര പരിശ്രമിച്ചുനോക്കിയെങ്കിലും വർക്കി വഴങ്ങിയില്ല.

ജനിച്ചുവളർന്ന സാഹചര്യവും പരിതഃസ്ഥിതിയും ഒരു വ്യക്തിയെ പ്രത്യേകിച്ചും ഒരെഴുത്തുകാരനെ സ്വാധീനിക്കുന്ന നിർണ്ണായകഘടകങ്ങളാണ്. കോട്ടയം ജില്ലയുടെ കിഴക്കൻ മലയോരപ്രദേശമായ പൊൻകുന്നം ചെറുതും വലുതുമായ കൃഷിക്കാരുടെ കേന്ദ്രമാണ്. ആറുവയസ്സിനുശേഷം അവരോടൊപ്പം ജീവിച്ച വർക്കിക്ക് അദ്ധ്വാനിക്കുന്ന മനുഷ്യന്റെ മഹത്ത്വം തൊട്ടറിയാൻ കഴിഞ്ഞു. കൃഷിക്കാരന്റെ പ്രതീക്ഷകളും ഉൽക്കണ്ഠകളും വേദനയും സങ്കടങ്ങളും കണ്ടറിഞ്ഞുകൊണ്ടാണ് അദ്ദേഹത്തിന്റെ ജീവിതം വികസ്വരമാകുന്നത്. അതുപോലെത്തന്നെ നിർദ്ധന കത്തോലിക്കാ കുടുംബത്തിൽ അനുഭവിക്കേണ്ടിവരുന്ന യാതനകൾ, നിരർത്ഥകമായ ആചാരങ്ങൾ, പരിഹാസങ്ങൾ എന്നിവയെല്ലാം ഏറ്റുവാങ്ങാൻ വിധിക്കപ്പെട്ടതായിരുന്നു വർക്കിയുടെ ബാല്യകൗമാരങ്ങൾ. ഇവയെല്ലാം ഒന്നൊന്നായി വർക്കിയുടെ ഹൃദയത്തിന്റെ അടിത്തട്ടിൽ അമർന്നു കത്തുന്നുണ്ടായിരുന്നു. വർക്കിയിലെ എഴുത്തുകാരൻ പിറവിയെടുത്തതോടെ ഇവ ഒന്നൊന്നായി അഗ്നിജ്വാലകളായി പ്രഭാപൂരം പരത്താൻ തുടങ്ങി. തനിക്കുചുറ്റും നടന്നുകൊണ്ടിരിക്കുന്ന അനീതികളെയും ചൂഷണങ്ങളെയും കഥകളിലൂടെ തുറന്നെതിർക്കാൻ ചങ്കൂറ്റം കാണിച്ച എഴുത്തുകാരൻ എന്ന നിലയ്ക്കാണ് വർക്കി പെട്ടെന്ന് ശ്രദ്ധേയനായത്.

രചനയ്ക്കായി വർക്കി സ്വീകരിച്ച വിഷയങ്ങൾ കണക്കിലെടുക്കുമ്പോൾ അവയെ മൂന്നു വിഭാഗങ്ങളായി തരംതിരിക്കാവുന്നതാണ്. ഒന്നാമത്തേത്, അദ്ധ്വാനശീലരായ കർഷകരുടെ മഹത്ത്വം വിളിച്ചോതുന്ന മണ്ണിന്റെ മണമുള്ള കഥകൾ. മണ്ണ് പൊന്നാക്കുന്ന കർഷകന്റെ അദ്ധ്വാ

നത്തെയും ഫലഭൂയിഷ്ഠമായ മണ്ണിനെയും വർണ്ണിക്കാൻ തുടങ്ങുമ്പോൾ വർക്കിയുടെ ഭാഷ തികച്ചും കാവ്യാത്മകമായി മാറും. ഈ ഇനത്തിൽ ചൂണ്ടിക്കാണിക്കാവുന്ന കഥകളാണ് *ശബ്ദിക്കുന്ന കലപ്പ, അച്ഛൻ കൊമ്പത്ത്, ചാത്തന്റെ മകൾ* എന്നിവ. നാടൻ കൃഷിക്കാരനായ ഔസേപ്പുചേട്ടന്റെയും തന്നോടൊപ്പം അദ്ധ്വാനത്തിൽ പങ്കാളിയായ കണ്ണൻ എന്ന കാളയുടെയും ജീവിത പ്രാരാബ്ധങ്ങൾകൊണ്ട് അതിനെ വില്ക്കേണ്ടി വന്നതിന്റെയും ഇതിഹാസതുല്യമായ കഥയാണ് *ശബ്ദിക്കുന്ന കലപ്പ*. പ്രേംചന്ദിന്റെ *ഹീരാമോത്തി* എന്ന പ്രസിദ്ധകഥയുടെ തൊട്ടടുത്തു നില്ക്കാവുന്ന ഒരു കഥകൂടിയാണിത്.

രണ്ടാമത്തെ ഇനത്തിൽ പെടുന്നത് രാഷ്ട്രീയകഥകളാണ്. അധികാരം ഭരണാധികാരികളെ ഏതുവിധം ദുഷിപ്പിക്കുന്നു എന്ന് നാം ഇതിനകം നിരവധി തവണ കണ്ടുകഴിഞ്ഞു. അധാർമ്മികതയും നിഷ്ഠുരതകളും അടിച്ചമർത്തലുകളും സർ സി പി രാമസ്വാമിയിൽനിന്നായാലും കോൺഗ്രസിൽനിന്നായാലും വിട്ടുവീഴ്ചയില്ലാതെ എതിർക്കാൻ ധൈര്യം കാണിച്ച എഴുത്തുകാരനാണ് വർക്കി. നിയമസഭയുടെ പ്രസിഡന്റായ ദിവാനിൽ അധികാരം നിക്ഷിപ്തമാക്കിക്കൊണ്ടുള്ള ചില ഭരണപരിഷ്കാരങ്ങൾ നടപ്പിൽ വരുത്തുന്നതിനായി സർ സി പി ശ്രമിക്കുകയും അത് അമേരിക്കൻ മോഡലാണെന്ന് അവകാശപ്പെടുകയും ചെയ്തു. ഇത് ജനാധിപത്യവിരുദ്ധമാണെന്ന് പ്രഖ്യാപിച്ച് ജനങ്ങൾ 'അമേരിക്കൻ മോഡൽ അറബിക്കടലിൽ' എന്ന മുദ്രാവാക്യമുയർത്തി പ്രക്ഷോഭമാരംഭിച്ചു. ഈ സന്ദർഭത്തിലാണ് വർക്കി തന്റെ പ്രസിദ്ധകഥയായ *മോഡൽ* എഴുതിയത്. സി പി ഫ്രാൻസിസ് എന്ന തയ്യൽക്കാരനെ കേന്ദ്രകഥാപാത്രമാക്കി രചിച്ച *മോഡൽ* ഒരു സാധാരണകഥയായി ഒറ്റനോട്ടത്തിൽ തോന്നാമെങ്കിലും ഇഴപിരിച്ചു നോക്കിയാൽ അതിലെ ഓരോ ഭാഗവും പ്രതീകാത്മകമായി സർ സി പി യെയും അദ്ദേഹത്തിന്റെ നയപരിപാടികളെയും പരോക്ഷമായി വിമർശിക്കുന്ന കഥയാണെന്ന് വ്യക്തമാകും.

വർഗ്ഗസമരത്തിന് പ്രേരണ നല്കുന്ന സാഹിത്യസൃഷ്ടികളുടെ കർത്താവ് എന്ന നിലയ്ക്കാണ് വർക്കിയെ അറസ്റ്റ് ചെയ്ത് ജയിലിലടച്ചത്. മൗലികമായ ഒരു കഥ എഴുതിയതിന്റെ പേരിൽ കേരളത്തിൽ ആദ്യമായി അറസ്റ്റു ചെയ്യപ്പെട്ട എഴുത്തുകാരനും വർക്കിയാണ്. ദിവാനാൽ നിയോഗിക്കപ്പെട്ട ഒരു പൊലീസുദ്യോഗസ്ഥൻ, ഒരു മാപ്പെഴുതിക്കൊടുക്കാൻ വർക്കിയെ പ്രേരിപ്പിച്ചു. വർഗ്ഗസമരത്തിന് പ്രേരിപ്പിക്കുക എന്ന ഉദ്ദേശ്യത്തോടെയല്ല താൻ സാഹിത്യസൃഷ്ടികൾ നടത്തിയതെന്ന് എഴുതി നല്കുകയേ വേണ്ടൂ. തത്സമയം ജയിൽവിമോചിതനാക്കാം എന്ന വാഗ്ദാനവും വച്ചു.

"എന്റെ എഴുത്തിലെ ഓരോ വാക്കിന്റെയും ഉദ്ദേശ്യം വ്യക്തമാണ്. നിങ്ങൾ പറയുന്നതുപോലെ ഒരു മാപ്പപേക്ഷ തന്നിട്ട് ജയിൽമോചിതനാകാൻ ആഗ്രഹിക്കുന്നില്ല," എന്നുള്ള ഒരു മറുപടിയാണ് വർക്കി എഴുതിക്കൊടുത്തത്.

മൂന്നാമത്തെ ഇനത്തിൽപ്പെടുന്ന കഥകൾ പൗരോഹിത്യത്തിനും മതമൗലികതയ്ക്കും കത്തോലിക്കാസഭയിലെ അപചയങ്ങൾക്കും എതിരായി എഴുതപ്പെട്ട കഥകളാണ്. മുഖ്യമായും ഒരു കഥാകൃത്തായിട്ടാണ് വർക്കി അറിയപ്പെടുന്നതെങ്കിലും തന്റെ സന്ദേശങ്ങൾ പെട്ടെന്ന് ജനങ്ങളിലെത്തിക്കാൻ കഴിയുന്ന മാധ്യമം നാടകമാണെന്ന് ബോദ്ധ്യമായതോടെ അദ്ദേഹം നാടകരംഗത്തേക്കും പ്രവേശിച്ചു. സ്വാതന്ത്ര്യസമരത്തിന്റെ പശ്ചാത്തലത്തിലെഴുതിയ ആദ്യനാടകം–*ജേതാക്കൾ*–തന്നെ സർ സി പി നിരോധിക്കുകയുണ്ടായി. എം പി പോളിന്റെ ധീരമായ നിലപാടുകൾക്ക് തെമ്മാടിക്കുഴി വിധിച്ച അമർഷത്തിന്റെ പശ്ചാത്തലത്തിലെഴുതിയ നാടകമാണ് *വഴിതുറന്നു. കതിരുകാണാക്കിളി, ഞാനൊരധികപ്പറ്റാണ്, വിശറിക്ക് കാറ്റ് വേണ്ട, സ്വർഗ്ഗം നാണിക്കുന്നു, മനുഷ്യൻ, കർണ്ണൻ, അൾത്താര* തുടങ്ങി പ്രശസ്തമായ നാടകങ്ങൾ കേരളത്തിൽ അങ്ങോളമിങ്ങോളം നിരവധി തവണ അവതരിപ്പിച്ചിട്ടുള്ളതാണ്. തിരക്കഥാരംഗത്ത് ആദ്യം കടന്നുവന്ന എഴുത്തുകാരൻ വർക്കിയാണ്. *നവലോകം, സ്നേഹസീമ, ആശാദീപം, കാലം മാറുന്നു, ഭാര്യ* തുടങ്ങിയ പ്രശസ്ത സിനിമകളുടെ തിരക്കഥകൾ വർക്കിയുടേതാണ്.

പ്രസാധകരുടെ ചൂഷണത്തിൽനിന്നും എഴുത്തുകാരെ മോചിപ്പിക്കുക എന്ന ഉദ്ദേശ്യത്തോടെ വർക്കി, ഡി സി കിഴക്കേമുറി, എം പി പോൾ, കാരൂർ എന്നിവരുടെ നേതൃത്വത്തിൽ രൂപം കൊണ്ടതാണ് സാഹിത്യപ്രവർത്തക സഹകരണസംഘവും നാഷണൽ ബുക്സ്റ്റാളും. കുറേക്കാലം വർക്കി ഈ സംഘത്തിന്റെ പ്രസിഡന്റായിരുന്നു. സാഹിത്യ അക്കാദമിയുടെ പ്രസിഡന്റായും അദ്ദേഹം സേവനമനുഷ്ഠിക്കുകയുണ്ടായി. വള്ളത്തോൾ പുരസ്കാരം, എഴുത്തച്ഛൻ പുരസ്കാരം, പത്മപ്രഭാപുരസ്കാരം എന്നിങ്ങനെ നിരവധി പുരസ്കാരങ്ങൾ വർക്കിയെ തേടിയെത്തി.

മനസ്സിൽ രൂപരേഖ വരച്ചിട്ട ഒരു നോവൽ എഴുതിത്തീർക്കണമെന്ന് വർക്കി ആഗ്രഹിച്ചിരുന്നു. ശാരീരിക അവശതമൂലം സ്വയം എഴുതാൻ കഴിയാത്തതിനാൽ, വാർദ്ധക്യത്തിൽ സന്തതസഹചാരിയായിരുന്ന ചെമ്പൻകുഴി കുഞ്ഞുകൊച്ച് വർക്കിയുടെ വാക്കുകൾ കടലാസിൽ എഴുതി പൂർത്തിയാക്കി. ഒരു രാത്രിയിൽ ആ കടലാസുകെട്ട് വരാന്തയുടെ 'റെയ്‌ലിങ്സി'ൽ വെച്ച് അദ്ദേഹം ഉറങ്ങാൻ പോയി. രാവിലെ ഉണർന്നപ്പോൾ, അപ്രതീക്ഷിതമായി പെയ്ത മഴയിൽ കുതിർന്ന് മഷി പരന്ന് താളുകൾ വേർതിരിക്കാനാവാത്ത വിധമുള്ള ഒരു കടലാസുകൂമ്പാരമാണ് കാണാൻ കഴിഞ്ഞത്. പിന്നീടത് പുനർനിർമ്മിക്കാൻ കഴിഞ്ഞില്ല. സങ്കീർത്തനം എന്നു പേരുനല്കിയ ആ നോവൽ വായിക്കാനുള്ള അവസരം അങ്ങനെ ഭാഷാസ്നേഹികൾക്ക് നഷ്ടമായി.

നിർഭയമായ മനസ്സും കുനിയാത്ത ശിരസ്സുമുള്ള ആ കർമ്മധീരൻ എന്നെന്നും മലയാളത്തിന്റെ നിത്യസ്മരണയായിരിക്കും.

സി എ കിട്ടുണ്ണി
വിനീതനായ കഥാകൃത്ത്

കഥാകൃത്ത്, കവി, നോവലിസ്റ്റ്, പത്രപ്രവർത്തകൻ, പൊതുജന സേവകൻ, സാമൂഹ്യപ്രവർത്തകൻ എന്നീ വൈവിദ്ധ്യമാർന്ന നിലകളിൽ സരളതയുടെയും സത്യസന്ധതയുടെയും പ്രതീകമായി വർത്തിച്ച്, അർഹിക്കുന്ന പ്രശസ്തി ലഭിക്കാതെ അകാലത്തിൽ അന്തരിച്ച ഒരു ഗാന്ധിയൻ സോഷ്യലിസ്റ്റായിരുന്നു സി എ കിട്ടുണ്ണി. സ്വാർത്ഥലാഭവും വ്യക്തി താല്പര്യവും കൊടികുത്തി വാഴുന്ന ഇന്നത്തെ സാമൂഹികചുറ്റുപാടിൽ കിട്ടുണ്ണിയെപ്പോലെ നിസ്വാർത്ഥനും പ്രതിഭാശാലിയുമായിരുന്ന ഒരു വ്യക്തിയെ സ്മരിക്കുവാനും വിലയിരുത്തുവാനും ഇന്നേവരെ ഒരു സംരംഭവും ഉണ്ടായിട്ടില്ല എന്നതിൽ അത്ഭുതപ്പെടാനില്ല. ഞാൻ അദ്ദേഹത്തെ പരിചയപ്പെട്ടത് 1960 ൽ ഒരു കോളേജ്‌വിദ്യാർത്ഥി ആയിരുന്ന കാലത്താണ്. നാല് വർഷക്കാലം മാത്രം നിലനിന്ന സുദൃഢമായ ഒരു സൗഹൃദബന്ധമായിരുന്നു അത്. പുതിയ തലമുറയ്ക്ക് സി എ കിട്ടുണ്ണിയെ പരിചയപ്പെടുത്തിയില്ലെങ്കിൽ അത് അക്ഷന്തവ്യമായ ഒരപരാധമായിരിക്കുമെന്ന് എന്റെ മനസ്സാക്ഷി പറയുന്നു.

അനുഭവമാണ് ഒരെഴുത്തുകാരന്റെ പാഠശാലയെങ്കിൽ, സി എ കിട്ടുണ്ണി ജനിച്ചതുതന്നെ ഒരെഴുത്തുകാരനാവാൻ വേണ്ടിയാണെന്ന് പറയേണ്ടിവരും. അത്രയും തീക്ഷ്ണമായ ഒരു ജീവിതസാഹചര്യത്തിലാണ് അദ്ദേഹം വളർന്നുവന്നത്. അനാഥമാക്കപ്പെട്ട ഒരു ബാല്യമായിരുന്നു അദ്ദേഹത്തിന്റേത്. അച്ഛനുമമ്മയും തമ്മിലുള്ള ബന്ധം കിട്ടുണ്ണിയുടെ പിറവിയോടെ അറ്റുപോയി. ആ ഇളംകുരുന്നിനെ മുത്തശ്ശിയെ ഏല്പിച്ചുകൊണ്ട് അമ്മയ്ക്ക് വീണ്ടും മറ്റൊരാളുടെ ഭാര്യയാകേണ്ടിവന്നു. അമ്മാവന്മാരുടെ ഭാര്യമാരും കുഞ്ഞുങ്ങളുമടങ്ങുന്ന ഒരു വലിയ വീട്ടിൽ അച്ഛന്റെയും അമ്മയുടെയും വാത്സല്യം നുകരാനാവാതെ ഒരേകാന്തപഥികനായി ആ കുട്ടി വളർന്നു. അമ്മൂമ്മയുടെ ഒരു തലോടൽ മാത്രമായിരുന്നു ഏക ആശ്രയം.

സി എ കിട്ടുണ്ണി

അമ്മൂമ്മയുടെ പാട്ടും കഥയും കേട്ട് ഉറങ്ങിയിരുന്ന തന്റെ ക്ലേശകരമായ ബാല്യത്തെക്കുറിച്ച് കിട്ടുണ്ണി തന്റെ ആത്മകഥയായ *നെടുവീർപ്പിൽ* രേഖപ്പെടുത്തിയത് വായിച്ചാൽ ആരുടെ കണ്ണുകളും ഈറനാകും. കിട്ടുണ്ണിയുടെ അമ്മയെ പുനർവിവാഹം ചെയ്തതിൽ പിറന്ന മക്കളിൽ ഒരാളാണ് പില്ക്കാലത്ത് പ്രശസ്ത രാഷ്ട്രീയനേതാവും മന്ത്രിയുമായി തീർന്ന വി വി രാഘവൻ. രാഘവൻ തന്റെ ജേഷ്ഠ്യന്റെ ബാല്യത്തെപ്പറ്റി ഇങ്ങനെ സ്മരിക്കുന്നു:

“ചേട്ടനും എന്റെ അമ്മയും – അവർ സഹിച്ചിട്ടുള്ള വേദനകൾക്ക് കൈയും കണക്കുമില്ല. എത്രയെത്ര കുടിക്കാഴ്ചകൾ – എത്രയെത്ര വേർപിരിയൽ – അമ്മയുടെ കൈയിൽ തൂങ്ങി ഞാനിതിനൊക്കെ സാക്ഷിയായിട്ടുണ്ട്”. (സി എ കിട്ടുണ്ണി, *കുറേ സ്മരണകൾ*, കൈരളീ സുധ, 1991 മാർച്ച് 13)

അപ്പർ പ്രൈമറി പൂർത്തിയാകുംമുൻപേ അദ്ധ്യയനം നിർത്തി കിട്ടുണ്ണി കണ്ണുനീരോടെ യാഥാർത്ഥ്യങ്ങളുടെ ലോകത്തിലേക്കിറങ്ങി വന്നു. ദാരിദ്ര്യത്തിന്റെ നരകയാതന അനുഭവിച്ച ആ ബാലൻ എന്തു ജോലിയും ചെയ്യാൻ സന്നദ്ധനായിരുന്നു. ഉപജീവനത്തിനുവേണ്ടി, തൃശ്ശൂർ ജില്ലയുടെ തെക്കുകിഴക്കൻ മലയോരങ്ങളിലെ തേയിലത്തോട്ടങ്ങളിൽ അട്ടകടിയേറ്റ് കഴിച്ചുകൂട്ടിയതും മേസ്തിരിയുടെ വീട്ടിൽ വീട്ടുജോലികളിലേർപ്പെട്ട് നരകിക്കേണ്ടിവന്നതും അദ്ദേഹം തന്റെ ആത്മകഥയിൽ വിവരിച്ചിട്ടുണ്ട്. തൃശ്ശൂർ *മംഗളോദയം* പ്രസിൽ കമ്പോസിങ് പഠിക്കാൻ എത്തുന്നതോടെയാണ് സി എ കിട്ടുണ്ണി എന്ന എഴുത്തുകാരൻ ജനിക്കുന്നത്. അതേപ്പറ്റി അദ്ദേഹം എഴുതി:

> കാൽനൂറ്റാണ്ടിനുമുമ്പ് പരിതഃസ്ഥിതികളുടെ പ്രാതികൂല്യത്താൽ പഠിപ്പു മുടക്കി ഒരു പ്രസിൽ കമ്പോസിങ് പഠിക്കുകയായിരുന്നു ഞാൻ. വായിക്കാനുള്ള ആശ അന്ന് വളരെ അധികമായിരുന്നു. പുസ്തകം വാങ്ങാൻ കാശില്ല. വള്ളത്തോളിന്റെ *സാഹിത്യമഞ്ജരി*, കൊട്ടാരത്തിൽ ശങ്കുണ്ണിയുടെ *ഐതിഹ്യമാല*, കെ രാമകൃഷ്ണപിള്ളയുടെ *വൃത്താന്തപത്രപ്രവർത്തനം*, *ശ്രീകൃഷ്ണചരിതം മണിപ്രവാളം* തുടങ്ങിയ പുസ്തകങ്ങളുടെ പുതിയ പതിപ്പുകൾ അന്ന് അച്ചടിച്ചുകൊണ്ടിരുന്നു. കമ്പോസ് ചെയ്ത പ്രൂഫ് വായിച്ചുകഴിഞ്ഞാൽ കൈയിലെ മഷി തുടച്ചുകളയുകയാണ് പിന്നെ കമ്പോസിറ്റർമാരുടെ പണി. ഞാൻ ആ കോപ്പികൾ കമ്പോസിറ്റർമാരെയെല്ലാം സമീപിച്ച് വാങ്ങി വഴിക്കുവഴിവെച്ച് വായിച്ച് സൂക്ഷിക്കും. (*നെടുവീർപ്പ്*)

ഇതുപോലെത്തന്നെയാണ് *കൃഷ്ണഗാഥ*, *ശ്രീകൃഷ്ണചരിതം*, *വ്യാഴവട്ടസ്മരണകൾ* എന്നീ ഗ്രന്ഥങ്ങളും കിട്ടുണ്ണി വായിച്ചുതീർത്തത്. വിക്ടർ യൂഗോവിന്റെ *പാവങ്ങൾ* മലയാളത്തിലേക്ക് പരിഭാഷപ്പെടുത്തിയതിന്റെ കൈയെഴുത്തുപ്രതി കാണാൻ ഇടവന്നപ്പോളുണ്ടായ അത്ഭുതവും സന്തോഷവും അദ്ദേഹം തന്റെ ആത്മകഥയിൽ രേഖപ്പെടുത്തിയിട്ടുണ്ട്. നാലപ്പാടന്റെ വടിവൊത്ത കൈയക്ഷരം, ശരിയായ പദത്തിനുവേണ്ടിയുള്ള നിഷ്കർഷ ഇതെല്ലാം കിട്ടുണ്ണിയുടെ പ്രത്യേക ശ്രദ്ധയ്ക്ക് പാത്രമായി. ആദ്യം ഈ ഗ്രന്ഥത്തിന് *ഏഴകൾ* എന്നാണത്രെ പേരിടുവാൻ നിശ്ചയിച്ചത്. പിന്നീട് അത് തിരുത്തി *സാധുക്കൾ* എന്നാക്കി. അവസാനമാണ് *പാവങ്ങൾ* എന്നാക്കിയത്. ഈ വിശ്രുതഗ്രന്ഥം കമ്പോസ് ചെയ്യാനുള്ള അവസരം ലഭിച്ചത് ഒരു ഭാഗ്യമായാണ് അദ്ദേഹം കരുതിയത്. വഴിമുട്ടിനിന്നിരുന്ന മലയാള നോവൽസാഹിത്യം ഗതിമാറിയൊഴുകിയത് *പാവങ്ങളുടെ* ആവിർഭാവത്തോടെയാണല്ലോ. കിട്ടുണ്ണിയിൽ ഉറങ്ങിക്കിടന്നിരുന്ന എഴുത്തുകാരനെ പുറത്തേക്കാനയിക്കാനും കാരണമായത് *പാവങ്ങളു*ടെ വായനയിൽനിന്നും ലഭിച്ച ഊർജ്ജമാണ്.

സ്വാതന്ത്ര്യത്തിനുവേണ്ടിയുള്ള ദേശീയസമരത്തോടൊപ്പംതന്നെ സാമൂഹികരംഗത്തും വൻതോതിൽ പരിവർത്തനങ്ങൾ സംഭവിച്ചുകൊണ്ടിരുന്ന ഒരു കാലഘട്ടമായിരുന്നു അത്. അന്ധവിശ്വാസങ്ങൾക്കും അനാചാരങ്ങൾക്കും ജാതിചിന്തകൾക്കും എതിരായി, നാടെങ്ങും വമ്പിച്ച മുന്നേറ്റങ്ങൾ തന്നെയുണ്ടായി. ശ്രീനാരായണസന്ദേശത്തിന്റെ സത്ത ഉൾക്കൊണ്ട് സഹോദരൻ അയ്യപ്പൻ, ഡോക്ടർ ഇ മാധവൻ, പി കൃഷ്ണൻ വക്കീൽ എന്നിവർ അധഃസ്ഥിതവർഗ്ഗത്തിന്റെ ഉയിർത്തെഴുന്നേല്പിനായി പ്രക്ഷോഭപരിപാടികളിൽ മുഴുകി. ഇതേഘട്ടത്തിൽത്തന്നെയായിരുന്നു നമ്പൂതിരിയെ മനുഷ്യനാക്കാനുള്ള നിയോഗവുമായി വി ടി ഭട്ടതിരിപ്പാട്, ഇ എം എസ്, പ്രേംജി, എം ആർ ബി തുടങ്ങിയ നമ്പൂതിരി യുവാക്കൾ പ്രക്ഷോഭരംഗത്തിറങ്ങിയത്. ഈ കാലത്ത് വി ടി ഭട്ടതിരിപ്പാട് പ്രൂഫ് റീഡറായി *മംഗളോദയ*ത്തിൽ ജോലി ചെയ്തിരുന്നു. തന്റെ സാഹിത്യപ്രവർത്തനങ്ങൾക്ക് വി ടിയിൽ നിന്ന് നിർല്ലോഭമായ പ്രോത്സാഹനമാണ് ലഭിച്ചതെന്ന് കിട്ടുണ്ണി തന്റെ *കത്തുന്ന തിരികൾ* എന്ന ഗ്രന്ഥത്തിൽ രേഖപ്പെടുത്തിയിട്ടുണ്ട്.

മംഗളോദയം പ്രസിൽനിന്നും വിട്ട് അദ്ദേഹം തൃശ്ശൂരിൽനിന്നും പ്രസിദ്ധീകരിച്ചിരുന്ന *ഗോമതി* ദിനപത്രത്തിന്റെ പത്രാധിപസമിതിയിലെത്തി. പ്രാദേശിക വാർത്തകളുടെ എഡിറ്റിങ്ങും പ്രൂഫ് നോക്കലുമായിരുന്നു ചുമതല. അന്നു ലഭിച്ചിരുന്ന പ്രതിമാസശമ്പളം പന്ത്രണ്ടു രൂപമാത്രമായിരുന്നു. ഈ കാലത്ത് സാഹിത്യരംഗത്ത് കിട്ടുണ്ണി അതിവേഗം പ്രശസ്തിയിലേക്കുയർന്നു.

അതിനുശേഷം ഒരു സുഹൃത്തുമായി കൂട്ടുചേർന്ന് അദ്ദേഹം തൃശ്ശൂരിൽ ഗുരുവിലാസം പ്രസ് സ്ഥാപിച്ച് അവിടെനിന്ന് *ഗ്രാമീണൻ* മാസിക പ്രസിദ്ധീകരിക്കാൻ തുടങ്ങി. ഗ്രാമീണരുടെ ഉന്നമനം ലക്ഷ്യമാക്കിയുള്ളതായിരുന്നു ഈ മാസിക. *ഗ്രാമീണനിൽ* കിട്ടുണ്ണി തുടർച്ചയായി എഴുതി. പിന്നീട് ഗുരുവിലാസം പ്രസിൽനിന്ന് കൂട്ടുപിരിഞ്ഞ്, തൃശ്ശൂർ മണികണ്ഠനാലിന് എതിർവശത്തായി ആശാൻ പ്രസും ബുക്ക് ഡിപ്പോയും സ്ഥാപിച്ചു. അവിടെനിന്ന് *ചന്ദ്രഹാസൻ* എന്ന കഥാമാസിക ആരംഭിച്ചു. തികച്ചും പുതുമയാർന്ന ഒരു കഥാമാസികയായിരുന്നു *ചന്ദ്രഹാസൻ*. എസ് കെ പൊറ്റെക്കാട്ടടക്കം അക്കാലത്തെ പ്രശസ്തരായ എഴുത്തുകാരെല്ലാം *ചന്ദ്രഹാസനിൽ* എഴുതിയിരുന്നു.

മലയാളകഥയുടെ രാജശില്പിയായിരുന്ന എസ് കെ പൊറ്റെക്കാട്ടിനെ ആദ്യമായി കണ്ട രംഗം കിട്ടുണ്ണി ചിത്രീകരിച്ചത് നോക്കുക:

> രണ്ടാം ലോകമഹായുദ്ധം ആരംഭിച്ച കാലം. നിത്യോപയോഗസാധനങ്ങൾക്ക് തീ പിടിച്ച വില. വില കൊടുത്താൽത്തന്നെ സാധനങ്ങൾ കിട്ടാനില്ല. ഈ അവസരത്തിൽ ജോലിയും വരുമാനവും നഷ്ടപ്പെട്ട ഒരാളുടെ നില ഓർക്കാമല്ലോ. അന്നൊരുദിവസം സന്ധ്യക്ക് മങ്ങിയ ചുമരുവിളക്കിന്റെ അടുത്തായി ചെറിയ ചാരുകസേരയിൽ ഞാൻ കിടക്കുകയാണ്. തല പുകയുന്നു. കഴിഞ്ഞ

മാസത്തിൽവന്ന മണിയോർഡർ എട്ടുറുപ്പിക തീർന്നിട്ട് കുറേ ദിവസങ്ങളായി. പഴയ മാസികകളും മറ്റും സൂക്ഷിച്ചു വെച്ചിരുന്നത് കുത്തഴിച്ച് നിവർത്തി സ്വകാര്യമായി ഒരു കുട്ടിവശം കൊടുത്തയച്ചു കിട്ടിയ ഒരുറുപ്പിക രണ്ടണയാണ് നാലഞ്ചു ദിവസമായി ആശ്രയം. ഇന്ന് കാലത്ത് അതും കഴിഞ്ഞു. 'ഉച്ചപൂജ' മുടങ്ങിയതിനാൽ 'ഉദരദേവൻ' ക്ഷോഭിച്ചിരിക്കുന്നു. ആളലും മൂളലും...

ഒരു കഥയ്ക്കുള്ള സംഖ്യ വരാനുണ്ട്. അത് നാളെ കിട്ടിയെങ്കിൽ! ശിപായി വരുമ്പോൾ ഉച്ചയാവും. കാലത്ത് പോസ്റ്റാപ്പീസിൽ പോയി അന്വേഷിക്കണം ...

പടി തുറക്കുന്ന ശബ്ദം ചിന്തകളിൽനിന്ന് പെട്ടെന്ന് പിടിച്ചുണർത്തി. പടിക്കൽ രണ്ടുപേർ. ഒരാൾ വേഗം എന്റെ അടുത്തേക്ക് വന്നു. ചിരപരിചിതനായ നാരായണനാണത്. നാരായണൻ സസന്തോഷം പറഞ്ഞു:

"ഒരാൾ കാണാൻ വന്നിട്ടുണ്ട്."

"ആരാണ്?"

"എസ് കെ പൊറ്റെക്കാട്ട്."

"എന്ത്?"

"അതെ. പൊറ്റെക്കാട്ട്."

ഞാൻ എങ്ങനെയാണ് എഴുന്നേറ്റതെന്ന് എനിക്കോർമ്മയില്ല. അകത്തേക്കോടി ഒരലക്കിയ തോർത്തെടുത്തുകൊണ്ടുവന്ന് കസേരയുടെ ശീലമേലിട്ടു. നിവർന്നുനില്ക്കുമ്പോഴേക്ക് "എന്താ അറിയോ" എന്നു ചിരിച്ചുകൊണ്ട് ആഗതൻ കസേരയിലിരുന്നുകഴിഞ്ഞു.

ചുമരുവിളക്കിന്റെ തിരി വീണ്ടും വീണ്ടും ഞാൻ നീട്ടി. ഓരോ പ്രാവശ്യം നീട്ടുമ്പോഴും ഒരു മിന്നലുണ്ടായി. കൂരിരുട്ടായി പിന്നെ. എന്റെ ഹൃദയത്തിലും ഈ മിന്നലും ഇരുട്ടും വഴിക്കുവഴി ഉണ്ടായി.

പൊറ്റെക്കാട്ടിന്റെ വെളുത്ത പല്ലുകൾ ഞാൻ കണ്ടുവെന്നല്ലാതെ മുഖം വ്യക്തമായി കാണാനൊത്തില്ല. അധികമുയരമില്ല. ചെറുപ്പമാണ് എന്നറിയാൻ കഴിഞ്ഞു.

"ബോംബെയിൽനിന്ന് വരുന്ന വഴിയാണ്. താങ്കളെ കേട്ടിട്ടേയുള്ളൂ. കാണാമെന്നു കരുതി. അടുത്താണെന്ന് വണ്ടിയിറങ്ങിയപ്പോൾ നാരായണൻ പറഞ്ഞു". ഇങ്ങനെ പലതും പൊറ്റെക്കാട്ട് പറയുന്നുണ്ട്. വിളക്കിനു നേരെ നോക്കുന്നുണ്ടെന്ന് തിരി നീട്ടുമ്പോഴൊക്കെ എനിക്ക് തോന്നി. "മണ്ണെണ്ണ തീർന്നുവെന്ന് തോന്നുന്നു. വെളിച്ചെണ്ണയിൽ രണ്ടുതിരി നനച്ചുകൊണ്ടുവരൂ.".. അകത്തേക്കു നോക്കി ഞാൻ കുറച്ചുറക്കെ പറഞ്ഞു. നിശ്ശബ്ദതയിൽ ഒന്നുരണ്ടു നിമിഷങ്ങൾ ഇഴഞ്ഞുനീങ്ങി.

"തിരി."– ഞാൻ വീണ്ടും അകത്തെ അന്ധകാരത്തിലേക്ക് നോക്കി.

"വേണ്ട, ഇരിക്കൂ. നമുക്കല്പം സംസാരിക്കാം. ഇനിയൊരിക്കൽ സൗകര്യംപോലെ വരാം. മണ്ണെണ്ണയ്ക്കിപ്പോൾ എവിടെയും ക്ഷാമമാണ്."– തിരി നനയ്ക്കാനുള്ള സാധനവും കമ്മിയാണെന്ന് പൊറ്റെക്കാട്ട് മനസിലാക്കിയിരിക്കണം. ഞാനൊരു നെടുവീർപ്പോടുകൂടി അദ്ദേഹത്തിന്റെ അടുത്ത് ബെഞ്ചിലിരുന്നു.

അന്നേവരെ ഞാൻ പൊറ്റെക്കാട്ടിനെ കണ്ടിട്ടില്ല. ഞാൻ അദ്ദേഹത്തെ വളരെ ഇഷ്ടപ്പെട്ടിരുന്നു. ബഹുമാനിച്ചിരുന്നു. കാണാൻ കൊതിച്ചിരുന്നു. ആ മാന്യസുഹൃത്ത് എന്നെ അന്വേഷിച്ച് വീട്ടിൽ വന്നപ്പോൾ യഥോചിതം സൽക്കരിക്കാൻ സാധിക്കാത്തതുപോകട്ടെ, അദ്ദേഹത്തിന്റെ മുഖമൊന്ന് നല്ലപോലെ കാണാൻ കഴിയാത്ത കാര്യം...എനിക്ക് വലിയ സങ്കടമായി. (*കത്തുന്ന തിരികൾ*– പേജ് 98)

മനുഷ്യസ്നേഹമാണ് കിട്ടുണ്ണിയുടെ രാഷ്ട്രീയം. ആദർശശുദ്ധിയുള്ള ഒരുറച്ച ഗാന്ധിയനും കോൺഗ്രസ് അനുഭാവിയുമായിരുന്നു കിട്ടുണ്ണി. അധികാരം കോൺഗ്രസുകാരെ ദുഷിപ്പിച്ചപ്പോൾ അദ്ദേഹം ജയപ്രകാശിന്റെ ഇന്ത്യൻ സോഷ്യലിസ്റ്റ് പാർട്ടിയിൽ ചേർന്നു. 1951 ലെ തിരഞ്ഞെടുപ്പിൽ സോഷ്യലിസ്റ്റ് സ്ഥാനാർത്ഥിയായി ഒല്ലൂരിൽനിന്ന് മത്സരിച്ചെങ്കിലും തോറ്റുപോയി. സോഷ്യലിസ്റ്റുപാർട്ടി വിട്ട അദ്ദേഹം പിന്നീട് ഒരു പാർട്ടിയിലും ചേരാതെ പൊതുപ്രവർത്തനം തുടരുകയായിരുന്നു. ഇരുപത് വർഷക്കാലം തുടർച്ചയായി അദ്ദേഹം തൃശ്ശൂർ മുനിസിപ്പൽ കൗൺസിലറായിരുന്നു. അംഗീകൃത വിദ്യാഭ്യാസയോഗ്യതയുള്ളവർക്കും നികുതിയുള്ളവർക്കും മാത്രം വോട്ടവകാശമുണ്ടായിരുന്ന കാലത്ത് രണ്ടുതവണ അദ്ദേഹം തിരഞ്ഞെടുപ്പിൽ തോറ്റു. എന്നാൽ, പ്രായപൂർത്തി വോട്ടവകാശം ലഭിച്ചതിനുശേഷം മരണംവരെ അദ്ദേഹം ഒരേ വാർഡിൽ നിന്നുതന്നെ തിരഞ്ഞെടുക്കപ്പെട്ടു. ഒരു പ്രാവശ്യം തൃശ്ശൂർ മുനിസിപ്പൽ വൈസ്ചെയർമാനുമായിരുന്നു. 'ടിപ്പ് ടോപ്പ്' എന്ന ചൂതാട്ടക്കളിക്ക് ലൈസൻസ് നല്കിയതിൽ പ്രതിഷേധിച്ച് അദ്ദേഹം കൗൺസിലർ സ്ഥാനം രാജിവെച്ചു. പിന്നീടൊരുതവണ ഒരു തൊഴിൽത്തർക്കത്തിന്റെ പേരിൽ കൗൺസിലർസ്ഥാനം രാജിവെയ്ക്കുകയും അതേ പ്രശ്നത്തിന്മേൽ നടന്ന ഉപതിരഞ്ഞെടുപ്പിൽ വമ്പിച്ച വിജയം നേടുകയും ചെയ്തു. പാവപ്പെട്ടവരുടെയും കഷ്ടപ്പെടുന്നവരുടെയും ഉന്നമനത്തിനായി എന്തു ത്യാഗം ചെയ്യുവാനും അദ്ദേഹം ഒരുക്കമായിരുന്നു. കമ്യൂണിസ്റ്റ് പാർട്ടിയടക്കമുള്ള ഇടതുപക്ഷക്കാരുമായി അദ്ദേഹം പടിപടിയായി അടുത്തുവരികയായിരുന്നു. വിമോചനസമരത്തിനുശേഷം നടന്ന 1960 ലെ തിരഞ്ഞെടുപ്പിൽ ഇടതുപക്ഷ സ്വതന്ത്രസ്ഥാനാർത്ഥിക്കുവേണ്ടിയുള്ള തിരഞ്ഞെടുപ്പ് കമ്മിറ്റിയുടെ സ്വാഗതസംഘം പ്രസിഡന്റായിരുന്നു കിട്ടുണ്ണി. കമ്യൂണിസ്റ്റ് നേതാക്കളായിരുന്ന കെ കെ വാരിയർ, സി ജനാർദ്ദനൻ എന്നിവരുമായും അദ്ദേഹം സൗഹൃദബന്ധം പുലർത്തിയിരുന്നു.

ആരോഗ്യം കുറഞ്ഞ ഒരു ശരീരപ്രകൃതമായിരുന്നു കിട്ടുണ്ണിയുടേത്. മരണം പെട്ടെന്നായിരുന്നു. 1964 മാർച്ച് എട്ടിന് 58-ാമത്തെ വയസ്സിൽ ഒരു ഹൃദയാഘാതത്തെത്തുടർന്ന് അദ്ദേഹം നിര്യാതനായി.

ഉയർച്ചയുടെ നെല്ലിപ്പടികൾ കയറിക്കഴിയുമ്പോൾ പലരിലും കണ്ടുവരുന്ന അഹന്ത ഒരിക്കലും അദ്ദേഹത്തെ തീണ്ടിയിരുന്നില്ല. ജീവിതാവസാനം വരെ വിനീതരിൽ വിനീതനായിരുന്നു കിട്ടുണ്ണി. അദ്ദേഹത്തിന്റെ എളിമയും ക്ഷമാശീലവും പ്രസിദ്ധമാണ്.

കൈയിറക്കം കുറഞ്ഞ പരുക്കൻ ഖദർ ഷർട്ടും ചീകിമിനുക്കാത്ത നീളം കുറഞ്ഞ തലമുടിയും തടിച്ച ഫ്രെയിമുള്ള കണ്ണട ധരിച്ച് ഉയരം കുറഞ്ഞ് മെലിഞ്ഞ ശരീരപ്രകൃതിയുമുള്ള മദ്ധ്യവയസ്കനായ കിട്ടുണ്ണിയെ ഒരിക്കൽ കണ്ടാൽ നാം മറക്കുകയില്ല. ആത്മാർത്ഥതയും വിനയവും നിറഞ്ഞ ആ പെരുമാറ്റം നമ്മിൽനിന്ന് മാഞ്ഞുപോവുകയുമില്ല.

സാമൂഹ്യ-സാംസ്കാരിക രംഗങ്ങളിൽ വൻതോതിലുള്ള പരിവർത്തനങ്ങൾ നടന്നുകൊണ്ടിരുന്ന 1930 കളിൽ അല്പസ്വല്പം വായിക്കുകയും ചുറ്റുപാടുകളെ വിവേചനപൂർവ്വം നോക്കിക്കാണാൻ ശ്രമിക്കുകയും ചെയ്യുന്ന ഒരു ചെറുപ്പക്കാരൻ ഒരു വിപ്ലവകാരിയല്ലെങ്കിലേ അത്ഭുതപ്പെടാനുള്ളൂ. സി എ കിട്ടുണ്ണി അന്ധവിശ്വാസങ്ങൾക്കും അനാചാരങ്ങൾക്കുമെതിരെ എഴുതാനും പ്രസംഗിക്കാനും ആരംഭിച്ചത് ഈ കാരണംകൊണ്ടുതന്നെയായിരിക്കണം. അക്കാലത്ത് നമ്പൂതിരി സമുദായത്തിൽ വിപ്ലവത്തിന് തിരികൊളുത്തിയ ശുക്രനക്ഷത്രമായിരുന്നല്ലോ വി ടി ഭട്ടതിരിപ്പാട്. ആത്മാർത്ഥതയും വിനയവും നിറഞ്ഞ കിട്ടുണ്ണിയുടെ എല്ലാ മുന്നേറ്റത്തിനും താങ്ങും തണലുമായി വർത്തിച്ചത് വി ടി ഭട്ടതിരിപ്പാടായിരുന്നു. അദ്ദേഹത്തിൽനിന്നുള്ള പ്രചോദനമുൾക്കൊണ്ട് കിട്ടുണ്ണി *അയിത്തം* എന്ന ഒരു കവിതാസമാഹാരം പ്രസിദ്ധീകരിച്ചു. ആ കൃതിക്ക് വി ടി ഹൃദയവികാരിയായ ഒരു അവതാരികയും എഴുതിക്കൊടുത്തു.

പഴയ മട്ടിൽ ആരോമലും ചാരുശീലയുമായ ശാരികപൈതലിനെക്കൊണ്ട് കഥ പറയിപ്പിച്ച് ഇരുന്നൂറോളം പേജ് വരുന്ന ഒരു കാവ്യമെഴുതി കിട്ടുണ്ണി. *ദൈവമഹിമ* എന്ന പേരിൽ ഒരു പുസ്തകമാക്കി അച്ചടിക്കണമെന്നായിരുന്നു കിട്ടുണ്ണിയുടെ ആഗ്രഹം. അന്നു മംഗളോദയം പ്രസിലെ ഏറ്റവും ചെറിയ കമ്പോസിറ്ററാണ് കിട്ടുണ്ണി. സാഹിത്യരംഗത്തും ജാതിചിന്ത ഫണം വിടർത്തിയാടുന്ന കാലമായിരുന്നു അത്. മേൽജാതിക്കാരനായ ഒരു പണ്ഡിതനെ തെറ്റുതിരുത്താനായി ഏല്പിച്ച ആ കവിതാഗ്രന്ഥം പിന്നീട് തിരിച്ചുകിട്ടിയില്ല. അതേത്തുടർന്നാണ് കിട്ടുണ്ണി *ആരോമലുണ്ണി* എന്ന ചരിത്രനോവലെഴുതിയത്. *ആരോമലുണ്ണി*യാണ് കിട്ടുണ്ണിയുടെ സാഹിത്യജീവിതത്തിന് അടിത്തറ പാകാൻ സഹായിച്ച ആദ്യത്തെ സാഹിത്യകൃതി. ഈ കൃതിക്ക് ഉജ്ജ്വലമായ ഒരു അവതാരിക എഴുതിക്കൊടുത്ത് പ്രൊഫ. മുണ്ടശ്ശേരി കിട്ടുണ്ണിയെ കൈപിടിച്ചുയർത്തി. *ആരോമലുണ്ണി*യെ കൊച്ചി-മദിരാശി ഗവൺമെന്റുകൾ ഏഴാം ക്ലാസിലെ ഉപപാഠപുസ്തകമാക്കി അംഗീകരിച്ചതോടെ കിട്ടുണ്ണിക്ക് ഒന്നു

നിവർന്നുനില്ക്കാമെന്നായി. ഇതിൽനിന്നുള്ള ആദായം ഉപയോഗപ്പെടുത്തിയാണ് കിട്ടുണ്ണി പില്ക്കാലത്ത് തന്റെ സാഹിത്യജീവിതത്തിൽ ഒരു നിർണ്ണായക പങ്കുവഹിച്ച ആശാൻ പ്രസും ബുക്ക് ഡിപ്പോയും സ്ഥാപിച്ചത്. ഇതിനകം ആരോമലുണ്ണിയുടെ പന്ത്രണ്ടോ പതിമൂന്നോ പതിപ്പുകൾ ഇറങ്ങിയിട്ടുണ്ട്.

ഗ്രന്ഥകാരൻ എന്ന പേര് എല്ലാ അർത്ഥത്തിലും അർഹിക്കുന്ന ആരെങ്കിലുമുണ്ടെങ്കിൽ അത് കിട്ടുണ്ണിയായിരുന്നു എന്നു വേണം പറയാൻ. പുസ്തകം എഴുതുക മാത്രമായിരുന്നില്ല, അതുണ്ടാക്കൽക്കൂടി അദ്ദേഹത്തിന്റെ പ്രവൃത്തിയായിരുന്നു. എഴുതുന്നതും കമ്പോസ് ചെയ്യുന്നതും പ്രൂഫ് നോക്കുന്നതും ഫോറം തയ്യാറാക്കി അച്ചടിച്ച്, മുറിച്ച് ബയന്റ് ചെയ്ത് വില്ക്കുന്നതുമെല്ലാം അദ്ദേഹം തന്നെയാണ് ചെയ്തിരുന്നത്.

ഗ്രാമീണജീവിതത്തിൽനിന്നും ഒപ്പിയെടുത്തവയാണ് കിട്ടുണ്ണിയുടെ കഥകൾ. നാട്ടിൻപുറത്തെ സാധാരണക്കാരുടെയും പാവപ്പെട്ടവരുടെയും ജീവിതം സരളവും അകൃത്രിമവും ഋജുവുമായ ഭാഷയിൽ ഹൃദയസ്പർശിയായി ചിത്രീകരിക്കാൻ കിട്ടുണ്ണി കാണിച്ച കരവിരുത് മറ്റാർക്കും അനുകരിക്കാൻപോലും അസാദ്ധ്യമത്രെ. അദ്ദേഹമെപ്പോഴും അശരണരുടെ കൂടെയായിരുന്നു. അവർക്കുവേണ്ടി വാദിക്കേണ്ടത് തന്റെ കടമയാണെന്ന് അദ്ദേഹം വിശ്വസിച്ചിരുന്നു. പ്രമേയം സ്വീകരിക്കുന്നതിലും പാത്രസൃഷ്ടിയിലും അദ്ദേഹത്തിന്റെ ഈ പക്ഷപാതം നിഴലിച്ചുകാണാം. ദാരിദ്ര്യത്തിൽ ജനിച്ചുവളർന്ന അദ്ദേഹം എപ്പോഴും പാവങ്ങളുടെ ചേരിയിലാണ്. അവരുടെ ദാരിദ്ര്യവും വേദനകളും എത്രമാത്രം എഴുതിയാലും തീരാത്ത വിഷയമായിരുന്നു അദ്ദേഹത്തിന്. അവരുടെ മോഹങ്ങളായിരുന്നു അദ്ദേഹത്തിന്റെ ലക്ഷ്യം. ഒരു കഥാകൃത്ത് എന്ന നിലയിൽ അദ്ദേഹം ഉയർത്തിക്കാണിക്കുന്ന സംഭവങ്ങൾക്കും ഉന്നം വയ്ക്കുന്ന ലക്ഷ്യങ്ങൾക്കും ആത്മാർത്ഥതയുടെ നിറവും ആദർശത്തിന്റെ ധീരതയുമുണ്ടായിരുന്നു. മറ്റുള്ളവർ നിസ്സാരങ്ങളെന്ന് കരുതി തള്ളിക്കളയുന്ന പല സംഭവങ്ങളും ചികഞ്ഞെടുത്ത് അവയെ അനശ്വര കലാസൃഷ്ടികളാക്കി മാറ്റുവാൻ കിട്ടുണ്ണിക്ക് ഒരു പ്രത്യേക കഴിവുതന്നെയുണ്ടായിരുന്നു.

രചനയിലെ സാങ്കേതിക വൈദഗ്ദ്ധ്യമോ കവിത തുളുമ്പുന്ന ആഖ്യാനശൈലിയോ അല്ല കിട്ടുണ്ണിയുടെ കഥകളെ ശ്രദ്ധേയങ്ങളാക്കുന്നത്. അവ ഏത് രീതിയിലവതരിപ്പിച്ചാൽ മനുഷ്യഹൃദയങ്ങളിൽ ആഞ്ഞുതറയ്ക്കും എന്നുള്ളതാണ് അദ്ദേഹം ശ്രദ്ധിച്ചത്. കഥ വായിച്ചു രസിക്കാൻ മാത്രമുള്ളതല്ല. അവ മനസ്സിനെ ആർദ്രമാക്കുവാനും അതുവഴി ജീവിതത്തിന് ഒരു സന്ദേശം നല്കുവാനും പര്യാപ്തമായിരിക്കണം എന്ന് കിട്ടുണ്ണിക്ക് നിർബ്ബന്ധമുണ്ടായിരുന്നു. അദ്ദേഹത്തിന്റെ ഓരോ കഥയും കെടാത്ത കൈത്തിരിയായി നമ്മുടെ മനസ്സിൽ പ്രകാശം ചൊരിഞ്ഞുകൊണ്ടിരിക്കും. പിന്നീട് നാം ആ കഥാപാത്രങ്ങളെ മറക്കുകയില്ല. റിക്ഷക്കാരനും മുഖത്ത് മറുകുള്ള അമ്മൂമ്മയും മങ്കമ്മയും ബസ്സകൊച്ചാ

പ്പുവും പെൻഷൻ കോൺസ്റ്റബിളും കേശവൻനായരും അനാഥബാലികയും എല്ലാം നമ്മുടെ മനസ്സിൽ നിറഞ്ഞു നില്ക്കുക തന്നെ ചെയ്യും.

ഏകദേശം നൂറോളം കഥകൾ അദ്ദേഹം മലയാളഭാഷയ്ക്ക് സംഭാവന ചെയ്തിട്ടുണ്ട്. *കഥാലോകം, കഥാലത, അനാഥബാലിക, റിക്ഷക്കാരൻ, സ്വാതന്ത്ര്യദിനത്തിൽ, കൊടിയും പടവും, തോപ്പും തൊപ്പിയും, അമ്പത്തേഴാളെക്കൊന്നു, തുയിലുണർത്തൽ, ശുദ്ധതയ്ക്ക് പനങ്കഴു ആശുപത്രിയിൽ, കള്ളരേഖ, കടയോ തലയോ, വാപ്പാടെ മോറ്* എന്നിവയാണ് അദ്ദേഹത്തിന്റെ പ്രധാന കഥാസമാഹാരങ്ങൾ. തെരഞ്ഞെടുത്ത കഥകൾ എന്നൊരു ഗ്രന്ഥമിറക്കണമെന്ന് അദ്ദേഹം ആഗ്രഹിച്ചിരുന്നു. എസ് പി സി എസ് പ്രസിഡന്റായിരുന്ന കാരൂർ ഇത് സമ്മതിക്കുകയും ചെയ്തിരുന്നതാണ്. പെട്ടെന്നുണ്ടായ ഗ്രന്ഥകാരന്റെ അന്ത്യംമൂലം ഇത് സാദ്ധ്യമായില്ല.

കത്തുന്ന തിരികൾ, കാലചക്രഗതിയിൽ എന്നിവ തന്റെ സുഹൃത്തുക്കളായിരുന്ന മാന്യവ്യക്തികളെ പരിചയപ്പെടുത്തുന്ന തൂലികാചിത്രങ്ങളാണ്. ഈ കൃതികളിലൂടെ ജി ശങ്കരക്കുറുപ്പ്, മുണ്ടശ്ശേരി, കുട്ടികൃഷ്ണമാരാർ, വി ടി ഭട്ടതിരിപ്പാട്, എസ് കെ പൊറ്റെക്കാട്ട് എന്നിവരെയെല്ലാം അദ്ദേഹം തന്റെ കാഴ്ചപ്പാടിലൂടെ വിലയിരുത്തുവാൻ ശ്രമിച്ചിട്ടുണ്ട്.

രണ്ട് നോവലുകൾ മാത്രമേ കിട്ടുണ്ണി എഴുതിയിട്ടുള്ളു. *നെടുവീർപ്പും ശാന്തിഭൂമിയും*. വിശാലമായ ക്യാൻവാസിൽ ബൃഹത്തായ ഒരു നോവലെഴുതാനുള്ള രൂപരേഖകൾ തയ്യാറാക്കിയിരുന്നു അദ്ദേഹം. ഇതേപ്പറ്റി ഒന്നിലധികം തവണ എന്നോട് പറഞ്ഞിരുന്നതായി ഓർക്കുന്നു. കണ്ണിന് വന്നുപെട്ട അസുഖംമൂലം അദ്ദേഹത്തിന്റെ അന്ത്യവും അകാലത്തിലായിരുന്നല്ലോ. അതിനാൽ ഒരു നോവൽ പിറക്കാതെ പോയി.

കിട്ടുണ്ണിയുടെ ഏറ്റവും മികച്ചതും ശ്രദ്ധേയവുമായ കൃതി *നെടുവീർപ്പാണ്*. സാധാരണക്കാരനായ കൃഷ്ണൻകുട്ടിയുടെ ആത്മകഥയാണിത്. ഈ കൃഷ്ണൻകുട്ടി മറ്റാരുമല്ല. *നെടുവീർപ്പി*ന്റെ ഒന്നാംപതിപ്പിറങ്ങിയ 1960 ൽ പത്രങ്ങളും വായനക്കാരും നിരൂപകരും കിട്ടുണ്ണിയെ അഭിനന്ദനങ്ങൾകൊണ്ട് വീർപ്പുമുട്ടിച്ചു. നിരൂപകൻ ആരാഞ്ഞു– "നോവൽ എന്ന മാറാല എന്തിന്? നെടുവീർപ്പിൽ നിന്ന് അത് ഒഴിവാക്കുക." 1962 ൽ *നെടുവീർപ്പി*ന്റെ രണ്ടാം പതിപ്പിറക്കിയപ്പോൾ ഈ അഭിപ്രായത്തെ ആദരിച്ച് *നെടുവീർപ്പി*നെ ആത്മകഥയുടെ വിഭാഗത്തിലേക്ക് മാറ്റി. ബഹുമാന്യനായിരുന്ന കുറ്റിപ്പുഴ കൃഷ്ണപിള്ള പ്രൗഢോജ്ജ്വലമായ ഒരു അവതാരികയെഴുതി *നെടുവീർപ്പി*നെ കൂടുതൽ ശ്രദ്ധേയമാക്കി. അദ്ദേഹം എഴുതി:

> ഒരു സാധാരണക്കാരന്റെ ആത്മകഥയാണെന്നുള്ളതാണ് ഈ കൃതിയുടെ പ്രത്യേകത. മലയാളത്തിലെ മറ്റു ആത്മകഥകളിൽനിന്ന് വേർതിരിച്ച് ബഹുമാനിക്കേണ്ട ഒന്നാണ് ഇതിന്റെ ജനകീയ സ്വഭാവം. ലളിതാഖ്യാനഭംഗി, അകൃത്രിമസൗകുമാര്യം,

ആർജ്ജവം എന്നീ ഗുണങ്ങൾ സജാതീയ കൃതികളെ അപേക്ഷിച്ച് ഇതിൽ കൂടുതൽ പ്രതിഫലിക്കുന്നു.

ശാന്തിഭൂമി എന്ന ആത്മകഥാപരമായ നോവലും *നെടുവീർപ്പി*ന്റെ ഒരനുബന്ധമാണ്. ഇളംപ്രായത്തിൽ ജോലി തേടി കിഴക്കൻ മലയോരങ്ങളിലെ ദുർഗ്ഗമങ്ങളായ വനപ്രദേശങ്ങളിൽ ഈർച്ചപ്പണി ചെയ്തും വീട്ടുജോലി ചെയ്തും കഴിച്ചുകൂട്ടിയ കൃഷ്ണൻകുട്ടിയുടെ ദുഃഖസങ്കുലമായ കഥയാണിത്. പാത്രസൃഷ്ടിയിലും കഥാകഥനത്തിലും കിട്ടുണ്ണിയുടെ തൂലികയുടെ കരുത്തും ലാളിത്യവും എടുത്തുകാട്ടുന്ന ഒരു കൃതിയാണ് *ശാന്തിഭൂമി.*

അഹിംസ, ജീവകാരുണ്യം, സമസൃഷ്ടിസ്നേഹം തുടങ്ങിയ സദാചാരവാസനകൾ ബാലമനസ്സുകളിൽ ഉണർത്തുവാൻ പര്യാപ്തമായ കൃതികളാണ് കിട്ടുണ്ണിയുടെ ബാലകഥകൾ. പണ്ടത്തെ നീതിബോധകഥകളുടെ ചുവടുപിടിച്ച്, പക്ഷിമൃഗാദികളുടെ സൂക്ഷ്മഭാഗങ്ങളെപ്പോലും അപഗ്രഥിച്ചാണ് കിട്ടുണ്ണി ഈ കൃതികൾ രചിച്ചിട്ടുള്ളത്. കുട്ടികൾക്ക് ഹൃദ്യമായ രീതിയിലാണ് ഇവയുടെ കഥാകഥനം നിർവ്വഹിച്ചിട്ടുള്ളത്. മുയൽ, അണ്ണാറക്കണ്ണൻ, കാക്ക, പൂച്ച, ആട്, പാമ്പ്, ആന തുടങ്ങി കുട്ടികൾക്കിഷ്ടപ്പെടുന്ന മൃഗങ്ങളെയും ജീവികളെയുമാണ് അദ്ദേഹം കഥാപാത്രങ്ങളാക്കിയത്. *മുടന്തനായ മുയലി*ന് കേരള സാഹിത്യഅക്കാദമിയുടെയും *അണ്ണാറക്കണ്ണൻ, കാകാ* എന്നീ കൃതികൾക്ക് സാഹിത്യപ്രവർത്തക സഹകരണസംഘത്തിന്റെയും അവാർഡുകൾ ലഭിക്കുകയുണ്ടായി.

ദരിദ്രഗായകൻ, ദണ്ഡിയാത്ര എന്നീ രണ്ട് കവിതാസമാഹാരങ്ങളും കിട്ടുണ്ണി പ്രസിദ്ധീകരിച്ചിട്ടുണ്ട്.

ഒരു തപസ്യയെന്നോണം സാഹിത്യസേവനം നടത്തിയ എഴുത്തുകാരനാണ് സി എ കിട്ടുണ്ണി. ജീവിച്ചിരിക്കുമ്പോഴോ അതിനുശേഷമോ അർഹിക്കുന്ന അംഗീകാരം അദ്ദേഹത്തിന് ലഭിച്ചില്ല. ഉപജാപങ്ങളോ ഗ്രൂപ്പുകളോ ഒന്നും അദ്ദേഹത്തിനുണ്ടായിരുന്നില്ല. ആ വിധത്തിൽ ചിന്തിക്കുന്നതുപോലും അധാർമ്മികമാണെന്ന് കരുതിയിരുന്ന ഒരു വ്യക്തിയായിരുന്നു അദ്ദേഹം. ജനസേവകനും ദീർഘകാലം മുനിസിപ്പൽ കൗൺസിലറുമായിരുന്ന കിട്ടുണ്ണിക്ക് ഒരു ചെറിയ സ്മാരകമുണ്ടാക്കാൻപോലും ആരും മുതിർന്നില്ല. അദ്ദേഹത്തിന്റെ കൃതികൾ പുനഃപ്രസിദ്ധീകരിക്കുവാനും വിനയാന്വിതനായ ആ എഴുത്തുകാരനെ വിലയിരുത്തുവാനും അനുസ്മരിക്കുവാനും സഹൃദയലോകവും സാഹിത്യസംഘടനകളും ശ്രമിക്കേണ്ടതല്ലേ?

പി ജെ ആന്റണി
നാടകം ജീവിതമാക്കിയ മഹാനടൻ

ആധുനിക കേരളത്തിന്റെയും നാടകവേദിയുടെയും ചരിത്രമെഴുതുന്നവർ സാമൂഹ്യമാറ്റത്തിനുള്ള ശക്തമായ മാധ്യമമെന്ന നിലയിൽ മലയാള നാടകവേദി വഹിച്ച പങ്ക് തീർച്ചയായും തങ്കലിപികളാൽ രേഖപ്പെടുത്തേണ്ടതാണ്. വി ടി ഭട്ടതിരിപ്പാട്, എം ആർ ബി, കെ ദാമോദരൻ, ചെറുകാട്, പി ജെ ആന്റണി, തോപ്പിൽ ഭാസി, പൊൻകുന്നം വർക്കി, വൈക്കം ചന്ദ്രശേഖരൻനായർ, കെ ടി മുഹമ്മദ്, എസ് എൽ പുരം സദാനന്ദൻ എന്നിവരുടെ നാടകങ്ങൾ കേരളത്തിലെ സാമൂഹ്യാന്തരീക്ഷത്തിലുളവാക്കിയ കൊടുങ്കാറ്റ്, അനീതിക്കെതിരെ ഉയർത്തിയ പ്രതിഷേധത്തിന്റെയും പ്രതിരോധത്തിന്റെയും നിലയ്ക്കാത്ത മുഴക്കങ്ങളായിരുന്നു. ആ മുഴക്കങ്ങളാണ് സാമൂഹ്യാന്തരീക്ഷത്തിൽ ഏറെക്കാലം അലയടിച്ചതും അതേത്തുടർന്ന് സാമൂഹ്യമായും രാഷ്ട്രീയമായും വന്നനുഭവിച്ച മാറ്റങ്ങൾക്ക് തിരികൊളുത്തിയതും. ഈ യാഥാർത്ഥ്യങ്ങളെക്കുറിച്ച് വേണ്ടവിധം പഠനം നടത്താനും വിലയിരുത്താനും സാമൂഹ്യവിമർശകരും ചരിത്രകാരന്മാരും കാര്യമായ ശ്രമം നടത്തുന്നില്ല എന്നത് തീർച്ചയായും ഖേദകരമാണെന്ന് രേഖപ്പെടുത്താതെ വയ്യ.

നാടകാചാര്യൻ എന്നു വിശേഷിപ്പിക്കാവുന്ന, നാടകത്തിനുവേണ്ടി ജീവിതം ഉഴിഞ്ഞുവെച്ച, പി ജെ ആന്റണിയെന്ന നാടകപ്രതിഭയാണ് ഇവരിൽ പ്രമുഖനായ ഒരു കലാകാരൻ എന്ന് ആദ്യമേ പറഞ്ഞുവയ്ക്കട്ടെ. പി ജെ ആന്റണിയെ മലയാളനാടകവേദിക്കും മലയാളഭാഷയ്ക്കും മറക്കാൻ കഴിയുമോ? നൂറ്റിപ്പതിനഞ്ചോളം നാടകങ്ങളടക്കം നൂറ്റിനാല്പതോളം കൃതികൾ മലയാള ഭാഷയ്ക്ക് കാഴ്ചവെച്ച് അർഹിക്കുന്ന അംഗീകാരവും പ്രശസ്തിയും ലഭിക്കാതെ അകാലത്തിൽ മൺമറഞ്ഞ ആന്റണിയെ? ഇവിടത്തെ പുരോഗമനപ്രസ്ഥാനങ്ങൾക്ക് ആന്റണിയെ അങ്ങനെയങ്ങ് മറക്കാനാകുമോ? അധികാരമോഹത്തിനും അഴിമതിക്കും,

പി ജെ ആന്റണി

മർദ്ദകവാഴ്ചയ്ക്കുമെതിരെ നാടകവേദിയിലൂടെ ആന്റണി അഴിച്ചുവിട്ട പ്രചണ്ഡമായ കൊടുങ്കാറ്റിൽ അധികാരത്തിന്റെ സിംഹാസനങ്ങൾ പോലും ആടിയുലഞ്ഞില്ലേ?

എന്തെല്ലാം വിശേഷണങ്ങളാലാണ് നാം ആ പ്രതിഭാശാലിയെ വിലയിരുത്തേണ്ടത്?

നടൻ, നാടകകൃത്ത്, ഗായകൻ, ഗാനരചയിതാവ്, സംഗീതസംവിധായകൻ, നാടക–സിനിമാ സംവിധായകൻ, കഥാകൃത്ത്, നോവൽ രചയിതാവ്.

ഈ ബഹുമതികൾക്കെല്ലാം ആന്റണിയെന്ന ബഹുമുഖപ്രതിഭ അർഹനായിരുന്നു. നാടകത്തെ ഇത്രയേറെ സ്നേഹിച്ച ഒരു കലാകാരൻ ആന്റണിക്ക് മുമ്പും പിമ്പും മലയാളത്തിലുണ്ടായിട്ടില്ല. നാടകം അദ്ദേഹത്തിന് ജീവിതമായിരുന്നു.

അഭിനയരംഗത്ത് രാഷ്ട്രത്തിന്റെ പരമോന്നത ബഹുമതിയായ

'ഭരത്' അവാർഡു നേടിയ ആദ്യത്തെ മലയാള ചലച്ചിത്രനടൻ എന്ന അപൂർവ്വ ബഹുമതി ആന്റണിയെ അനുഗ്രഹിച്ചെങ്കിലും അതിൽ അത്ര യൊന്നും അഹങ്കരിക്കാനില്ല എന്ന നിലപാടായിരുന്നു ആ മഹാനടൻ വച്ചുപുലർത്തിയിരുന്നത്. അപ്പോഴും അദ്ദേഹം ചിന്തിച്ചുകൊണ്ടിരുന്നത് നാടകങ്ങളെക്കുറിച്ചായിരുന്നു. ഒരു സിനിമാനടൻ എന്നതിലുപരി നാടക കൃത്ത്, നാടകനടൻ എന്നു വിശേഷിപ്പിക്കുന്നതിലായിരുന്നു അദ്ദേഹം അഭിമാനം കൊണ്ടിരുന്നത്.

നാടകരചന ആന്റണിക്ക് അനായാസമായ ഒരു പ്രക്രിയയായിരുന്നു. ഒരു രാത്രികൊണ്ട് ഒരു നാടകമെഴുതി പിറ്റേന്ന് അത് അവതരിപ്പിക്കാൻ തുടങ്ങുക എന്നത് അദ്ദേഹത്തിന് അത്ര ബുദ്ധിമുട്ടുള്ള കാര്യമായിരു ന്നില്ല. മറ്റു പല നാടകകൃത്തുക്കളെയും പോലെ ജീവിതഗന്ധിയായ ഒരു പ്രമേയമന്വേഷിച്ച് ഊരുചുറ്റുകയും നിരവധി മാസങ്ങൾ തപസ്സനുഷ്ഠി ക്കുകയും അതിനുശേഷം മറ്റു പല കലാകാരന്മാരുടെയും നിർദ്ദേശ പ്രകാരം പലവട്ടം തിരുത്തി എഴുതുകയും ചെയ്യുന്ന പ്രക്രിയ ആന്റണി യുടെ സർഗ്ഗജീവിതത്തിൽ ഉണ്ടായിട്ടില്ല. ജീവിതസ്പർശിയായ പ്രമേയ ങ്ങൾതന്നെയാണ് ആന്റണി തെരഞ്ഞെടുത്തിരുന്നത്. മണ്ണും മനുഷ്യനും അവരുടെ ജീവിതബന്ധങ്ങളും രംഗബോധത്തോടെ വിളക്കിയെടുത്ത് അവതരിപ്പിക്കാനുള്ള അനിതരസാധാരണമായ കഴിവ് ആന്റണിയെന്ന അതുല്യപ്രതിഭയ്ക്കുമാത്രം അവകാശപ്പെട്ടതാണ്. പ്രമേയങ്ങളും അതി നോട് ബന്ധപ്പെട്ടു കിടക്കുന്ന പ്രശ്നങ്ങളും പുറത്തുവരുവാൻ കച്ചകെ ട്ടിയിറങ്ങുന്ന കഥാപാത്രങ്ങളും ആ പ്രതിഭാധനന്റെ ഹൃദയത്തിൽ കുമി ഞ്ഞുകൂടി നില്ക്കുകയാണെന്ന് തോന്നുംവിധമുള്ള ഒരു സംഭവം പറയാം. ആന്റണിയുമായി അടുത്ത് ആത്മബന്ധമുണ്ടായിരുന്ന ശ്രീ. ടി എം എബ്രഹാം എഴുതിയിരിക്കുന്നത് ശ്രദ്ധിക്കുക:

"പി ജെ ആന്റണിയോടൊപ്പം നാടകരംഗത്ത് വളരെക്കാലം സഹ കരിച്ചിട്ടുള്ള പള്ളൻ ജോസഫ് ഒരു സംഭവം അനുസ്മരിക്കുന്നുണ്ട്. 1959 ലെ വിമോചനസമരം ആരംഭിച്ച സമയം. അന്നത്തെ മുഖ്യമന്ത്രിയായി രുന്ന ഇ എം എസ് നമ്പൂതിരിപ്പാട് എറണാകുളം ഗസ്റ്റ് ഹൗസിൽ എത്തുന്നു. പി ജെ ആന്റണിയെക്കൊണ്ട് വിമോചനസമരത്തിനെതിരായി ഒരു നാടകം എഴുതിക്കുകയാണ് ലക്ഷ്യം. രാവിലെ പത്തുമണിക്ക് പി ജെ ആന്റണിയെ അന്വേഷിക്കുന്നു. അനുയായികൾ ആന്റണിയെ ത്തിരക്കി പലയിടത്തും പായുന്നു. ഒടുവിൽ കരിക്കാമുറിയിലെ ഒരു സ്ഥല ത്തുനിന്നും ആന്റണിയെ കണ്ടെത്തി മുഖ്യമന്ത്രിയുടെ മുൻപിൽ ഹാജ രാക്കുന്നു. ഇ എം എസ് നാടകത്തിന്റെ കാര്യങ്ങൾ ആന്റണിയോട് പറ യുന്നു. ആന്റണി സമ്മതിക്കുന്നു. ഇ എം എസ് ചോദിച്ചു:

"നാടകം എപ്പോൾ തരാനാകും?"

"നാളെ രാവിലെ." ആന്റണിയുടെ സംശയലേശമില്ലാത്ത മറുപടി.

ആ മറുപടി കേട്ട് ഇ എം എസ് അമ്പരന്നിരിക്കണം.

ഒരുദിവസത്തിനുള്ളിൽ ഒരു നാടകമെഴുതുക! പക്ഷേ, ആന്റണി

യെന്ന ധിക്കാരിയായ കലാകാരന് അതൊന്നും പ്രശ്നമായിരുന്നില്ല. എറണാകുളം ഗസ്റ്റ് ഹൗസിൽ രണ്ടു മുറി എടുക്കുന്നു. പറഞ്ഞുകൊടുക്കുന്നത് കേട്ടെഴുതാൻ രണ്ടുപേരെയും ഏർപ്പാടാക്കുന്നു. രണ്ടു മുറികളിലാണവർ. ആന്റണി രണ്ടാമത്തെ മുറിയിലിരിക്കുന്ന ആളുടെ അടുത്ത് ചെന്ന് നാടകത്തിലെ രണ്ടാം ഭാഗത്തിലെ രംഗമാണ് ആദ്യം പറഞ്ഞുകൊടുത്തത്. പിന്നെ തിരിച്ചുവന്ന് അടുത്ത മുറിയിലിരിക്കുന്ന ആളുടെ അടുത്ത് നാടകത്തിന്റെ ആദ്യരംഗവും. നാടകത്തിന്റെ ഒന്നാം രംഗവും രണ്ടാം രംഗവും ഒരേ സമയത്ത് രണ്ടുപേർക്ക് പറഞ്ഞുകൊടുത്ത് ഒരു നാടകം എഴുതുക, അതും നാടകത്തിലെ ഏകാഗ്രത നഷ്ടപ്പെടാതെ തന്നെ. നേരം വെളുത്തപ്പോഴേക്ക് നാടകം പൂർത്തിയായി, ആന്റണി വാക്കു പാലിച്ചു. നാടകത്തിന്റെ പേർ... *വിമോചനം.*

ഈ ഭാഗം ഇവിടെ ഉദ്ധരിച്ചുചേർത്തത് പി ജെ ആന്റണി എന്ന നാടകകൃത്തിന്റെ നാടകരചനയിലുള്ള സാഹസികമായ, അനായാസമായ, കഴിവിന്റെ തീവ്രത ചൂണ്ടിക്കാണിക്കാനാണ്.

വിമോചനം എന്ന നാടകം കമ്യൂണിസ്റ്റ് പാർട്ടിയുടെ ആഭിമുഖ്യത്തിൽ കേരളത്തിലെ നിരവധി വേദികളിൽ വിജയകരമായി അവതരിപ്പിക്കുകയും പ്രേക്ഷകലക്ഷങ്ങളുടെ കൈയടി നേടുകയും ഉണ്ടായി.

ജീവിച്ചിരുന്ന കാലത്ത് ആന്റണിയുടെ നാലോ അഞ്ചോ നാടകങ്ങൾ മാത്രമാണ് പ്രസിദ്ധീകരിച്ചത്. അദ്ദേഹത്തിന്റെ മരണശേഷം സാഹിത്യ പ്രവർത്തക സഹകരണസംഘമാണ് ആന്റണിയുടെ പതിനാലു നാടകങ്ങൾ തെരഞ്ഞെടുത്തു പ്രസിദ്ധീകരിച്ചത്. തുരുതുരെ നാടകങ്ങൾ എഴുതിയിരുന്ന ആന്റണി അവ പുസ്തകരൂപത്തിൽ പ്രസിദ്ധീകരിക്കുന്ന കാര്യത്തിൽ അത്രതന്നെ താല്പര്യം കാണിച്ചില്ല എന്നതാണ് സത്യം. ഒരുപക്ഷേ, പ്രസാധകരുടെ പിന്നാലെ നടക്കാനും അവരുടെ അവഗണന സഹിക്കാനും ഈ നാടകകൃത്ത് ഒരുക്കമായിരുന്നില്ല എന്നതാവാം കാരണം.

ഒരു ഗ്രന്ഥം പ്രസിദ്ധീകരിച്ചാൽ അതേപ്പറ്റി പ്രമുഖ നിരൂപകന്മാരുടെ അഭിപ്രായം പത്രപംക്തികളിൽ വരുന്നതോടെയാണ് ആ കൃതി ശ്രദ്ധേയമാകുന്നത്. മറ്റാരുടെയും പ്രേരണയില്ലാതെ ഒരു ഗ്രന്ഥത്തെക്കുറിച്ച് നിരൂപണമോ പഠനമോ വരുന്നത് ഇന്ന് ഒരപൂർവ്വസംഭവമായിരിക്കും. ഗ്രന്ഥകാരനോ പ്രസാധകനോ അല്ലെങ്കിൽ ഗ്രന്ഥകാരന്റെ അഭ്യുദയകാംക്ഷികളോ അതുമല്ലെങ്കിൽ പിന്തുണയ്ക്കുന്ന രാഷ്ട്രീയപ്രസ്ഥാനമോ മുൻകൈ എടുത്താൽ മാത്രമേ ഇന്നും മലയാളത്തിൽ ഒരു ഗ്രന്ഥം ശ്രദ്ധേയമാകുന്നുള്ളൂ. നാടകപണ്ഡിതന്മാരൊന്നും ആശീർവാദങ്ങളോ അപദാനങ്ങളോ എഴുതി ആന്റണിയെന്ന ഈ നാടകകൃത്തിനെ അനുഗ്രഹിച്ചില്ല. ആന്റണിയാകട്ടെ ഇത്തരം കാര്യങ്ങളിൽ തീർത്തും വിമുഖനുമായിരുന്നു. അതിജീവിക്കാൻ കഴിവുള്ള തന്റെ രചനകൾ അതിജീവിക്കും എന്ന് ഒരുപക്ഷേ, അദ്ദേഹം കരുതിയിരിക്കാം. അങ്ങനെയാണെങ്കിൽപ്പോലും അവ പുസ്തകരൂപത്തിൽ പ്രസിദ്ധീകരിക്കേണ്ടിയിരുന്നുവല്ലോ.

അവാർഡുകളുടെ പ്രളയംതന്നെയുള്ള കേരളത്തിൽ ഒരു

അവാർഡും ആന്റണിയെത്തേടിയെത്തിയില്ല എന്നത് സാഹിത്യവിദ്യാർത്ഥികൾക്ക് ഒരത്ഭുതമായിത്തോന്നിയേക്കാം. ഇതിലും എത്രയോ പ്രതിഭ കുറഞ്ഞ കലാകാരന്മാരെ അവാർഡുകൾ നല്കി ആദരിച്ച കേരള സാഹിത്യഅക്കാദമിയും കേരളസംഗീതനാടകഅക്കാദമിയും പ്രതിഭ കൊണ്ട് അമ്മാനമാടിയ ഈ കലാകാരനെ തീർത്തും അവഗണിക്കുകയാണുണ്ടായത്.

ഇന്നത്തെ കൊച്ചി കോർപ്പറേഷനിൽ ഉൾപ്പെടുന്ന, പഴയ എറണാകുളം പട്ടണത്തിന്റെ പ്രാന്തപ്രദേശമായ പച്ചാളത്ത് ഒരു ലത്തീൻ കത്തോലിക്കാ കുടുംബത്തിൽ 1925 ലാണ് പി ജെ ആന്റണി ജനിച്ചത്. വ്യവസായങ്ങൾ ചുരുക്കമായ ആ കാലത്ത് ടാറ്റാ കമ്പനിയും ബർമ്മാഷെൽ ഓയിൽ കമ്പനിയും പ്രവർത്തിച്ചിരുന്ന ആ പട്ടണപ്രാന്തത്തിൽ ആ വ്യവസായത്തെയും അതിൽനിന്നുരുത്തിരിയുന്ന മറ്റു തൊഴിലുകളെയും ആശ്രയിച്ചു ജീവിച്ചിരുന്ന തൊഴിലാളി കുടുംബങ്ങളാണ് ജീവിച്ചിരുന്നത്. ട്രേഡ് യൂണിയൻ മനോഭാവവും അദ്ധ്വാനവർഗ്ഗചിന്താഗതിയും ആ കുടുംബങ്ങളിൽ സ്വാധീനം ചെലുത്തുന്ന ഘടകങ്ങളായിരുന്നു. ഈ ചുറ്റുപാടിൽ ജനിച്ചുവളർന്ന ഒരു വ്യക്തി ഒരു കമ്യൂണിസ്റ്റ് അനുകൂലിയായി മാറി എന്നത് തികച്ചും സ്വാഭാവികം മാത്രം.

ഒരു നാടകക്കാരനാവുക എന്നതായിരുന്നു ചെറുപ്പം മുതലേ ആന്റണിയുടെ ആഗ്രഹം. വൈക്കം വാസുദേവൻനായരുടെ നാടകട്രൂപ്പ് കേരളത്തിൽ കൊടികുത്തി വാഴുന്ന കാലമായിരുന്നു അത്. നാടകഭ്രമം മനസ്സിൽ കൊണ്ടുനടന്നതോടൊപ്പം ആന്റണി മറ്റൊരു സാഹസപ്രവൃത്തി കൂടി ചെയ്തു. അയാൾ കമ്യൂണിസ്റ്റ് പാർട്ടിയിൽ ചേരുകയും അതിന്റെ പ്രവർത്തകനായി മാറുകയും ചെയ്തു. ഒരു ലത്തീൻ കത്തോലിക്കൻ കമ്യൂണിസ്റ്റാവുക എന്നത് ചിന്തിക്കാൻപോലും പ്രയാസമായ കാലമായിരുന്നു അത്. മാത്രമല്ല, അക്കാലത്ത് കമ്യൂണിസ്റ്റാവുക എന്നു വച്ചാൽ അപകടകരമായി ജീവിക്കുക എന്നാണർത്ഥം. രാഷ്ട്രീയപ്രവർത്തനം കൊണ്ട് എന്തെങ്കിലും നേടാൻ കഴിയുമെന്ന പ്രതീക്ഷ അന്നാർക്കുമില്ല. എപ്പോൾ വേണമെങ്കിലും മർദ്ദനത്തിനിരയാവുകയോ ജയിൽശിക്ഷ ലഭിക്കുകയോ ചെയ്യാം. എന്നിട്ടും ആന്റണി ഒരു കമ്യൂണിസ്റ്റ് പ്രവർത്തകനായി മാറി എന്നത് ചില്ലറക്കാര്യമല്ല. ശാസ്ത്രി പരീക്ഷ പാസായെങ്കിലും ഉദ്യോഗത്തിനൊന്നും ശ്രമിക്കാതെ അയാൾ കലാ–സാഹിത്യപ്രവർത്തനത്തിലും രാഷ്ട്രീയത്തിലും മുഴുകി നടന്നു.

ഒരു നടനാവണമെന്ന ആഗ്രഹം വർദ്ധിച്ചതോടെ ആന്റണി ആർട്ടിസ്റ്റ് പി ജെ ചെറിയാന്റെ വാതില്ക്കൽ ചെന്നുമുട്ടി. റിഹേഴ്സലിന് ചെല്ലുവാൻ ചെറിയാൻ ആന്റണിയോടാവശ്യപ്പെട്ടു, മകന്റെ ചിന്താഗതി തെറ്റായ വഴിയിലൂടെയാണെന്ന് തിരിച്ചറിഞ്ഞ മാതാപിതാക്കൾ നാടകപ്രവർത്തനത്തിനായുള്ള പോക്ക് തടയുകതന്നെ ചെയ്തു. തന്റെ ആഗ്രഹം സഫലമാകില്ലെന്ന് മനസ്സിലാക്കിയ ആന്റണി കോയമ്പത്തൂരിൽ പോയി ഇന്ത്യൻ നേവിയിൽ ചേർന്ന് ബോംബെയിലെത്തി. അഞ്ചു വർഷക്കാലം

നേവിയിൽ കഴിച്ചുകൂട്ടി. നേവിയിലെ പ്രവർത്തനങ്ങൾക്കിടയിൽ *ഓടക്കുഴൽ* എന്നൊരു നാടകം എഴുതി അഭിനയിക്കുകയുണ്ടായി. അക്കാലത്താണ് ബ്രിട്ടീഷ് ഗവൺമെന്റിനെതിരായ നാവികകലാപം നടന്നത്. കലാപത്തിൽ പങ്കെടുത്ത സൈനികരെയെല്ലാം പിരിച്ചുവിട്ടു. അക്കൂട്ടത്തിൽ ആന്റണിയുമുണ്ടായിരുന്നു.

നാട്ടിൽ തിരിച്ചെത്തിയ ആന്റണി ഒരു മോട്ടോർ വർക്ക്ഷോപ്പിൽ ജോലിക്കാരനായിച്ചേർന്നു. മനസ്സ് മുഴുവനും നാടകലോകത്തും ജോലി വർക്ക്ഷോപ്പിലും എന്നത് തീർത്തും വൈരുദ്ധ്യമായി ആന്റണിക്കനുഭവപ്പെട്ടു. ഇതിനിടയിലും *തെറ്റിദ്ധാരണ* എന്നൊരു നാടകം എഴുതി അരങ്ങേറി. ധാരാളം എതിർപ്പും വിമർശനവും ആന്റണിക്ക് നേരിടേണ്ടിവന്നു. രണ്ടും കല്പിച്ച് ആന്റണി നാടകലോകത്തേക്കുള്ള തന്റെ വഴി തെരഞ്ഞെടുത്തു. വർക്ക്ഷോപ്പ് ജോലി അതോടെ അവസാനിക്കുകയും ചെയ്തു. നടന്മാരെയും നടികളെയും സംഘടിപ്പിച്ചുകൊണ്ട് ഒരു കലാസംഘടന രൂപീകരിച്ചു. 'കലാപ്രേമിനിലയം' എന്നായിരുന്നു ആ സംഘടനയുടെ പേര്, സംഘടനയുടെ കീഴിൽ *തെറ്റിദ്ധാരണ* എന്ന നാടകം വീണ്ടും അരങ്ങേറി. തമിഴ് നാടകങ്ങളെ അനുകരിച്ചുകൊണ്ട് ശാസ്ത്രീയസംഗീതം നിർബ്ബന്ധമായി കുത്തിച്ചെലുത്തിയ നാടകങ്ങളാണ് അക്കാലത്ത് മലയാളത്തിലുണ്ടായിരുന്നത്. ഇതിൽ വൈരുദ്ധ്യമുണ്ടെന്ന് മനസിലാക്കിയ ആന്റണി തന്റെ നാടകത്തിൽത്തന്നെ ആദ്യപരീക്ഷണം നടത്തി. എന്നാൽ, ഈ മാറ്റം ഉൾക്കൊള്ളാൻ പ്രേക്ഷകർ തയ്യാറായില്ല. സംഗീതമില്ലാത്ത അത്തരമൊരു നാടകം ബുക്ക് ചെയ്യാൻ ആരും തന്നെ മുന്നോട്ട് വന്നില്ല. ആന്റണിയുടെ പരീക്ഷണം പരാജയപ്പെട്ടതോടെ 'കലാപ്രേമിനിലയം' പിരിച്ചുവിടേണ്ടിവന്നു.

കുടുംബജീവിതം ദുസ്സഹമായപ്പോൾ വീട്ടുകാരുടെ നിർബ്ബന്ധത്തെത്തുടർന്ന് പിതാവ് നടത്തിക്കൊണ്ടിരുന്ന ബേക്കറി ആന്റണി ഏറ്റെടുത്തു നടത്താൻ തുടങ്ങി. ഇതിനിടയിൽ ആസാദ് അമേച്വർ ആർട്ടിസ്റ്റ് അസോസിയേഷനുമായി ബന്ധപ്പെട്ട് എൻ കൃഷ്ണപിള്ളയുടെ *ഭഗ്നഭവനം* നാടകത്തിൽ ഒരു നടനായി. അതിൽ കാര്യമായ നേട്ടം കൈവരിക്കാനായില്ല. സ്വന്തമായി ഒരു നാടകട്രൂപ്പ് സംഘടിപ്പിക്കാനുള്ള സാഹചര്യം കൈവന്നിട്ടില്ലായിരുന്നതിനാൽ ആന്റണിക്ക് ബേക്കറിയിൽത്തന്നെ കുറേക്കാലം കൂടി തുടരേണ്ടിവന്നു. മനസ്സ് മുഴുവൻ നാടകത്തിലായിരുന്നതിനാൽ ക്രമേണ ബേക്കറി വിട്ടു. ആന്റണി പുതിയ രൂപത്തിൽ *മിശിഹാചരിത്രം* എഴുതി അരങ്ങേറി. ആർട്ടിസ്റ്റ് ചെറിയാന്റെ അരങ്ങു തകർത്ത *മിശിഹാചരിത്രം* കണ്ടവർക്ക് ആന്റണിയുടെ പുതിയ *മിശിഹാചരിത്രം* ഇഷ്ടപ്പെട്ടില്ല. നാടകത്തിൽ കമ്യൂണിസം കുത്തിനിറച്ചു എന്ന ആരോപണം വന്നതോടെ നാട്ടുകാരിൽനിന്നും വീട്ടുകാരിൽനിന്നും എതിർപ്പ് രൂക്ഷമായി. അവിടെയും ആന്റണി പരാജയത്തിന്റെ കയ്പ്പുനീർ കുടിക്കേണ്ടിവന്നു. പിന്നീട് ആന്റണി *വിശപ്പ്* എന്നൊരു നാടകമെഴുതി. അക്കാലത്തെ സാധാരണക്കാരന്റെ പ്രശ്നം വിശപ്പുതന്നെയായിരുന്നതിനാൽ

ആ നാടകം കൂടുതൽ ശ്രദ്ധിക്കപ്പെട്ടു. അവതരണത്തിനിടയിൽ പൊന്തിവന്ന അഭിപ്രായങ്ങളും നിർദ്ദേശങ്ങളും കണക്കിലെടുത്ത് ആ നാടകം ഒന്നുകൂടി തേച്ചുമിനുക്കി *നിലയ്ക്കാത്ത ഗാനം* എന്ന പേരിൽ പ്രസിദ്ധപ്പെടുത്തി. കഥയും കഥാപാത്രങ്ങളും ഈ കലാകാരന്റെ ഹൃദയത്തിൽ നിറഞ്ഞുനിന്ന ഈ കാലഘട്ടത്തിൽ *തെരുവിലെ പാട്ടുകാരൻ, അഴകുള്ള പിശാച്, ഞങ്ങളുടെ മണ്ണ്* എന്നീ നാടകങ്ങൾ ഒന്നൊന്നായി എഴുതിത്തീർത്തു.

മലയാളനാടകചരിത്രത്തിൽ സ്ഥാനം നേടിയ പ്രതിഭാ ആർട്ട് ക്ലബ്ബ് രൂപീകരിച്ചത് 1950 ലാണ്. എറണാകുളത്തെ സഹൃദയനായ ഒരു അഭിഭാഷകനും പ്രസുടമയുമായിരുന്ന പാത്താടന്റെ സഹകരണത്തോടെയുമാണ് ആന്റണി പ്രതിഭയുടെ രൂപീകരണം സാധിച്ചെടുത്തത്. *ചക്രവാളമ*ായിരുന്നു ആദ്യത്തെ നാടകം. തുടർന്ന് *വിദൂരതയിൽ നിന്നൊരു സംഗീതം* എന്ന നാടകം അവതരിപ്പിച്ചു. പ്രതിഭ ആർട്ട് ക്ലബ്ബ് തുടർച്ചയായി ആന്റണിയുടെ നാടകങ്ങളവതരിപ്പിച്ചുകൊണ്ട് നാടകരംഗത്ത് സ്ഥിരപ്രതിഷ്ഠ നേടി മുന്നേറുകയായിരുന്നു. കമ്യൂണിസ്റ്റ സഹയാത്രികനായ ആന്റണിയും കമ്യൂണിസ്റ്റ് വിരോധിയായ പാത്താടനും. പാത്താടൻ മതവിശ്വാസിയും ദൈവഭക്തനുമായിരുന്നെങ്കിൽ ആന്റണി ഇതിനെല്ലാം നേരെ എതിരായിരുന്നു. പക്ഷേ, അത്തരം അഭിപ്രായവ്യത്യാസങ്ങളൊന്നും പ്രതിഭയുടെ പ്രവർത്തനത്തെ ബാധിച്ചിരുന്നില്ല. പരസ്പരം ഉൾക്കൊള്ളാൻ കഴിവുള്ളവരായിരുന്നു ഇരുവരും. ആന്റണിയുടെ പത്രാധിപത്യത്തിൽ *പ്രതിഭ* എന്നൊരു മാസികയും ഇറങ്ങാൻ തുടങ്ങി. അതിന്റെ സാമ്പത്തികഭാരം താങ്ങിയിരുന്നത് പാത്താടൻ തന്നെയായിരുന്നു.

1953 ൽ ആന്റണി എഴുതി പ്രതിഭ അവതരിപ്പിച്ച *ഇൻകിലാബിന്റെ മക്കൾ* നാടകചരിത്രത്തിൽ ചരിത്രം സൃഷ്ടിച്ച ഒരു സംഭവമായിരുന്നു. ഇതിനേക്കാൾ മികച്ച പല നാടകങ്ങളും ആന്റണി എഴുതിയിട്ടുണ്ടെങ്കിലും *ഇൻകിലാബിന്റെ മക്കളു*ടെ പേരിലാണ് ആന്റണി പില്ക്കാലത്ത് അറിയപ്പെട്ടത്. കമ്യൂണിസത്തെ എതിർത്ത കത്തോലിക്കസഭയെ വിമർശിക്കുന്നതാണ് ഈ നാടകത്തിലെ പ്രതിപാദ്യവിഷയം. വൈദികരുടെയും സമുദായപ്രമാണിമാരുടെയും വാക്കുകേട്ട് കമ്യൂണിസത്തെ എതിർത്ത ലാസറും ദേവസ്സിച്ചേട്ടനും, ഒരു പ്രതിസന്ധി വന്നപ്പോൾ, തൊഴിലാളി സുഹൃത്തുക്കൾ മാത്രമാണ് സഹായികളെന്ന തിരിച്ചറിവിൽ ഇൻകിലാബിന്റെ മക്കളായിത്തീരുന്നു. നൂറുകണക്കിന് വേദികളിലവതരിപ്പിച്ച ഈ നാടകം സർക്കാർ നിരോധിക്കുകയായിരുന്നു. പിന്നീട് നിരവധി സമരങ്ങൾക്കുശേഷമാണ് ആ നിരോധനം നീങ്ങിക്കിട്ടിയത്. *ഇൻകിലാബിന്റെ മക്കൾ* കലാപരമായി അത്രയൊന്നും മികച്ച നാടകമായിരുന്നില്ല. അതിൽ കലാമൂല്യങ്ങളേക്കാൾ കൂടുതൽ പ്രാധാന്യം പ്രചാരണാംശത്തിനായിരുന്നു. *റൗഡി, കടലിരമ്പുന്നു* എന്നീ നാടകങ്ങളും പ്രതിഭ തിയേറ്റേഴ്സിനുവേണ്ടി അദ്ദേഹം രചിക്കുകയുണ്ടായി. കമ്യൂണിസ്റ്റ് സഹയാത്രികനായിരുന്നെങ്കിലും പ്രതിഭ ആർട്ട് ക്ലബ്ബ് പാർട്ടി നേതൃത്വത്തിലാക്കാനുള്ള ചിലരുടെ ഗൂഢശ്രമങ്ങളെ ആന്റണി അനുകൂലിച്ചില്ല. കമ്യൂണിസ്റ്റ് പ്രസ്ഥാ

നത്തോടുള്ള ബഹുമാനം നിലനിർത്തിക്കൊണ്ടുതന്നെ ആന്റണി പ്രതിഭ ആർട്ട് ക്ലബ്ബിൽനിന്നൊഴിഞ്ഞുപോന്നു. പ്രതിഭയെ ഒരു കലാസംഘടന യായി വളർത്തിയ പാത്താടനും മുകുന്ദമേനോനും ഇല്ലാത്ത ഒരു പ്രതി ഭയെക്കുറിച്ച് ചിന്തിക്കാൻ ആന്റണിക്ക് പ്രയാസമുണ്ടായിരുന്നു. അല്പ കാലം പ്രതിഭ തിയേറ്റേഴ്സ് എന്നപേരിൽ മറ്റൊരു നാടകസംഘം കൊണ്ടുനടന്നെങ്കിലും പിന്നീടതിന്റെ പേർ പി ജെ തിയേറ്റേഴ്സ് എന്നാക്കി മാറ്റി. അതേപ്പറ്റി ആന്റണി ഇങ്ങനെ എഴുതി:

> ആ പേരിൽ അല്പം 'വ്യക്തിപ്രഭാവസിദ്ധാന്തം' കലർന്നിട്ടുണ്ടെ ന്നറിയാം, എന്നിട്ടും ആ പേരുതന്നെ ഇട്ടതിന് ഒരു കാരണമുണ്ട്. ഞാനുംകൂടി കഷ്ടപ്പെട്ടുണ്ടാക്കിയ ഒരു കലാസമിതിയുടെ ബോർഡ് ഏതെങ്കിലും കാലത്ത് ജനാധിപത്യപരമായി എടുത്തു കൊണ്ടുപോയാൽ അതിന്റെ പിന്നിൽ ഞാനും കൂടി ഉണ്ടായിരു ന്നുവെന്ന് ചിലരെങ്കിലും മനസ്സിലാക്കുമല്ലോ. ആ ആഗ്രഹം തെറ്റാ യിരിക്കാം. എന്നാലും ജീവിച്ചിരുന്നുവെന്നതിന് തെളിവുവേണ മെന്ന് ആഗ്രഹിക്കുന്ന ഒരേയൊരു ജീവിയാണല്ലോ മനുഷ്യൻ. (*നാടകസ്മരണകൾ*)

പി ജെ തിയേറ്റേഴ്സിന്റെ ആദ്യ നാടകമായിരുന്നു *ശകുന്തള*. സാമ്പ ത്തികകാരണങ്ങളാലും മറ്റും ആ നാടകം വിജയിപ്പിക്കാൻ കഴിഞ്ഞില്ല. തുടർന്ന് അവതരിപ്പിച്ച നാടകമായിരുന്നു *എന്റെ ദൈവവും മനുഷ്യനും*. രാഷ്ട്രീയ കാലാവസ്ഥ അതിവേഗത്തിൽ മാറിക്കൊണ്ടിരിക്കുകയായിരുന്നു. ആദ്യത്തെ കമ്യൂണിസ്റ്റ് ഗവൺമെന്റ് രൂപമെടുക്കാൻ ഇടയാക്കിയ തിര ഞ്ഞെടുപ്പ്, അതിനുശേഷമുണ്ടായ വിദ്യാഭ്യാസപ്രക്ഷോഭം, വിമോചന സമരം, അതിനുശേഷം നടന്ന തിരഞ്ഞെടുപ്പ്– ഈ കാലഘട്ടത്തിൽ നടന്ന പൊതുസമ്മേളനങ്ങളോടനുബന്ധിച്ച് വളരെയേറെ പ്രചാരണ നാടക ങ്ങൾ പി ജെ തിയേറ്റേഴ്സ് അവതരിപ്പിച്ചു. ചിലപ്പോൾ പ്രതിഫലം കിട്ടി. ചിലപ്പോൾ ഇല്ല. മൈതാനങ്ങളിലും വഴിവക്കിലും വയലേലകളിലുമായി നൂറുകണക്കിന് യോഗങ്ങളിൽ ആയിരക്കണക്കിന് ജനങ്ങളെ ആകർഷി ക്കാനും അവരിൽ ആദർശത്തിന്റെ അഗ്നിസ്ഫുരണം പരത്താനും ആന്റണിക്കു കഴിഞ്ഞു. ആന്റണി ആഗ്രഹിച്ച പ്രതിഫലം അതുതന്നെയായിരുന്നു. കാലഘട്ടത്തിന്റെ കടമ നിർവ്വഹിക്കുവാൻ മുന്നോട്ടുവന്ന ഈ സാരഥിയെ അധികാരസോപാനങ്ങളിൽ എത്തിയവർ എന്തേ മറന്നുകളഞ്ഞത്?

ജീവിതകാലം മുഴുവൻ ഒരു ഇടതുപക്ഷസഹയാത്രികനായിരുന്നു വെങ്കിലും ഒരു പാർട്ടിക്കും തളച്ചിടാനാവാത്ത വ്യക്തിത്വമായിരുന്നു ആന്റ ണിയുടേത്. അക്കാദമികളിലോ സർക്കാരിന്റെ സാംസ്കാരിക സ്ഥാപ നങ്ങളിലോ ഒരിക്കലെങ്കിലും അദ്ദേഹത്തിനിടം കിട്ടിയില്ല. ഇടതുപക്ഷ ഭരണം വരുന്നു എന്നു കേൾക്കുമ്പോഴേക്ക് പ്രസ്താവനകളും പ്രതി ഷേധപ്രമേയങ്ങളുമായി നാടെങ്ങും ഓടിനടക്കുകയും ഭരണത്തിലേറി യാൽ പാർട്ടി ഓഫീസുകളിലും മന്ത്രിമന്ദിരങ്ങളിലും നിരന്തരം കയറി

യിറങ്ങുകയും സ്ഥാനമാനങ്ങൾ ഉറപ്പാക്കുകയും ചെയ്യുന്ന നാണംകെട്ട കാഴ്ച നാം എത്രയോ പ്രാവശ്യം കണ്ടുകഴിഞ്ഞു. ഇത്തരം ഉപജാപങ്ങളെ അറപ്പോടെ നോക്കിക്കാണുകയും അതിൽനിന്നെല്ലാം കാതങ്ങളോളം മാറി നടക്കുകയും ചെയ്ത ഒരു റബലായിരുന്നു ആന്റണി. ആർക്കും വഴങ്ങാത്ത നിഷേധിയായ ഒരു റബൽ!

വരാത്ത ഭാഗ്യത്തെപ്പറ്റി ധർമ്മരോഷം കൊള്ളുകയോ പ്രസ്ഥാനത്തെയടച്ച് പുലഭ്യം പറയുകയോ ചെയ്യുക എന്നത് ആന്റണിയുടെ സ്വഭാവമായിരുന്നില്ല. അതുതന്നെയായിരുന്നു ആന്റണിയുടെ പ്രത്യേകതയും.

ഇടപെടുന്ന ഏതു കാര്യത്തിലും ആത്മാർത്ഥത പുലർത്തുന്ന വ്യക്തിയായിരുന്നു ആന്റണി. ആത്മാർത്ഥത അവഗണിക്കുമ്പോഴും കണ്ടില്ലെന്നു നടക്കുമ്പോഴും ആന്റണി രോഷാകുലനായെന്നുവരും, പരുഷമായി സംസാരിച്ചെന്നുവരും. ഈ ആത്മാർത്ഥതയാണ് അപ്രകാരം സംസാരിക്കുന്നതിനും സംസാരത്തെ നാടകീയമാക്കുന്നതിനും ആന്റണിയെ പ്രാപ്തനാക്കുന്നത്. വെട്ടിത്തുറന്നു സംസാരിക്കുന്ന ഈ പ്രകൃതം സ്വകാര്യസംഭാഷണത്തിൽ മാത്രമല്ല, പ്രസംഗവേദിയിലും ആന്റണി പ്രകടമാക്കാറുണ്ട്. അതിന് എന്തെല്ലാം ഭവിഷ്യത്തുകളുണ്ടാകും എന്നൊന്നും അന്നേരം അദ്ദേഹം ചിന്തിക്കാറില്ല. ഉള്ളിൽ ഉള്ള കാര്യം സൗകര്യപൂർവ്വം മറച്ചുവെച്ച് പുറത്തു മറ്റൊന്നു പ്രകടിപ്പിക്കുക എന്നത് ആന്റണിയുടെ സ്വഭാവമായിരുന്നില്ല. ഒരു തുറന്ന പുസ്തകമായിരുന്നു ആ മഹാനടന്റെ ജീവിതം.

തനിക്കും തന്നെപ്പോലെ ആത്മാർത്ഥതയോടെ ആദർശധീരത പ്രകടിപ്പിച്ചവർക്കും നേരിടേണ്ടിവന്ന അനുഭവം ഓർത്തുകൊണ്ടാകണം ആന്റണി പറഞ്ഞു:

> എനിക്കും എന്റെ കുടുംബത്തിനുവേണ്ടിയും പണം പിരിക്കാൻ പോകരുത്. ഞാൻ ജീവിച്ചതും പ്രവർത്തിച്ചതും സമൂഹത്തിനുവേണ്ടിയാണ്. ശരിതന്നെ. പക്ഷേ, അതിന്റെ പേരിൽ പണം പിരിക്കുന്ന ഏർപ്പാട് എന്റെ ആത്മാഭിമാനം അംഗീകരിക്കുന്നില്ല.

ആദർശബോധമാണ് ആന്റണിയെക്കൊണ്ട് അങ്ങനെ പറയിപ്പിച്ചത്.

ആന്റണിയുടെ ഏറ്റവും മികച്ച നാടകം ഏതെന്ന് ചോദിച്ചാൽ *സോക്രട്ടീസ്* എന്നാണ് ഞാൻ മറുപടി പറയുക. ശില്പപരമായി അത്രയും മികവുപുലർത്തുന്ന ഒരു നാടകമാണ് *സോക്രട്ടീസ്*. തന്റെ വിശ്വാസങ്ങളിൽ അചഞ്ചലനായി നില്ക്കുന്ന സോക്രട്ടീസിനെ വിഷം കൊടുത്തു കൊല്ലുകയാണ് ഭരണകൂടം ചെയ്തത്. ദൈവഭക്തി ഇല്ലാതാക്കി ചെറുപ്പക്കാരെ വഴിതെറ്റിക്കുന്നു എന്നതാണ് അദ്ദേഹം ചെയ്ത കുറ്റം. "മനുഷ്യൻപോലും ചെയ്യാത്ത പാപകൃത്യങ്ങൾ ചെയ്ത ദൈവങ്ങളെ നമുക്കാവശ്യമില്ല" എന്ന തന്റെ അഭിപ്രായം മാറ്റിപ്പറയാൻ അദ്ദേഹം ഒരുക്കമല്ലായിരുന്നു. ധീരവും ശക്തവുമായ തന്റെ അഭിപ്രായം പ്രകടിപ്പിച്ചതിന് ബലികൊടുക്കേണ്ടിവന്നതു സ്വന്തം ജീവനാണ്. ഭാര്യ

യായ സാന്തപ്പിപോലും അദ്ദേഹത്തെ തള്ളിപ്പറഞ്ഞു. സത്യത്തിന്റെ ബലിപീഠത്തിൽ ജീവിതം ബലിയർപ്പിച്ച ധീരനായാണ് ലോകം പില്ക്കാലത്ത് സോക്രട്ടീസിനെ വാഴ്ത്തുന്നത്.

ആന്റണിയുടെ സോക്രട്ടീസ് നാടകത്തിൽ സോക്രട്ടീസ് ഭാര്യയായ സാന്തപ്പിയോട് സംസാരിക്കുന്ന ഒരു രംഗമുണ്ട്. സോക്രട്ടീസ് പറയുകയാണ്:

> സാന്തപ്പീ, ഞാൻ നിനക്കോ മക്കൾക്കോ വേണ്ടി ഒന്നും സമ്പാദിച്ചുവയ്ക്കാതെയാണ് പോകുന്നത്. അക്കാര്യത്തിൽ നീ ഭയപ്പെടുകയോ ദുഃഖിക്കുകയോ ചെയ്യരുത്. നിങ്ങളും പ്രപഞ്ചത്തിന്റെ ഒരു ഭാഗമാണ്. പ്രപഞ്ചം അനന്തമായി ചലിച്ചുകൊണ്ടിരിക്കും, അതിന്റെ കൂടെ നിങ്ങളും മുന്നോട്ടു നീങ്ങിക്കൊള്ളും. അതേ എനിക്കു പറയാനുള്ളൂ.

നമ്മയുടെ ആചാര്യനായ സോക്രട്ടീസ് പറയുന്ന ഈ ഭാഗം ഒരു പക്ഷേ, സ്വന്തം ജീവിതത്തിൽനിന്നും ആന്റണി പെറുക്കിയെടുക്കുന്ന സത്യത്തിന്റെ അംശം തന്നെയായിരുന്നില്ലേ? ഇതിനു സമാനമായ ദൃശ്യങ്ങൾ ആന്റണിയുടെ *ചക്രായുധം* എന്ന നാടകത്തിൽനിന്നും ഉദാഹരിക്കാം.

ചക്രായുധം എന്ന നാടകത്തിൽ മരിച്ചുപോയ മഹാകവി മരണാവസ്ഥയിൽനിന്നുകൊണ്ട് തന്റെ ഭാര്യയോടു സംസാരിക്കുന്ന ഒരു ഭാഗമുണ്ട്.

> *മഹാകവി:* ഞാനിന്ന് നിന്നെ എന്റെ അരികിലേക്ക് വിളിച്ചത് ഒരു കാര്യം പറയാൻവേണ്ടി മാത്രമായിരുന്നു. ഞാൻ പറയാൻ പോയത് മറ്റുള്ളവർ കേട്ടാൽ ഒന്നുമില്ലെങ്കിലും നീ ഒഴികെ ആരും അത് കേൾക്കരുതെന്ന് എനിക്ക് നിർബ്ബന്ധമുള്ളതുകൊണ്ടായിരുന്നു.
>
> *ഭാര്യ:* എന്താണ് പറയാനുണ്ടായിരുന്നത്?
>
> *മഹാകവി:* ഞാനിതുവരെ ആരോടും മാപ്പു ചോദിച്ചിട്ടില്ല.
>
> പക്ഷേ, ഒരാളോടു മാപ്പു ചോദിക്കണമെന്നു തോന്നി. അതു നിന്നോടാണ്. എന്നാൽപ്പോലും അത് മറ്റൊരാൾ കേൾക്കുന്നത് എനിക്ക് ഇഷ്ടമുണ്ടായിരുന്നില്ല.

വിവാഹം ചെയ്തശേഷം ആ ജീവിതസഖിയുടെ ജീവിതം തോരാത്ത കണ്ണുനീരിലാക്കിയതിനായിരുന്നു മഹാകവി ഭാര്യയോടു മാപ്പു ചോദിച്ചത്. മഹാകവിയെക്കൊണ്ടിങ്ങനെ മാപ്പുചോദിക്കാൻ മുതിരുമ്പോൾ താനും തന്റെ കുടുംബവും ആന്റണിയുടെ വേദനിക്കുന്ന മനസ്സിൽ നിറഞ്ഞുനില്ക്കുകയായിരുന്നില്ലേ?

നടിയായി ആന്റണിയുടെ നാടകസംഘത്തിലെത്തുകയും പിന്നീട് അദ്ദേഹവുമായി സ്നേഹത്തിലാവുകയും വീട്ടുകാരെ ധിക്കരിച്ച് കൂടെ ഇറങ്ങിപ്പോരികയുമായിരുന്നു ഭാര്യയായ മേരി. ഭാര്യയെയും കുടുംബത്തെയും വേണ്ടവിധം സംരക്ഷിച്ചില്ല എന്ന കുറ്റബോധം ആന്റണിയെ

നിരന്തരം വേട്ടയാടിക്കൊണ്ടിരുന്നു. *സോക്രട്ടീസ്, ചക്രായുധം* എന്നീ നാടകങ്ങളുടെ സംഭാഷണങ്ങൾ എഴുതിയ വേളകളിൽ ആന്റണിയുടെ മനസ്സിൽ നിറഞ്ഞുനിന്നിരുന്നത് സ്വന്തം ഭാര്യതന്നെയായിരുന്നു. ആന്റണിയുടെ ഭാര്യയായതുകൊണ്ടുമാത്രം ആ സ്ത്രീ അനുഭവിക്കേണ്ടി വന്ന തീരാദുഃഖം വർണ്ണനാതീതമാണ്. ദരിദ്രനായി മരിക്കേണ്ടിവന്ന ആന്റണിയുടെ അവസാനനാളുകളിൽ മനസ്സിൽ നിറഞ്ഞുനിന്നിരുന്നതും ഭാര്യയായ മേരിതന്നെയാണ്.

ആന്റണിയുടെ എല്ലാ നാടകങ്ങളെയും വിലയിരുത്തുക എന്നത് ഒരു ലേഖനത്തിന്റെ പരിധിയിൽ ഒതുങ്ങുന്നതല്ല. എങ്കിലും, ആന്റണിയുടെ ശ്രദ്ധേയമായ മറ്റൊരു നാടകമായ *മണ്ണ്* പരാമർശിക്കാതെ പോകുന്നത് ശരിയായിരിക്കില്ല. കേരളത്തിലെ വിപ്ലവാത്മകമായ നിയമനിർമ്മാണമായിരുന്നല്ലോ ഭൂപരിഷ്കരണം. ആ ഭൂപരിഷ്കരണത്തിൽ തകർന്നുപോയ ഒരു മദ്ധ്യവർഗ്ഗകുടുംബത്തിന്റെ കഥയാണ് ഈ നാടകത്തിൽ പരാമർശിക്കുന്നത്. ഉള്ള ഭൂമി മുഴുവൻ കടം വീട്ടാൻ ലേലം ചെയ്ത് അന്യന്റെ പാടത്ത് കൂലിവേലയ്ക്കുപോയി കുടുംബം പുലർത്തേണ്ടിവന്ന മാത്തച്ചന്റെയും വർക്കിയുടെയും കുടുംബപശ്ചാത്തലത്തിൽ വികാരതീവ്രമായ ഒരു നാടകം മെനഞ്ഞെടുത്തിരിക്കുകയാണ് ആന്റണി. മണ്ണും മനുഷ്യനും തമ്മിലുള്ള പവിത്രബന്ധമാണ് ഈ നാടകത്തിന്റെ കേന്ദ്രബിന്ദു. ആന്റണിയുടെ മികച്ച നാടകങ്ങളിലൊന്നാണ് *മണ്ണ്*.

പൊതു ശത്രുക്കൾ, കല്യാണച്ചിട്ടി, മൂഷികസ്ത്രീ എന്നീ നാടകങ്ങൾ മലയാളത്തിൽ അത്ര സുലഭമല്ലാത്ത കോമഡികളാണ്. ഇത്രമാത്രം നർമ്മബോധമുള്ള ഒരു നാടകകൃത്തായിരുന്നോ ആന്റണി എന്നു സംശയിച്ചുപോകുംവിധം മികച്ച ഹാസ്യരചനകളാണ് മേൽപ്പറഞ്ഞ നാടകങ്ങൾ.

തകഴിയുടെ *രണ്ടിടങ്ങഴി* എന്ന പ്രശസ്ത നോവലിലെ ചാത്തൻ എന്ന പ്രധാന കഥാപാത്രത്തെ അവതരിപ്പിച്ചുകൊണ്ടാണ് ആന്റണി സിനിമയിലേക്ക് പ്രവേശിച്ചത്. ചാത്തനെന്ന നായകകഥാപാത്രത്തെ ഭേദപ്പെട്ട രീതിയിൽ അവതരിപ്പിക്കാൻ ആന്റണിക്കു കഴിഞ്ഞു. ആന്റണിയുടെ ക്ലേശകരമായ നാടകജീവിതത്തിലെ ആദ്യഘട്ടത്തിൽ താങ്ങും തണലുമായി വർത്തിച്ച പ്രസിദ്ധ നടൻ മുത്തയ്യയായിരുന്നു ചാത്തന്റെ സന്തതസഹചാരിയായി വർത്തിച്ച കോരന്റെ റോളിൽ ആന്റണിയോടൊപ്പം അഭിനയിച്ചത്. സിനിമാരംഗത്ത് മുത്തയ്യയ്ക്കുണ്ടായിരുന്ന സ്വാധീനമാണ് ആന്റണിയെ സിനിമാരംഗത്തേക്കെത്താൻ സഹായിച്ചത്. 1957 ലായിരുന്നു ഇത്. 1965 മുതൽ അഞ്ചുവർഷക്കാലം മദ്രാസിൽ കഴിച്ചുകൂട്ടിയ ആന്റണി നിരവധി സിനിമകളിൽ അഭിനയിച്ചു. കെ പി കുമാരൻ സംവിധാനം ചെയ്ത *അതിഥി*യിലെ കരുണൻ എന്ന കഥാപാത്രം ആന്റണിയുടെ അഭിനയജീവിതത്തിലെ ഉദാത്ത മാതൃകയാണ്. ആന്റണിയെ ഭരത് അവാർഡിനർഹനാക്കിയ എം ടിയുടെ *നിർമ്മാല്യ*ത്തിലെ വെളിച്ചപ്പാടിനെ ഒരിക്കൽ കണ്ടിട്ടുള്ളവർക്ക് ഒരിക്കലും മറക്കാൻ കഴിയില്ല. ഒരു പ്രൊഫഷണൽ വെളിച്ചപ്പാടിനെപ്പോലും അസ്ഥാളിപ്പിക്കുന്നവിധം അനർഗ്ഗളമായ കലാ

നൈപുണ്യം കാഴ്ചവെച്ച ആന്റണിയുടെ അഭിനയശൈലിക്ക് കൂടുതൽ ദൃഷ്ടാന്തങ്ങളൊന്നും നിരത്തേണ്ടതില്ല. സാമ്പത്തികമായി വിജയിച്ചില്ലെങ്കിലും താനൊരു സംവിധായകപ്രതിഭകൂടിയാണെന്ന് തെളിയിക്കുന്ന ചലച്ചിത്രമായിരുന്നു *പെരിയാർ*. *ഒരു ഗ്രാമത്തിന്റെ ആത്മാവ്* എന്ന ആന്റണിയുടെ ചെറുനോവലാണ് പ്രസിദ്ധ സിനിമാസംവിധായകനായ കെ ജി ജോർജ്ജ് *കോലങ്ങൾ* എന്ന പേരിൽ സിനിമയാക്കിയത്. മനുഷ്യജീവിത സമസ്യകളുടെ സ്പന്ദനങ്ങൾ ഉൾക്കൊള്ളുന്ന *കോലങ്ങൾ* ഫ്രാൻസിലെ അമിയൻ ഫിലിം ഫെസ്റ്റിവലിൽ പ്രദർശിപ്പിക്കപ്പെട്ടപ്പോൾ ഏറെ ജനശ്രദ്ധ പിടിച്ചുപറ്റിയ ഒരു ചിത്രമായിരുന്നു.

മണ്ണിന്റെ മാറിൽ എന്ന സിനിമയുടെ ഡബ്ബിങ്ങിന് മദ്രാസിൽ എത്തിയതായിരുന്നു ആന്റണി. 1979 മാർച്ച് 10 ന്. സുഖക്കേടുണ്ടായിരുന്നെങ്കിലും താൻ ഏറ്റെടുത്ത ജോലി തീർക്കണം എന്ന വാശിയുണ്ടായിരുന്നു ആന്റണിക്ക്. തൊഴിലിനോട് ഇത്രയേറെ ആത്മാർത്ഥത പുലർത്തിയിരുന്ന ഒരു കലാകാരനെ കണ്ടുമുട്ടുക പ്രയാസമുള്ള കാര്യംതന്നെയാണ്. അസ്വസ്ഥത കണ്ടപ്പോൾ സാവകാശം മതിയെന്ന് സംവിധായകനായ പി എ ബക്കർ പറഞ്ഞു. "അതിന് നാളെ ഞാൻ ഉണ്ടായില്ലെങ്കിലോ" എന്നായിരുന്നു മറുപടി. 14 ന് ഡബ്ബിങ് തീർത്ത് അദ്ദേഹം മുറിയിൽ വിശ്രമിക്കുകയായിരുന്നു. ആ വിശ്രമം അന്ത്യവിശ്രമമായി മാറുകയായിരുന്നു.

അതിമനോഹരമായ ഗാനങ്ങൾ രചിച്ച ഒരു ഗാനരചയിതാവുകൂടിയായിരുന്നു ആന്റണി. പ്രതിഭയും പി ജെ തീയേറ്റേഴ്സും അവതരിപ്പിച്ചിട്ടുള്ള നാടകങ്ങൾക്കെല്ലാം ഗാനങ്ങൾ രചിച്ചത് ആന്റണി തന്നെയാണ്. *പ്രേമസംഗീതം, തകർന്ന വീണ, ഓണപ്പാട്ടുകൾ, കേരളം ഉണരുന്നു* എന്നിവ ഗാനസമാഹാരങ്ങളായി പ്രസിദ്ധപ്പെടുത്തിയിട്ടുണ്ട്. ഒരു നാടോടിപ്പാട്ടുകാവ്യം പോലെ അതിമനോഹരങ്ങളായ ആന്റണിയുടെ ഗാനങ്ങൾ 'ശർക്കരപ്പന്തലിൽ തേൻമഴ' പോലെ ഒരിക്കലും നമ്മുടെ സ്മൃതിപഥത്തിൽനിന്നും മാഞ്ഞുപോവുകയില്ല.

"കൊട്ടും വാദ്യവും കേക്ക്ണ് ദൂരെ
തെക്കേക്കുന്നിന്റെ ചരുവീന്ന്
തെക്കുതെക്കൊരു നാട്ടീന്നുനിന്നെ-
ക്കെട്ടാനാളുവരണൊണ്ട്
മൂന്നുമലകളും തോടുംകടന്ന്
തെക്കുതെക്കൊരു നാട്ടീന്ന്നിന്നെ-
ക്കെട്ടാനാളുവരണൊണ്ട്
കണ്ണിലുരണ്ടിലും മയ്യെഴുതീട്ട്-
കൈയില് കുപ്പിവളകളുമിട്ട്.....
...."

എത്രയോ വർഷങ്ങൾക്കുമുമ്പ് *ഇൻക്വിലാബിന്റെ മക്കൾ* എന്ന നാടകത്തിൽ കേട്ട ഈ ഗാനം ഇന്നും ഒരു തേൻമഴയായി ഹൃദയത്തിൽ നിറഞ്ഞു നില്ക്കുന്നു എന്നത് അസ്വാസ്ഥ്യം തുളുമ്പുന്ന ഒരനുഭവം

തന്നെയാണ്.

ആന്റണിയെക്കുറിച്ച് പ്രസിദ്ധ എഴുത്തുകാരനായ എം ടി വാസുദേവൻനായർ ഇങ്ങനെ എഴുതി:

> കല മാത്രം സത്യമെന്നുകരുതി പ്രവർത്തിച്ച ആന്റണിയുടെ അചഞ്ചലമായ വിശ്വാസം, അതിനെ നാം മറക്കാൻ പാടില്ല. ആന്റണിയെപ്പോലുള്ള ആളുകളുടെ നാടകങ്ങൾ സജീവമായി ഇവിടെ ഉണ്ടായിരിക്കും. പുസ്തകരൂപത്തിലും രംഗത്തവതരിപ്പിക്കാൻ പറ്റിയ രൂപത്തിലും. ഇന്നും സജീവമായ സാമൂഹ്യപ്രശ്നങ്ങൾ ഉൾക്കൊള്ളുന്നവയാണ് ആന്റണിയുടെ നാടകങ്ങൾ. ഈ നാടകങ്ങളുടെ പുനരുജ്ജീവനം ആവശ്യമാണ്.

ആന്റണിയുടെ സ്മരണ നിലനിർത്താനും അദ്ദേഹത്തിന്റെ രചനകൾ പ്രസിദ്ധീകരിക്കാനും ചാരിറ്റബിൾ ആക്ട് പ്രകാരം 1996 ഏപ്രിൽ 26 ന് കൊച്ചിയിൽ പി ജെ ആന്റണി മെമ്മോറിയൽ ഫൗണ്ടേഷൻ സ്ഥാപിച്ചിട്ടുണ്ട് എന്നത് തികച്ചും ചാരിതാർത്ഥ്യകരമാണ്. എന്നാൽ, അതിന്റെ പ്രവർത്തനം ഉദ്ദേശിച്ച രീതിയിൽ മുന്നോട്ടുപോയിട്ടില്ല.

എഴുത്തുകാർക്കും കലാകാരന്മാർക്കും മികച്ച കഴിവുകളും നന്മകളും ഉണ്ടായിരിക്കുമെങ്കിലും ഭൂരിഭാഗം പേർക്കും ഒഴിച്ചുകൂടാൻ വയ്യാത്ത ചില തിന്മകളും ദൗർബല്യങ്ങളും ഉണ്ടായിരുന്നതായി പലരുടെയും ജീവചരിത്രകാരന്മാർ രേഖപ്പെടുത്തിയിട്ടുണ്ട്. മദ്യവും മദിരാക്ഷിയും തന്നെയായിരുന്നു അതിൽ മുന്തിനിന്നിരുന്നത്. ടോൾസ്റ്റോയിയും ദസ്തേയേവിസ്കിയും ചങ്ങമ്പുഴയും വയലാറും എല്ലാം ഒന്നല്ലെങ്കിൽ മറ്റൊന്നിന്റെ അടിമകളായിരുന്നു. പി ജെ ആന്റണിയും ഇതിൽനിന്നും വിഭിന്നനായിരുന്നില്ല. മദ്യം അദ്ദേഹത്തിന്റെ ദൗർബല്യമായിരുന്നു. സർഗ്ഗാത്മകജീവിതത്തിൽ കലാകാരൻ, പ്രത്യേകിച്ച് ഒരു കമ്യൂണിസ്റ്റ് അനുകൂലി, പുലർത്തേണ്ട ബോധപൂർവ്വമായ അച്ചടക്കം പാലിച്ചിരുന്നുവെങ്കിൽ മലയാള സാഹിത്യത്തിലെയും നാടകവേദിയിലെയും ഒരു അത്ഭുതപ്രതിഭാസമായി, മഹാമേരുവായി ആന്റണി നിറഞ്ഞുനില്ക്കുമായിരുന്നു.

സത്യസന്ധമായ വികാരപ്രകടനത്തിന്റെയും ആദർശദീപ്തമായ പ്രതിഷേധത്തിന്റെയും ആൾരൂപമായി, ആന്റണിയെന്ന കലാകാരൻ മലയാള സാഹിത്യത്തിൽ ജീവിക്കുമെന്നുതന്നെയാണ് എന്റെ വിശ്വാസം.

തോപ്പിൽ ഭാസി
ജനകീയ നാടകവേദിയുടെ പ്രയോക്താവ്

കേരളത്തിലെ സാംസ്കാരിക നവോത്ഥാനത്തിനും കമ്യൂണിസ്റ്റ് പ്രസ്ഥാനത്തിനും അമൂല്യമായ സംഭാവനകൾ നല്കിയ ഒരെഴുത്തുകാരനും രാഷ്ട്രീയനേതാവുമായിരുന്നു തോപ്പിൽ ഭാസി. കമ്യൂണിസം അദ്ദേഹത്തിന് ജീവവായുവായിരുന്നു. 1957 ൽ കേരളത്തിൽ ഒരു കമ്യൂണിസ്റ്റ് മന്ത്രിസഭയുടെ രൂപീകരണം സാദ്ധ്യമാക്കിയതിൽ *നിങ്ങളെന്നെ കമ്യൂണിസ്റ്റാക്കി* എന്ന നാടകം നിർണ്ണായകമായൊരു പങ്കുവഹിച്ചിട്ടുണ്ടെന്ന് ഇതിനകം പല ചരിത്രകാരന്മാരും രേഖപ്പെടുത്തിയിട്ടുണ്ട്.

സാഹിത്യത്തിന് സമൂഹത്തിൽ ചെലുത്താൻ കഴിയുന്ന സ്വാധീനത്തെക്കുറിച്ച് വ്യക്തമായ ബോധവും കാഴ്ചപ്പാടും ഉണ്ടായിരുന്ന കേരളത്തിലെ ആദ്യകാല കമ്യൂണിസ്റ്റ് നേതാക്കൾ നാടകത്തെ ചിന്താവിപ്ലവത്തിന്റെ ഒരു മാധ്യമമായിക്കണ്ടു. അങ്ങനെയാണ് കേരളത്തിൽ ഒരു ജനകീയനാടകവേദി രൂപംകൊണ്ടത്. ഈ ജനകീയനാടകവേദിക്ക് വേദിയൊരുക്കിയ ശക്തമായ നാടകങ്ങളാണ് *പാട്ടബാക്കി*യും (കെ ദാമോദരൻ) *നമ്മളൊന്നും* (ചെറുകാട്) *കൂട്ടുകൃഷിയും* (ഇടശ്ശേരി). മലയാളനാടകവേദി അനുക്രമമായി വികസിച്ചുകൊണ്ടിരുന്ന ഈ കാലഘട്ടത്തിലാണ് തോപ്പിൽ ഭാസി നാടകരംഗത്തേക്ക് പ്രവേശിക്കുന്നത്.

ദേശീയപ്രസ്ഥാനവും സാമൂഹിക പരിഷ്കരണപ്രസ്ഥാനങ്ങളും ഉയിർത്തെഴുന്നേല്ക്കാൻ തുടങ്ങിയ ഇരുപതാംനൂറ്റാണ്ടിന്റെ ആദ്യപകുതിയിലാണ് തോപ്പിൽഭാസി ജനിച്ചതും വളർന്നതും. കേരളീയസമൂഹത്തിൽ പരിവർത്തനങ്ങളുടേതായ ഈ കാലഘട്ടത്തിൽ തോപ്പിൽ ഭാസിയെപ്പോലെ ഉല്പതിഷ്ണുവായ ഒരു വിദ്യാർത്ഥി ദേശീയ പ്രസ്ഥാനത്തിൽ ആകൃഷ്ടനാകുകയും അതിന്റെ പേരിൽ പൊലീസ് മർദ്ദനവും ലോക്കപ്പ് വാസവും അനുഭവിക്കേണ്ടിവരികയും ചെയ്തു എന്നത്

തോപ്പിൽ ഭാസി

കേവലം സ്വാഭാവികം മാത്രം. തിരുവനന്തപുരം ആയുർവേദകോളേജിൽ പഠിച്ചിരുന്നപ്പോൾ ഭാസി വിദ്യാർത്ഥി കോൺഗ്രസിന്റെ സജീവപ്രവർത്തകനായിരുന്നു. എന്നുമാത്രമല്ല മിക്ക സമരങ്ങളുടെയും മുന്നണിപ്പോരാളിയുമായിരുന്നു. തന്റെ ആത്മസുഹൃത്തായ കാമ്പിശ്ശേരി കരുണാകരനെ രാഷ്ട്രീയപ്രവർത്തനത്തിന്റെ പേരിൽ സംസ്കൃതകോളേജിൽനിന്നും പുറത്താക്കിയപ്പോൾ ഭാസി അന്നത്തെ രാഷ്ട്രീയസാഹചര്യങ്ങളെ കൂലങ്കഷമായ ഒരു വിചിന്തനത്തിന് വിധേയമാക്കുകയായിരുന്നു. സ്വതന്ത്ര തിരുവിതാംകൂറിനെതിരായ രാഷ്ട്രീയ സമരത്തിൽ അറസ്റ്റു ചെയ്യപ്പെട്ട ഭാസി സ്വാതന്ത്ര്യലബ്ധിയോടെ ജയിൽ മോചിതനായി. ഇതിനിടെ ഭാസി വൈദ്യകലാനിധി പരീക്ഷയിൽ രണ്ടാം റാങ്കോടെ വിജയിച്ചിരുന്നു.

അധികാരത്തിലേറിയ ഭരണകക്ഷിക്കാരുടെ അഹങ്കാരവും പുത്തൻ കോൺഗ്രസുകാരുടെ രംഗപ്രവേശവും ഇതിനകം കമ്യൂണിസ്റ്റായി മാറിക്കഴിഞ്ഞ കാമ്പിശ്ശേരി കരുണാകരന്റെ സ്വാധീനവും പടിപടിയായി ഭാസിയെ കമ്യൂണിസ്റ്റ് പാർട്ടിയുമായി അടുപ്പിച്ചു. അക്കാലത്ത് മദ്ധ്യതിരുവിതാംകൂറിൽ മികച്ച പാർട്ടി സംഘാടകനായി അറിയപ്പെട്ട പുതുപ്പള്ളി രാഘവനാണ് ഭാസിയെ ഔപചാരികമായി പാർട്ടിയുമായി ബന്ധിപ്പിച്ചത്. ശങ്കരനാരായണൻ തമ്പിയുമായി അടുക്കാനിടയായതോടെ ഭാസിയുടെ കമ്യൂണിസ്റ്റ് ബന്ധം ദൃഢതരമായി. അതോടെ ഭാസി പൊലീസിന്റെ നോട്ടപ്പുള്ളിയായി. സാധാരണക്കാരുടെയും പാവപ്പെട്ടവരുടെയും ഇടയിൽ

കമ്യൂണിസ്റ്റ് പാർട്ടിക്ക് സ്വാധീനം വർദ്ധിച്ചുവന്നിരുന്ന ഒരു കാലഘട്ടമായിരുന്നു ഇത്. അടിച്ചമർത്തപ്പെട്ട കർഷകത്തൊഴിലാളികൾക്കും കർഷകർക്കും ചെറുത്തുനില്ക്കാനും അവകാശങ്ങൾക്കുവേണ്ടി പോരാടാനും നേതൃത്വം നല്കിയത് കമ്യൂണിസ്റ്റ് നേതാക്കളായിരുന്നു.

ഒരേറ്റുമുട്ടലിൽ ഒരു സബ് ഇൻസ്പെക്ടറടക്കം നാലു പൊലീസുകാർ കൊല്ലപ്പെട്ട ശൂരനാട് സംഭവം തോപ്പിൽ ഭാസിയുടെ ജീവിതത്തെയാകെ തകിടം മറിച്ചു. ആ സംഭവത്തിൽ പറയത്തക്ക ബന്ധങ്ങളൊന്നുമില്ലാതിരുന്ന ഭാസി കൊലക്കേസിൽ ഒന്നാം പ്രതിയായി. ഭാസിയെയും രണ്ടാം പ്രതി പേരൂർ മാധവൻപിള്ളയെയും പിടിച്ചുകൊടുക്കുന്നവർക്ക് അന്നത്തെ ആയിരം രൂപ വാഗ്ദാനം ചെയ്യപ്പെട്ടു. ഭാസി അതോടെ പൂർണ്ണമായും ഒളിവിലായി. ഷെൽട്ടറുകളിൽനിന്ന് ഷെൽട്ടറുകളിലേക്ക്– മരണത്തെ മുഖാമുഖം കണ്ട എത്രയോ ഭീകരനിമിഷങ്ങൾ. തോപ്പിൽ ഭാസിയെന്ന രാഷ്ട്രീയപ്രവർത്തകനെ നേതാവാക്കി വളർത്തിയെടുക്കുകയും നാടകകൃത്തായി ഉണർത്തിയെടുക്കുകയും ചെയ്ത വർഷങ്ങളായിരുന്നു അത് (1948–52). ഭാസിക്ക് അന്ന് കേവലം 25 വയസ്സ് മാത്രമാണ് പ്രായം.

1948 മുതൽ ഏതാണ്ട് നാലുവർഷത്തിലേറെ കാലം ഒളിവിലും ആറു മാസത്തിലധികം ലോക്കപ്പിലുമായി കഴിച്ചുകൂട്ടിയ ഭാസി തന്റെ ജീവിതാനുഭവങ്ങൾ അന്നേവരെ മലയാളിക്ക് അപരിചിതമായ ഒരു പ്രത്യേകതരം ശൈലിയിൽ എഴുതി– *ഒളിവിലെ ഓർമ്മകൾ.* 1959 ജൂലൈയിൽ എഴുതിത്തുടങ്ങി ആറുമാസത്തിനകം എഴുതിത്തീർത്ത *ഒളിവിലെ ഓർമ്മകൾ* ഭാസിയുടെ സർഗ്ഗവൈഭവം കൊണ്ട് ചേതോഹരമായ ഒരു കൃതിയാണ്.

തന്റെ ഒളിവുജീവിതകാലത്ത് ഒരു പുലയമാടത്തിലിരുന്ന് ഭാസി തന്റെ ആദ്യരചന നടത്തിയ കഥകൾ പുളകത്തോടെയല്ലാതെ ഒരു സാഹിത്യവിദ്യാർത്ഥിക്കും ഓർമ്മിക്കാനാവില്ല.

സംഭവം ഇങ്ങനെ: അന്നത്തേടം കഴിയുവാൻ ഭാസി ഒരു സഹപാഠിയുടെ വീട്ടിൽ കയറിച്ചെന്നു. അയാൾ സ്നേഹത്തിന് ഒരു കുറവും കാണിക്കുന്നില്ല. എന്നാൽ, എല്ലാ സൗകര്യവും ഉണ്ടായിട്ടും അയാൾക്ക് സർവ്വത്ര അസൗകര്യം. എന്തുപറഞ്ഞാലും ബോദ്ധ്യപ്പെടുകയില്ല. ഒരു രക്ഷയുമില്ലെന്നായപ്പോൾ തെല്ലൊരസുഖത്തോടെ ഭാസി യാത്ര പറഞ്ഞ് തൊട്ടടുത്ത ഒരു പുലയക്കുടിലിൽ ചെന്നുകയറി, വന്ന കാര്യം പറഞ്ഞു. താൻ ആരാണെന്നും ഒരു രാവും പകലും അവിടെ താമസിപ്പിക്കണമെന്നും അറിയിച്ചു. ആ സാധു സന്തോഷം അത് സ്വീകരിച്ചു.

ആതിഥേയനായ ആ കിളവൻ ക്ഷണനേരം കൊണ്ട് അടുക്കളയിൽ അത്താഴം വെച്ച്, അടുപ്പ് കല്ല് മാറ്റി, തീക്കനൽ വാരിക്കളഞ്ഞ്, വെള്ളം നനച്ച് തണുപ്പിച്ച് അതിന്റെ പുറത്ത് ഒരു ചിക്കുപായും പുട്ടിലുമിട്ട് ഭാസിക്ക് കിടക്കാനുള്ള ശയ്യയുണ്ടാക്കി. പുതുനെല്ലിന്റെ മണമുള്ള ശയ്യയിൽ കിടന്നുകൊണ്ട് ഭാസി സ്നേഹിതന്റെ മനഃപ്രയാസവും തൊഴിലാളിയായ ഹരിജന്റെ സ്വീകരണവും ഓർത്തു. ഭാസിയെ പൊലീസ് അറസ്റ്റ്

ചെയ്താൽ സ്നേഹിതന് പലതും നഷ്ടപ്പെടാനുണ്ട്. എന്നാൽ, ഈ പാവപ്പെട്ടവന് തുച്ഛമായ നഷ്ടമേ സംഭവിക്കൂ. ഈ അന്തരമാണ് വർഗ്ഗതാല്പര്യം.

തൊട്ടടുത്ത ദിവസം പകൽ വെളിയിലാണവർ കഞ്ഞി വച്ചത്. ചോദിച്ചവരോടെല്ലാം മാടത്തിനകം ചാണകം മെഴുകിയിട്ടിരിക്കയാണെന്നവർ കള്ളം പറഞ്ഞു. അതേപ്പറ്റി ഭാസി ഇങ്ങനെ എഴുതി:

> ഞാൻ ഒരു പുസ്തകം കൈയിൽ എടുത്തു. പത്തുവരി വായിക്കും മുൻപേ ഞാൻ അതു മടക്കിവെച്ചു. പലതും സ്വപ്നം കണ്ടുകൊണ്ട് മലർന്നുകിടന്നു. വീണ്ടും വായിക്കാൻ നോക്കി. വല്ലാത്ത അസുഖം. അതെന്താണെന്ന് നിശ്ചയമില്ല. ഇത്തരം സംഭവങ്ങളെപ്പറ്റി എഴുതണമെന്നെനിക്കു തോന്നി. പേനയും കടലാസുമെടുത്ത് ഞാൻ എഴുതി. ഈ മാടത്തിന്റെ പൊളിഞ്ഞ ഓലകൾക്കിടയിലൂടെ വന്ന വെളിച്ചത്തിൽ ഞാനൊരു കഥ എഴുതി. *വെളിച്ചത്തിലേക്ക്* എന്ന കഥ. പിന്നീട് പി കെ ശിവശങ്കരപ്പിള്ള നടത്തിയിരുന്ന *വിശ്വകേരളം* ആഴ്ചപ്പതിപ്പിൽ സോമൻ എന്ന പേരിൽ അത് പ്രസിദ്ധീകരിക്കുകയും ചെയ്തു. (*ഒളിവിലെ ഓർമ്മകൾ* പേജ് 185,186)

ഇതായിരുന്നു ഭാസിയുടെ ആദ്യത്തെ രചന. രാഷ്ട്രീയ പ്രവർത്തകൻ മാത്രമായിരുന്ന താൻ എങ്ങനെ ഒരെഴുത്തുകാരനായി എന്ന് ഭാസി തന്നെ പറയുന്നുണ്ട്.

> നാല്പത്തിയെട്ടിനും അൻപത്തിരണ്ടിനും ഇടയ്ക്കുള്ള കാലത്ത് എന്റെ ഹൃദയത്തിന് ആഘാതങ്ങൾ ഒന്നിനുപിറകെ മറ്റൊന്നായി ഒട്ടനവധി ഏല്ക്കേണ്ടിവന്നു. അതോടൊപ്പം ആ മുറിവുകൾ തലോടിയുണക്കുവാൻ എവിടെയും യഥാർത്ഥ മനുഷ്യരുണ്ടായിരുന്നു. അതുകൊണ്ട് എന്റെ ഹൃദയം ചതഞ്ഞില്ല. അത് മൃദുലമായി. കൂടുതൽ ശുദ്ധമായി. മാനുഷികവികാരങ്ങളുടെ അടിമയായി. അതിന്റേതായ നേട്ടങ്ങളോടും കുറവുകളോടും കൂടിയതായി. ഒട്ടു ശാന്തമായ അന്തരീക്ഷം കിട്ടിയപ്പോൾ ഞാൻ എഴുതി. ആദ്യമായി ഉള്ളിലിരുന്നെഴുതി. അങ്ങനെ പണ്ഡിതനല്ലാത്ത ഞാൻ – വ്യാകരണമറിയാത്ത ഞാൻ – ആരും ആക്ഷേപിക്കരുത് – എപ്പോഴും തെറ്റുകൂടാതെ എഴുതാൻ കഴിയാത്ത ഞാൻ എഴുത്തുകാരനായി. തീർച്ചയായും, സംസ്കൃതം കുറെ പഠിച്ചിരുന്നത് എഴുത്തുകാരനാകാൻ സഹായകമായിരുന്നു. ഒളിവുകാലത്ത് രാത്രിയും പകലും ഒറ്റയ്ക്ക് വളരെ സമയം ഇരിക്കുക പതിവായിരുന്നു. എന്റെ അഭിരുചിയും എഴുതാനുള്ള സാഹചര്യവും കൂടിയാണ് എന്നെ എഴുത്തുകാരനാക്കിയത്. അപ്പോൾ ഞാൻ രാഷ്ട്രീയവുമായി ബന്ധമുള്ളത്, ഞാൻ കണ്ടിട്ടുള്ള ജീവിതത്തെക്കുറിച്ച് എഴുതി.

ആദ്യരചന ഒരു ചെറുകഥയായിരുന്നെങ്കിലും തനിക്കിണങ്ങുന്ന മാധ്യമം നാടകമാണെന്ന് ഭാസി അതിവേഗം തിരിച്ചറിഞ്ഞു. ഒളിവിൽ കഴിയുന്നതിനിടയിൽ 1952 ലാണ് ഭാസി *നിങ്ങളെന്നെ കമ്യൂണിസ്റ്റാക്കി* എന്ന നാടകം രചിച്ചത്. അറസ്റ്റു വാറന്റ് ഉണ്ടായിരുന്നതിനാൽ സോമൻ എന്ന തൂലികാനാമത്തിലാണ് *കമ്യൂണിസ്റ്റാക്കി* പുസ്തകരൂപത്തിൽ പ്രസിദ്ധീകരിച്ചത്. ആ പുസ്തകത്തിന്റെ വില്പനയിൽനിന്ന് ലഭിക്കുന്ന പണം ശൂരനാട് കേസിലെ പ്രതികൾക്ക് അല്പമെങ്കിലും ആശ്വാസമാകുമല്ലോ എന്ന് ഭാസി ആശിച്ചു.

ഭാസിയുടെ ഒടുവിലത്തെ നാടകമായ *രജനി*യുടെ മുഖവുരയിൽ ഒ എൻ വി കുറുപ്പ് ആ പഴയ കാര്യങ്ങൾ ഇങ്ങനെ ഓർമ്മിക്കുന്നു:

> ഭാസിയുടെ *മുന്നേറ്റം* എന്ന ഏകാങ്കം *നിങ്ങളെന്നെ കമ്യൂണിസ്റ്റാക്കി* നാടകത്തിന്റെ പ്രാഗ് രൂപമായിരുന്നു എന്നുവേണം പറയാൻ (ഭാസി ആദ്യമെഴുതിയ നാടകമാണ് *മുന്നേറ്റം*). വള്ളിക്കുന്നും ശൂരനാടും പോലുള്ള ഒരു മദ്ധ്യതിരുവിതാംകൂർ ഗ്രാമത്തിലെ മണ്ണും മനുഷ്യരും തമ്മിലുള്ള, ജന്മിയും ഇടത്തരക്കാരനും കർഷകത്തൊഴിലാളിയും തമ്മിലുള്ള ബന്ധങ്ങളിൽ സംഭവിച്ചുകൊണ്ടിരിക്കുന്ന പരിവർത്തനങ്ങളുടെ ഒരു വീരഗാഥയാണ് *കമ്യൂണിസ്റ്റാക്കി* നാടകം. ഇത് നാടകവും നാടോടിപ്പാട്ടുകാവ്യവും കൈകോർത്തതുപോലുള്ള ഒരു സങ്കരശില്പസൗന്ദര്യം പൂണ്ടുനില്ക്കുന്നു. അത് ചരിത്രസാക്ഷിയായിത്തീർന്ന ഒരു കലാരൂപമായി ഇന്ന് നാടിന്റെ ചരിത്രത്തിലും സ്ഥാനം പിടിച്ചിരിക്കുന്നു.
>
> *നിങ്ങളെന്നെ കമ്യൂണിസ്റ്റാക്കി*യുടെ കർത്താവായ ഭാസി തടവറയിൽ കഴിയുമ്പോഴാണ് എന്റെ ഗ്രാമത്തിലെ ഒരു നാടൻ ഓലക്കൊട്ടകയിൽ ആ നാടകം ഉദ്ഘാടനം ചെയ്യപ്പെട്ടത്. അത്രയൊന്നും പ്രതീക്ഷയില്ലാതെ ഒട്ടൊരു ഉദാസീനമനോഭാവത്തിൽ വന്നിരിക്കുന്ന സദസ്സിനുമുൻപിൽ, നാടകം പൂർത്തീകരിക്കുവാൻ നിയമപാലകർ അനുവദിക്കുമോ എന്ന ആശങ്ക നിറഞ്ഞ അന്തരീക്ഷത്തിൽ കാമ്പിശ്ശേരി കരുണാകരന്റെ പരമുപിള്ളയും ജനാർദ്ദനക്കുറുപ്പിന്റെ ജന്മി കേശവൻനായരും ഒ മാധവന്റെ പപ്പുവും പിന്നെ സന്ധ്യാനാമം ചൊല്ലുന്ന നാടൻ പെൺകിടാവും മണ്ണിന്റെ മുത്തായ മാലയും പാടുന്ന സുമവും എല്ലാം ചേർന്ന ആ നാടകം ഒരു വീരഗാഥയായി ഒഴുകിപ്പരന്നതും അതിന്റെ പരിണാമ രമണീയമായ മുഹൂർത്തത്തിൽ പരമുപിള്ള "എനിക്കിതൊന്നുയർത്തിപ്പിടിക്കണം'' എന്നു പറഞ്ഞ് ആ കൊടിയിൽ (ചെങ്കൊടി) കടന്നുപിടിച്ചപ്പോൾ സദസ്യർ മറ്റെന്തോ ആയി മാറിപ്പോയതും ഇന്നും മനസ്സിൽ മായാതെ നില്ക്കുന്നു.

മലയാളത്തിൽ മറ്റൊരു നാടകത്തിനും ലഭിക്കാത്തത്ര വിപുലമായ ഒരു സ്വീകരണമാണ് ഈ നാടകത്തിന് ലഭിച്ചത്. നാടകം നടക്കുന്ന

മിക്ക സ്ഥലങ്ങളിലും ടിക്കറ്റു കിട്ടാതെ മടങ്ങിപ്പോകുന്ന ആളുകൾ കൊട്ടകയിൽ കയറുന്നവരേക്കാൾ കൂടുതൽ വരുന്ന എത്രയോ അനുഭവങ്ങൾ... ടിക്കറ്റു കിട്ടാതെ രോഷാകുലരായ ജനങ്ങൾക്കുവേണ്ടി നാടകത്തിന്റെ സെക്കന്റ്ഷോ പോലും കളിക്കേണ്ടി വന്നിട്ടുണ്ട്. ഇപ്രകാരം നാടകത്തിന് പ്രശസ്തിയുണ്ടാകുവാൻ രണ്ടു കാരണങ്ങൾകൂടി ഉണ്ടായി. ഒന്ന്, ക്രിസ്ത്യൻ പള്ളികൾ നാടകം കാണരുതെന്ന് വിശ്വാസികളെ വിലക്കി. രണ്ട്, കോൺഗ്രസ് ഗവൺമെന്റാകട്ടെ, നാടകം നിരോധിക്കുകതന്നെ ചെയ്തു. നാടകനിരോധനത്തിനെതിരെ തിരു-കൊച്ചി അസംബ്ലിയിൽ അടിയന്തര പ്രമേയമനുവദിച്ച അപൂർവ്വസംഭവമുണ്ടായി. ഇതോടെ നാടകത്തെക്കുറിച്ചുള്ള പ്രശസ്തിയും ജനങ്ങൾക്കുള്ള ഉൽക്കണ്ഠയും പൂർവ്വാധികം വർദ്ധിച്ചു. ഏറെത്താമസിയാതെ ഹൈക്കോടതി നാടകത്തിനെതിരായ നിരോധനം നീക്കി ഉത്തരവു പുറപ്പെടുവിച്ചു. അതോടെ *കമ്യൂണിസ്റ്റാക്കി* നാടകം അതിന്റെ ജൈത്രയാത്ര തുടരുകയായിരുന്നു. ഇതിനകം പതിനായിരത്തിൽപ്പരം വേദികളിൽ ഈ നാടകം അവതരിപ്പിച്ചുകഴിഞ്ഞു.

ഭാസിയുടെ രചനാകൗശലവും അസാമാന്യമായ പ്രതിഭയും മറ്റു നാടകകൃത്തുക്കളിൽനിന്ന് അദ്ദേഹത്തെ വേർതിരിച്ചു നിർത്തുന്നു. മലയാള നാടകവേദിയുടെ വസന്തകാലമായിരുന്ന അൻപതുകളിലും അറുപതുകളിലും സാമൂഹികപ്രതിബദ്ധതയും രചനാസൗഷ്ഠവവും സമന്വയിപ്പിച്ചുകൊണ്ട് ഒരുകൂട്ടം നാടകകൃത്തുക്കൾ ആ വേദി കൈയടക്കി. പൊൻകുന്നം വർക്കി, തോപ്പിൽ ഭാസി, പി ജെ ആന്റണി, ചെറുകാട്, ഇടശ്ശേരി, കെ ടി മുഹമ്മദ്, ഏരൂർ വാസുദേവ്, എസ് എൽ പുരം സദാനന്ദൻ, എൻ എൻ പിള്ള തുടങ്ങിയവരായിരുന്നു ആ പ്രതിഭാധനന്മാർ.

കമ്യൂണിസ്റ്റ് സഹയാത്രികനും പ്രസിദ്ധ ഹിന്ദി നാടക സിനിമാനടനുമായിരുന്ന ബൽരാജ് സാഹ്നിയുമായി ഭാസി അടുത്ത ബന്ധം പുലർത്തിയിരുന്നു. ഭാസിയുടെ പില്ക്കാല നാടകങ്ങളിലെ പാത്രസൃഷ്ടിയിൽ ബൽരാജ് സാഹ്നി ചെലുത്തുന്ന സ്വാധീനം ഒട്ടും ചെറുതായിരുന്നില്ല.

മുടിയനായ പുത്രൻ എന്ന നാടകത്തെ കൂടുതൽ ശ്രദ്ധേയമാക്കുന്നതിന്റെ ഭാഗമായി ഇപ്പോൾ *കമ്യൂണിസ്റ്റാക്കി* നാടകം തല്ക്കാലം നിർത്തിവെച്ചിരിക്കുകയാണെന്ന് ഭാസി അറിയിച്ചപ്പോൾ സൗമ്യപ്രകൃതക്കാരനായ ബൽരാജ് സാഹ്നി ക്ഷോഭിച്ച ഒരു രംഗം ഭാസി തന്റെ ആത്മകഥയിൽ ഇങ്ങനെ രേഖപ്പെടുത്തുന്നു:

> "*കമ്യൂണിസ്റ്റാക്കി* അവതരിപ്പിക്കേണ്ട എന്നു തീരുമാനിക്കാൻ നിങ്ങൾക്കെന്തവകാശം?"- ശബ്ദമുയർത്തി അദ്ദേഹം ചോദിച്ചു:
>
> ഞാനെഴുതി സംവിധാനം ചെയ്ത ഒരു നാടകം അവതരിപ്പിക്കണോ വേണ്ടയോ എന്നു തീരുമാനിക്കുവാൻ എനിക്കെന്തവകാശമെന്ന ചോദ്യം കേട്ട് ഞാൻ മിഴിച്ചിരുന്നു. ദേഷ്യം കുറയ്ക്കാതെ

അദ്ദേഹം പറഞ്ഞു:

"ആ നാടകത്തെ സംബന്ധിച്ച് ഗ്രന്ഥകാരനെന്ന നിലയിൽ നിങ്ങൾക്കുള്ള അവകാശം ദുർബ്ബലമായിരിക്കുന്നു. അത് സദസ്സിന്റെ, പൊതുജനങ്ങളുടെ നാടകമായിപ്പോയി. സദസ്സ് സ്റ്റേജിന്റെ മേൽ ആധിപത്യം സ്ഥാപിച്ച നാടകമാണിത്."

കൂടുതൽ കെട്ടുറപ്പുള്ളതും ലക്ഷണമൊത്തതുമായ ഒരു കൃതിയാണ് ഭാസിയുടെ രണ്ടാമത്തെ നാടകമായ *സർവ്വേക്കല്ല്*. എന്നാൽ, ഈ നാടകം അരങ്ങിൽ വിജയിച്ചില്ല. ഇത് ഭാസിയെ നിരാശനാക്കി. ആലപ്പുഴയിലെ കയർഫാക്ടറിത്തൊഴിലാളികളുടെ സമരപശ്ചാത്തലത്തിൽ രചിച്ച ഭാസിയുടെ മൂന്നാമത്തെ നാടകമായ *വിശക്കുന്ന കരിങ്കാലി* അരങ്ങിൽ നല്ല വിജയം കൊയ്തു. എന്നാൽ, നിരൂപകർ *കമ്യൂണിസ്റ്റാക്കിക്ക്* നല്കിയ പരിഗണന *വിശക്കുന്ന കരിങ്കാലിക്ക്* നല്കിയില്ല. അതൊരു വെറും രാഷ്ട്രീയ നാടകം എന്ന് വിലയിരുത്തപ്പെട്ടു. അതിനാൽ ഭാസി കുറേക്കൂടി മനസ്സിരുത്തി എഴുതിയ *മുടിയനായ പുത്രൻ* അരങ്ങിൽ വൻ വിജയമായി. *മുടിയനായ പുത്രൻ* ഭാസിയുടെ ഭേദപ്പെട്ട ഒരു രചനയായി വിഖ്യാതി നേടുകയും ആ വർഷത്തെ കേരള സാഹിത്യഅക്കാദമിയുടെ അവാർഡ് കരസ്ഥമാക്കുകയും ചെയ്തു.

1957 ൽ കേരളത്തിൽ കമ്യൂണിസ്റ്റ് പാർട്ടിക്ക് ഭരണാധികാരം ലഭിച്ചതോടുകൂടി ഇന്ത്യയിലെ മറ്റു സംസ്ഥാനങ്ങളിൽ ഉണ്ടാകാത്ത പല മാറ്റങ്ങളും കേരളത്തിൽ പ്രാവർത്തികമാക്കാൻ കഴിഞ്ഞു. ഈ മാറ്റങ്ങൾക്ക് വിലമതിക്കാൻ കഴിയാത്ത ഒരു മുതൽമുടക്കുണ്ട് – ഒരു മൂലധനമുണ്ട്. ആ മൂലധനമാണ് വയലാറിലും പുന്നപ്രയിലും കയ്യൂരും കരിവള്ളൂരും ശൂരനാടും നാം ദർശിച്ചത്. പാർട്ടി പ്രവർത്തകരെയും നേതാക്കളെയും ഈ സത്യം ഓർമ്മിപ്പിക്കാനാണ് ശൂരനാട് സംഭവത്തിന്റെ പശ്ചാത്തലത്തിൽ ഭാസി എഴുതിയ നാടകത്തിന് *മൂലധനം* എന്ന പേരു നല്കിയത്. രാജ്യത്തിന്റെ വികസന പ്രവർത്തനങ്ങളിൽ കർഷകനും തൊഴിലാളിക്കും എഞ്ചിനീയർക്കും തുല്യപങ്കാളിത്തമാണുള്ളതെന്ന് വ്യക്തമാക്കുന്ന നാടകമാണ്. കുഷ്ഠരോഗിയെ സമൂഹം എങ്ങനെ നോക്കിക്കാണുന്നു എന്ന വൈരുദ്ധ്യം ചൂണ്ടിക്കാണിച്ചുകൊണ്ട് രോഗം ഒരു കുറ്റമാണോ എന്ന ചോദ്യത്തിന് സദസ്സ് സ്വയം ഉത്തരം കണ്ടെത്തുന്ന നാടകമാണ് *അശ്വമേധം*. ഈ നാടകം മനുഷ്യമനസ്സാക്ഷിയെ പ്രതിക്കൂട്ടിൽ കയറ്റുന്നു. *കൂട്ടുകുടുംബം, തുലാഭാരം* എന്നീ നാടകങ്ങളും ഭാസിയുടെ ഭേദപ്പെട്ട രചനകളായി വിലയിരുത്തപ്പെട്ടിട്ടുള്ളതാണ്. ഓരോ കാലഘട്ടത്തിലെയും ശ്രദ്ധേയമായ വിഷയങ്ങൾ തെരഞ്ഞെടുത്ത് ഭാസി മൊത്തം പതിനെട്ട് നാടകങ്ങൾ രചിച്ചു. അഞ്ച് ഏകാങ്കസമാഹാരങ്ങളും ഒരു ചെറുകഥാസമാഹാരവും ആത്മകഥയുടെ രണ്ടു ഭാഗങ്ങളുമെഴുതി ഭാസി മലയാളസാഹിത്യത്തിൽ തന്റേതായ ഒരു സ്ഥാനം പിടിച്ചുപറ്റി.

വിശ്വപ്രസിദ്ധ നാടകകൃത്തായ ഇബ്സൻ ഇന്നും സ്മരിക്കപ്പെടു

ന്നത് *ഗോസ്റ്റി*ന്റെയും *ഡോൾസ്ഹൗസി*ന്റെയും പേരിലാണ്. അതുപോലെതന്നെ മലയാളി ഭാസിയെ സ്മരിക്കുന്നത് *കമ്യൂണിസ്റ്റാക്കി* എന്ന നാടകത്തിന്റെ രചയിതാവെന്ന നിലയിലായിരിക്കും.

സമൂഹത്തിലെ അനാചാരങ്ങൾക്കും ജാതിക്കുമെതിരെ പൊരുതിയ വിപ്ലവകാരിയായിരുന്നു ഭാസി. കെട്ടും കെട്ടി മലയ്ക്കുപോകുന്ന കമ്യൂണിസ്റ്റുകാരെ അദ്ദേഹം പരിഹസിച്ചു. പ്രേതവും ആത്മാവുമില്ലെന്ന് അദ്ദേഹം ഉച്ചൈസ്തരം പ്രഖ്യാപിച്ചു. "യുക്തിവാദത്തിലെ അന്ധവിശ്വാസിയല്ല ഞാൻ. സത്യാന്വേഷിയായ യുക്തിവാദിയാണ്. ഭൗതികവാദത്തിന്റെ പൗരോഹിത്യം എനിക്കില്ല" (*ഒളിവിലെ ഓർമ്മകൾക്ക്* ശേഷം – പേജ് 225). അദ്ദേഹത്തിന്റെ കുടുംബം ഈഴവസമുദായാംഗമായ കാമ്പിശ്ശേരിയുടെ കുടുംബവുമായി വിവാഹബന്ധം സ്ഥാപിക്കുകയും അതുവഴി ജാതിക്കോമരങ്ങളെ വെല്ലുവിളിക്കുകയും ചെയ്തു.

1964 ൽ സംഭവിച്ച കമ്യൂണിസ്റ്റ് പാർട്ടിയിലെ പിളർപ്പാണ് അദ്ദേഹത്തെ ഏറ്റവുമധികം വേദനിപ്പിച്ച സംഗതി. തന്റെ ആത്മകഥയുടെ രണ്ടാം ഭാഗത്തിലുടനീളം ഈ പിളർപ്പിനെതിരായ നിരവധി പരാമർശങ്ങളുണ്ട്.

കമ്യൂണിസ്റ്റ് പാർട്ടികളുടെ പുനരേകീകരണം ഭാസിയുടെ സ്വപ്നമായിരുന്നു. മരിക്കുന്നതുവരെയും അതിനുവേണ്ടി അദ്ദേഹം നിരന്തരം ശബ്ദമുയർത്തിക്കൊണ്ടിരുന്നു.

തന്റെ മനസ്സിന് കാര്യമായ ആഘാതമേല്പിക്കാൻ പ്രായത്തിനോ രോഗത്തിനോ സാധിച്ചിട്ടില്ല എന്ന് ഭാസി ആവർത്തിച്ചു വ്യക്തമാക്കിയിട്ടുണ്ട്. കാലു മുറിച്ചതിനുശേഷവും അതിന്റെ സങ്കീർണ്ണതകളെല്ലാം വഹിച്ചുകൊണ്ട് പൂർണ്ണ ആരോഗ്യമുള്ള കാലത്തെപ്പോലെ എല്ലാ പ്രവൃത്തികളിലും അദ്ദേഹം സജീവമായിരുന്നു. എന്നാൽ, സ്നേഹമുള്ള മുഖങ്ങൾ അദ്ദേഹത്തിന്റെ ദൗർബല്യമായിരുന്നു. ഭാസി എഴുതുന്നു:

> ചിലരൊക്കെ കാണാൻ വന്നപ്പോൾ ഞാൻ ചെറുതായി കരഞ്ഞു. എന്നെ കമ്യൂണിസ്റ്റ് പാർട്ടിയിലേക്ക് കൈപിടിച്ചുകയറ്റിയ പുതുപ്പള്ളി രാഘവൻ വന്നപ്പോൾ അതുണ്ടായി. എന്റെ ആദ്യ കമ്യൂണിസ്റ്റ് ഘടകത്തിന്റെ പ്രവർത്തകരായിരുന്ന എൻ ശ്രീധരനും ജി കാർത്തികേയനും വന്നപ്പോഴും എന്റെ നിയന്ത്രണം വിട്ടുപോയി. സഖാക്കൾ എം എൻ ഉം ശങ്കരനാരായണൻ തമ്പിയും മറ്റും വന്നപ്പോഴും കണ്ണു നിറയാതിരിക്കാൻ കഴിഞ്ഞില്ല. ഓർക്കാപ്പുറത്ത് നിയന്ത്രണം വിട്ടത് ഇ എം എസ് എന്റെ കിടക്കയുടെ അടുത്തു വന്നുനിന്ന് നിറകണ്ണുകളോടെ എന്നെ നോക്കിയപ്പോഴാണ്. കാരണം, പാർട്ടി പിളർന്നപ്പോൾ ഞാൻ ഏറ്റവും രൂക്ഷമായി വിമർശിച്ചത് അദ്ദേഹത്തെയാണ്. അദ്ദേഹം ഒരാൾ വിചാരിച്ചിരുന്നെങ്കിൽ പാർട്ടിയുടെ ഭിന്നിപ്പ് ഒഴിവാക്കാമായിരുന്നുവെന്നും ഭിന്നിച്ച പാർട്ടിയെ യോജിപ്പിക്കാനാകുമെന്നും ഞാൻ വിശ്വസി

ക്കുന്നു. ശരിയാവാം, തെറ്റാവാം, പക്ഷേ, ആ മനുഷ്യസ്നേഹത്തിന്റെ മുന്നിൽ ഞാൻ തളർന്നുപോയി.... രാഷ്ട്രീയത്തിൽ അദ്ദേഹം ഒരു വന്മരം പോലെ നില്ക്കുന്നു. ഞാൻ ആ തണലിലെ ഒരു ചെടി മാത്രമാണ്. എന്നിട്ടും ഞാൻ അദ്ദേഹത്തിന്റെ രാഷ്ട്രീയത്തെ വിമർശിച്ചു. പക്ഷേ, എന്റെ പേന കടലാസിൽ ഓടുമ്പോൾ നിസ്വാർത്ഥനായ ആ രാഷ്ട്രീയനേതാവിനോടുള്ള ആദരവും സ്നേഹവുംകൊണ്ട് എന്റെ ഹൃദയം തുടിക്കുമായിരുന്നു. (*ഒളിവിലെ ഓർമ്മകൾക്കു* ശേഷം....... പേജ് 341-342-347).

1992 ഡിസംബർ 8 ന് തോപ്പിൽ ഭാസി നിര്യാതനായി. അതോടെ മലയാളനാടകവേദിയുടെ പ്രകാശമാനമായ ഒരു യുഗത്തിന് തിരശ്ശീല വീഴുകയും ചെയ്തു.

കാമ്പിശ്ശേരി കരുണാകരൻ
മഹാനായ പത്രാധിപർ

പത്രപ്രവർത്തനം എന്ന കലയിൽ അറിവും പ്രാഗത്ഭ്യവും കാഴ്ച വെച്ച ഒരു മികച്ച പത്രാധിപരായിരുന്നു കാമ്പിശ്ശേരി കരുണാകരൻ. ആ കഴിവ് അദ്ദേഹം പഠനംകൊണ്ട് നേടിയെടുത്തതല്ല. സ്വയം ആർജ്ജിച്ചതാണ്.

ഒരു പാർട്ടി പത്രത്തിൽ എത്രയോ പരിമിതികളുണ്ടായിട്ടും *ജനയുഗ*ത്തെ ഒരു സ്വതന്ത്രദിനപത്രമായി മാറ്റാനാണ് കാമ്പിശ്ശേരി ആഗ്രഹിച്ചത്. അതുകൊണ്ടുതന്നെ ഒരു കാലഘട്ടത്തിൽ കേരളത്തിലെ മൂന്നാമത്തെയോ നാലാമത്തെയോ ദിനപത്രമായി *ജനയുഗം* ഉയർന്നു. *ജനയുഗം* വാരികയുടെ പ്രചാരം ഒരു ലക്ഷത്തിനുമുകളിലായി. അന്ന് *മാതൃഭൂമി, മനോരമ* എന്നീ വാരികകൾക്ക് കനത്ത ഒരു വെല്ലുവിളിയായിത്തീർന്നു *ജനയുഗം* വാരിക. *ജനയുഗം* ഏറ്റവും തിളങ്ങിനിന്നത് കാമ്പിശ്ശേരി പ്രധാന പത്രാധിപരും മാനേജിങ് എഡിറ്ററുമായിരുന്ന കാലത്താണ്. രണ്ടു ദശാബ്ദത്തോളം ദിനപത്രത്തിന്റെയും വാരികയുടെയും പത്രാധിപരായിരുന്ന കാമ്പിശ്ശേരി ധാരാളം ലേഖനങ്ങളെഴുതി. ഇവയിൽ സാഹിത്യമൂല്യമുള്ള ലേഖനങ്ങളും രാഷ്ട്രീയപ്രാധാന്യമുള്ള ലേഖനങ്ങളുമുണ്ട്. ഏതാനും കഥകളും ഒരു നോവലും നടനത്തെക്കുറിച്ച് ശ്രദ്ധേയമായ ഒരു പഠനഗ്രന്ഥവും കാമ്പിശ്ശേരിയുടെ രചനകളിൽ ഉൾപ്പെടുന്നു. ഒറ്റവാക്കിൽ പറഞ്ഞാൽ നർമ്മബോധമാണ് കാമ്പിശ്ശേരി രചനകളുടെ മുഖമുദ്ര. മറ്റുള്ളവരുടെ കുറവുകളെ പരിഹസിക്കുന്നതോടൊപ്പം തന്റെ കുറവുകൾ അംഗീകരിക്കാനും അദ്ദേഹം ഒരുക്കമായിരുന്നു. അതാണ് എഴുത്തുകാരനായ ആ പത്രാധിപരുടെ മഹത്ത്വം.

മദ്ധ്യതിരുവിതാംകൂറിലെ വള്ളിക്കുന്നം ഗ്രാമത്തിൽ കാമ്പിശ്ശേരി വീട്ടിൽ കൊച്ചിക്കാ ചാന്നാരുടെയും ചെങ്ങന്നൂർ ഇലവുംതിട്ട അയത്തിൽ പുത്തൻ വീട്ടിൽ കുഞ്ഞിക്കയുടെയും മകനായി 1922 മാർച്ചിൽ കരുണാകരൻ ജനിച്ചു. ശ്രീനാരായണഗുരു, കുമാരനാശാൻ, സഹോദ

കാമ്പിശ്ശേരി കരുണാകരൻ

രൻ അയ്യപ്പൻ തുടങ്ങിയ നവോത്ഥാനനായകന്മാരുമായി സൗഹൃദബന്ധം പുലർത്തിയിരുന്ന ഒരു വ്യക്തിയായിരുന്നു കാമ്പിശ്ശേരിയുടെ പിതാവ് കൊച്ചിക്കാ ചാന്നാർ. അദ്ദേഹം വൈക്കം സത്യഗ്രഹത്തിൽ പങ്കെടുത്തിരുന്നു.

തിരുവനന്തപുരത്തെ സംസ്കൃതകോളേജിൽ പഠിക്കുന്ന കാലത്ത് കരുണാകരൻ ദേശീയ പ്രസ്ഥാനത്തിൽ ആകൃഷ്ടനായി, കോൺഗ്രസ് പ്രവർത്തകനായി. ക്ലാസ് ബഹിഷ്കരിച്ച് ആർട്സ് കോളേജ് പിക്കറ്റു

ചെയ്തതിന് കരുണാകരൻ അറസ്റ്റ് ചെയ്യപ്പെടുകയും ലോക്കപ്പിലാവുകയും ചെയ്തു. പഠനം നഷ്ടപ്പെട്ട കരുണാകരൻ കുറെ മാർക്സിസ്റ്റ് ഗ്രന്ഥങ്ങളുമായാണ് നാട്ടിലെത്തിയത്. കോൺഗ്രസുകാരനായിരുന്നെങ്കിലും കമ്യൂണിസ്റ്റുകാരുടെ പീപ്പിൾസ് വാർ സിദ്ധാന്തം അദ്ദേഹത്തെ ആകർഷിച്ചിരുന്നു. മാർക്സിസ്റ്റ് ഗ്രന്ഥങ്ങൾ വായിച്ചുകൂട്ടിയ കരുണാകരൻ തുടർന്ന് മുഴുവൻ സമയ രാഷ്ട്രീയ പ്രവർത്തകനായി മാറുകയായിരുന്നു. കരുണാകരൻ കമ്യൂണിസ്റ്റ് പാർട്ടിയുടെ ആലപ്പുഴ ഡിവിഷൻ കമ്മിറ്റിയുടെ സെക്രട്ടറിയായി നിയോഗിക്കപ്പെട്ടു. കാർത്തികപ്പള്ളി, കരുനാഗപ്പള്ളി, മാവേലിക്കര എന്നീ താലൂക്കുകളായി അദ്ദേഹത്തിന്റെ പ്രവർത്തനരംഗം. സർ സി പിയുടെ സർക്കാർ കരുണാകരനെ വീട്ടുതടങ്കലിലാക്കുകയും പിന്നീട് അറസ്റ്റ് ചെയ്ത് ജയിലിലടയ്ക്കുകയും ചെയ്തു. സ്വാതന്ത്ര്യാനന്തരമാണ് അദ്ദേഹം ജയിൽമോചിതനായത്. തോപ്പിൽ ഭാസിയെ ഇടതുപക്ഷ പ്രസ്ഥാനവുമായി അടുപ്പിക്കാൻ ഇടയാക്കിയത് ബാല്യകാല സുഹൃത്തായ കരുണാകരനുമായുള്ള ബന്ധമാണ്.

*യുവകേരള*ത്തിന്റെ തിരുവനന്തപുരം സിറ്റി എഡിറ്ററായിട്ടാണ് കാമ്പിശ്ശേരി പത്രപ്രവർത്തനരംഗത്തേക്ക് പ്രവേശിക്കുന്നത്. വാർത്തകൾ സൃഷ്ടിക്കുന്നതിലും അവ വായനക്കാരുടെ ശ്രദ്ധ പിടിച്ചുപറ്റുവാൻ പര്യാപ്തമാക്കുന്നതിലും കരുണാകരൻ കാഴ്ചവെച്ച മിടുക്ക് ബന്ധപ്പെട്ടവരുടെ പ്രീതി പിടിച്ചുപറ്റുന്നതിനിടയാക്കി. ഏറെത്താമസിയാതെ അദ്ദേഹം *യുവകേരള*ത്തിന്റെ പത്രാധിപസമിതിയിൽ നിയോഗിക്കപ്പെട്ടു. *യുവകേരളം* സർ സി പിക്ക് സ്ഥിരം തലവേദനയായതോടെ പത്രം നിരോധിക്കപ്പെട്ടു. ആദ്യത്തെ കോൺഗ്രസ് മന്ത്രിസഭ അധികാരത്തിലേറിയതോടെ യുവകേരളത്തിന്റെ നിരോധനം നീക്കി. പത്രം പുനരാരംഭിച്ചെങ്കിലും അഭിപ്രായവ്യത്യാസംമൂലം കരുണാകരൻ ജോലി രാജിവച്ചു. തുടർന്ന് *കേരളം* എന്നൊരു പത്രം തുടങ്ങിയെങ്കിലും അത് ഏറെനാൾ നിലനിർത്താൻ അദ്ദേഹത്തിന് കഴിഞ്ഞില്ല.

പുന്നപ്ര വയലാർ തടവുകാരെ പുതിയ ഗവൺമെന്റ് മോചിപ്പിക്കാൻ തയ്യാറാവാതിരുന്നതിലും പുതിയ സർക്കാർ പഴയ ഗവൺമെന്റിന്റെ നയങ്ങളും പ്രവർത്തന ശൈലിയും തുടരുന്നതിലും അസംതൃപ്തരായ കാമ്പിശ്ശേരിയും തോപ്പിൽ ഭാസിയുമടക്കമുള്ള ചെറുപ്പക്കാർ കമ്യൂണിസ്റ്റ് പാർട്ടിയുമായി കൂടുതൽ അടുത്തു. അവർ സജീവ കമ്യൂണിസ്റ്റ് പ്രവർത്തകരായി മാറി. ഇക്കാലത്താണ് ശൂരനാട് സമരം നടന്നത്. ഈ സമയത്ത് ആ കേസിലെ പ്രധാന പ്രതിയായി ഒളിവിലോ ലോക്കപ്പിലോ കഴിയേണ്ടിവരുന്ന പ്രവർത്തകനായിരുന്നു കരുണാകരൻ. എന്നാൽ തികച്ചും അപ്രതീക്ഷിതമായി രോഗം ബാധിച്ച് അദ്ദേഹം കിടപ്പിലായി. ആയുർവേദത്തിൽ മഹോദരം എന്നു വിളിക്കപ്പെടുന്ന ആ മഹാരോഗത്തിന്റെ അടിമയായിട്ടും ഏത് സമയത്തും മരണം സംഭവിക്കാമെന്ന് ഡോക്ടർമാർ വിധിയെഴുതിയിട്ടും ആത്മവിശ്വാസം കൈവിടാതെ

ജീവിതം നിലനിർത്താൻ പോരാടിയ ധീരനായിരുന്നു കാമ്പിശ്ശേരി.

രോഗം ഭേദമായതോടെ കരുണാകരൻ രാഷ്ട്രീയത്തിൽ സജീവമായി. 1952 ലെ തിരു–കൊച്ചി നിയമസഭാ തിരഞ്ഞെടുപ്പിൽ പുതുപ്പള്ളി നിയോജകമണ്ഡലത്തിൽ കരുണാകരൻ കമ്യൂണിസ്റ്റ് സ്ഥാനാർത്ഥിയായി മത്സരിച്ചു. വൻഭൂരിപക്ഷത്തോടെയാണ് അദ്ദേഹം വിജയിച്ചത്. ആ മന്ത്രിസഭ അല്പായുസ്സായിരുന്നു. പിന്നീടൊരിക്കലും കാമ്പിശ്ശേരി തിരഞ്ഞെടുപ്പിൽ മത്സരിക്കാൻ തയ്യാറായില്ല!

1951 ലാണ് കാമ്പിശ്ശേരി വിവാഹിതനായത്. അമ്മാവന്റെ മകളായ പ്രേമയായിരുന്നു വധു. മുൻപേ നിശ്ചയിച്ചുറപ്പിച്ചതായിരുന്നു ഈ വിവാഹം. തന്റെ പ്രതിശ്രുതവരൻ മഹോദരം എന്ന മാരകരോഗത്തിന് അടിമപ്പെട്ട് മരണക്കിടക്കയിലാണെന്നറിയാമായിരുന്നിട്ടും പ്രേമ കരുണാകരനെ ശുശ്രൂഷിക്കാനെത്തി. രോഗം ഭേദമാകുന്നതുവരെ അടുത്തിരുന്ന് അവർ കരുണാകരനെ ശുശ്രൂഷിച്ചു. അതിന് ശേഷമായിരുന്നു അവരുടെ വിവാഹം. അവർക്ക് മൂന്നു മക്കളാണ്. മൂത്ത മകൾ ഉഷയെ വിവാഹം ചെയ്തത് ഭാസിയുടെ അനന്തരവൻ തോപ്പിൽ ഗോപാലകൃഷ്ണനാണ്. ജാതി ഈ വിവാഹത്തിനൊരു തടസ്സമായില്ല.

പ്രേമ ഒരു സ്കൂൾ അദ്ധ്യാപികയായിരുന്നു. കുടുംബജീവിതവും *ജനയുഗ*വും അഭിവൃദ്ധിയിൽ കഴിയുന്ന കാലത്ത് കാമ്പിശ്ശേരി വീണ്ടും രോഗബാധിതനായി. ഈ പ്രാവശ്യം ഒരു ശ്വാസകോശം എടുത്തുമാറ്റേണ്ടി വന്നു. കേരളത്തിലെ ഏറ്റവും വലിയ പത്രാധിപർ ഒരു ശ്വാസകോശം മാത്രമായി *ജനയുഗ*ത്തിൽ മുഖ്യപത്രാധിപരായിക്കഴിയുന്നു എന്ന് കൗമുദി ബാലകൃഷ്ണൻ വിശേഷിപ്പിച്ചത് ഈ കാരണത്താലാണ്.

ജനയുഗം വാരിക ഇടയ്ക്കിടെ മുടങ്ങിക്കൊണ്ട് പ്രസിദ്ധീകരിച്ചിരുന്ന കാലത്താണ് കാമ്പിശ്ശേരി *ജനയുഗ*ത്തിന്റെ തിരുവനന്തപുരം സിറ്റി ലേഖകനായി ചാർജെടുത്തത്. ഏറെത്താമസിയാതെ *ജനയുഗം* ഒരു ദിനപത്രമായി വളർന്നു. കമ്യൂണിസ്റ്റ് ആശയഗതികൾക്ക് ദ്രുതഗതിയിൽ വളർച്ച കൈവന്നുകൊണ്ടിരുന്ന കാലമായിരുന്നതിനാൽ *ജനയുഗം* പെട്ടെന്ന് കുതിച്ചുയർന്നു. താമസിയാതെ കാമ്പിശ്ശേരി പത്രാധിപസമിതിയിൽ ചേരുകയും തുടർന്ന് അതിന്റെ ചീഫ് എഡിറ്ററായി ഉയരുകയും ചെയ്തു. ഈ സമയത്താണ് *ജനയുഗം* കേരളത്തിലെ മൂന്നാമത്തെയോ നാലാമത്തെയോ പത്രമായി ഉയർന്നത്.

1976 ആയപ്പോഴേക്കും എടുത്താൽ പൊങ്ങാത്ത ഭാരം കാമ്പിശ്ശേരിയുടെ ചുമലിൽ വന്നുവീണു. നാല് *ജനയുഗം* പ്രസിദ്ധീകരണങ്ങളുടെ ചുമതല, അതിന് പുറമെ *ജനയുഗം* മാനേജരുടെ ചുമതല, കെ പി എ സി പ്രസിഡന്റ്, കെ പി എ സി ഫിലിംസിന്റെ പ്രൊഡ്യൂസർ, വയലാർ മെമ്മോറിയൽ ട്രസ്റ്റിന്റെ ചുമതലക്കാരിലൊരാൾ എന്നിങ്ങനെ വലിയൊരു ചുമട്. ഈ ഭാരം കാമ്പിശ്ശേരിയെ തളർത്തി. ക്ഷീണത്തിനാധാരമായ പരിശോധനയിൽ ഞെട്ടിക്കുന്ന ആ സത്യം വെളിവാക്കപ്പെട്ടു. ലിവറിന് കാൻസർ ബാധിച്ചിരിക്കുന്നു. അതോടെ ഒന്നിലും തളരാത്ത കാമ്പിശ്ശേരി

മൗനിയായി. 1977 ജൂലൈ മാസത്തിൽ അദ്ദേഹം എന്നെന്നേക്കുമായി യാത്രയായി. വെറും 55-ാം വയസ്സിൽ! മതപരമായ ഒരു ചടങ്ങും നടത്താതെ വേണം ശവസംസ്കാരമെന്ന് മരണശയ്യയിൽ വെച്ച് കാമ്പിശ്ശേരി പറഞ്ഞിരുന്നു. മകനെക്കൊണ്ട് ആ നിർദ്ദേശങ്ങൾ എഴുതി വയ്പിക്കുകയും ചെയ്തു.

പത്രപ്രവർത്തനരംഗത്ത് ഇത്രയേറെ ദീർഘവീക്ഷണമുണ്ടായിരുന്ന ഒരു പത്രാധിപരെ അപൂർവ്വമായി മാത്രമേ കണ്ടെത്താൻ കഴിയൂ.

മലയാളത്തിൽ കുട്ടികൾക്കുവേണ്ടി ആദ്യമായി ഒരു മാസിക ആരംഭിച്ചത് കാമ്പിശ്ശേരിയാണ്. ഒരു സിനിമാ മാസിക ഏതുവിധത്തിലായിരിക്കണമെന്നതിന്റെ ഉദാഹരണമായിരുന്നു - *സിനിരമ*. പുരോഗമനവീക്ഷണമുള്ള ഒരു സാംസ്കാരിക വാരിക ഏതുവിധം ആകർഷകമാക്കാമെന്നതിന്റെ തെളിവാണ് പഴയകാല *ജനയുഗം* വാരിക. അതിലെ ഓരോ വിഭവവും വായനക്കാരെ അത്രയേറെ ആകർഷിച്ചു. തോപ്പിൽ ഭാസിയുടെ *ഒളിവിലെ ഓർമ്മകൾ*, യശ്പാലിന്റെ *നിറം പിടിപ്പിച്ച നുണകൾ*, വയലാറിന്റെ *ഒരു കവിയുടെ ഡയറിക്കുറിപ്പുകൾ*, ഇ എം എസിന്റെ *ആത്മകഥ*, ബിമൽമിത്രയുടെയും ശങ്കറിന്റെയും ബംഗാളി നോവലുകൾ, വൈക്കം ചന്ദ്രശേഖരൻനായരുടെ തൂലികാചിത്രങ്ങൾ, ചോദ്യോത്തര പംക്തി, ഡോക്ടറോട് ചോദിക്കുക എന്ന പംക്തി, വാരികയുടെ ചെറുകഥാപതിപ്പുകൾ, വനിതാ എഴുത്തുകാരികളുടെ മാത്രം പ്രത്യേകപതിപ്പ്, നോവൽപ്പതിപ്പ് എന്നിങ്ങനെ എന്തുമാത്രം പുതുമകളാണ് കാമ്പിശ്ശേരി കാഴ്ച വച്ചത്.

എത്രയെത്ര എഴുത്തുകാരെയാണ് ആ പത്രാധിപർ വളർത്തി വലുതാക്കിയത്. ഇന്ന് അറിയപ്പെടുന്ന പല വലിയ എഴുത്തുകാരും കാമ്പിശ്ശേരിയുടെ വാത്സല്യം അനുഭവിച്ചറിഞ്ഞവരാണ്. തോപ്പിൽ ഭാസി രേഖപ്പെടുത്തിയത് നോക്കുക:

> എന്റെ സാഹിത്യസംരംഭങ്ങളിൽ കാമ്പിശ്ശേരിയും *ജനയുഗ*വും വഹിച്ച പങ്ക് വലുതാണ്. ഞാൻ വർഷങ്ങളായി കൈകാര്യം ചെയ്യുന്ന ചോദ്യോത്തരപംക്തി ആദ്യമായി എന്നെക്കൊണ്ട് എഴുതിച്ചത് കരുണാകരനാണ്. കാമ്പിശ്ശേരിയുടെ മരണശേഷം ആ കോളം *ജനയുഗ*ത്തിൽനിന്ന് മാറ്റേണ്ടിവന്നു. കാമ്പിശ്ശേരി ഇല്ലായിരുന്നെങ്കിൽ *ഒളിവിലെ ഓർമ്മകൾ* എഴുതുന്ന കാര്യം ഞാൻ ഓർക്കുക പോലും ഇല്ലായിരുന്നു. പാർട്ടി പരിപാടിയും നാടകവുമായി ചുറ്റിത്തിരിഞ്ഞ എന്നെ പിടിച്ചുകൊണ്ടുവന്ന് തന്റെ വാടകമുറിയിൽ അടച്ചിട്ട് എഴുതിക്കുമായിരുന്നു. (*ഒളിവിലെ ഓർമ്മകൾക്കു ശേഷം*, പേജ് 254)

തനിക്കുണ്ടായ ഒരനുഭവത്തെക്കുറിച്ച് വൈക്കം മുഹമ്മദ് ബഷീർ ഇങ്ങനെ എഴുതി:

> കാമ്പിശ്ശേരി കരുണാകരൻ ആദർശശുദ്ധിയുള്ള ഒരു പത്രാധിപരാണ്. ഒരിക്കൽ ഒരു വിദ്വാൻ എന്നെപ്പറ്റി ചില നുണകൾ എഴുതി *ജനയുഗ*ത്തിനയച്ചു. ഒരു വിവാദം സൃഷ്ടിക്കാൻവേണ്ടി ഏത് സാധാരണ പത്രാധിപരും അത് പത്രത്തിൽ കൊടുക്കും. കാമ്പിശ്ശേരി അത് ചെയ്തില്ല. ആ ലേഖനം എനിക്കയച്ചുകൊണ്ട് അദ്ദേഹം എഴുതി, 'ഇതേപ്പറ്റി എന്തു പറയാനുണ്ടെന്ന്' ഞാൻ ആ നുണകൾക്ക് മറുപടി എഴുതി അയച്ചിട്ട് രണ്ടും പത്രത്തിൽ ചേർക്കുവാൻ ആവശ്യപ്പെട്ടു.

അർദ്ധസത്യങ്ങളും അസത്യങ്ങളും വളച്ചൊടിച്ച് വാർത്ത സൃഷ്ടിച്ച് പ്രചാരം വർദ്ധിപ്പിക്കുന്ന കുത്സിത പത്രപ്രവർത്തനം കാമ്പിശ്ശേരിക്കന്യമായിരുന്നു. പ്രസിദ്ധ കവിയായ കുഞ്ഞുണ്ണിമാസ്റ്റർ ഒരു ലേഖനത്തിൽ കാമ്പിശ്ശേരിയെ ഈ വിധം സ്മരിക്കുന്നു.

> കാമ്പിശ്ശേരി കരുണാകരനാണ് എന്റെ ഗുരു. എന്റെ പുതിയ ശൈലിയിലുള്ള കവിതയെ പ്രോത്സാഹിപ്പിച്ചതും അതിന് പ്രസിദ്ധീകരണം നല്കിയതും ആദ്യം പ്രതിഫലം നല്കിയതും കാമ്പിശ്ശേരി കരുണാകരനും *ജനയുഗ*വുമാണ്.

പ്രസിദ്ധ കാർട്ടൂണിസ്റ്റായ യേശുദാസനെക്കൊണ്ട് ആദ്യമായി വരപ്പിച്ചതും കാമ്പിശ്ശേരിയാണ്. *ജനയുഗ*ത്തിലെ 'കിട്ടുമ്മാവൻ' അക്കാലത്ത് പ്രസിദ്ധമായിരുന്നു. ജനയുഗത്തിന്റെ അക്കാലത്തെ വിശേഷാൽപ്രതികൾ അതിമനോഹരങ്ങളായിരുന്നു. മലയാളസാഹിത്യത്തിലെ ഒരു സംഭവം തന്നെയായിരുന്നു ഓരോ വിശേഷാൽപ്രതിയും.

കമ്യൂണിസ്റ്റ് പാർട്ടിയിലെ പിളർപ്പോടെ *ജനയുഗം* വാരികയുടെ വളർച്ച നിലച്ചു. ദിനപത്രത്തിന്റെ സ്ഥിതിയും മോശമായി. മരണംവരെ പലവിധ പരീക്ഷണങ്ങളിലൂടെ കാമ്പിശ്ശേരി ആ വാരികയെ പിടിച്ചു നിർത്തി. അദ്ദേഹത്തിന്റെ മരണശേഷം മുടങ്ങിയും ഇഴഞ്ഞും ആ വാരിക കുറച്ചുനാൾ കൂടി തുടർന്നു:

"ഒരു നാടകക്കാരനും ഒരെഴുത്തുകാരനും ആകണമെന്നായിരുന്നു ചെറുപ്പത്തിൽ എന്റെ ആഗ്രഹം. അതിനുവേണ്ടി ആണ്ടോടാണ്ട് പ്രഹസനത്തിലെങ്കിലും ഒരു വേഷം തട്ടിയെടുക്കുമായിരുന്നു" എന്ന് കാമ്പിശ്ശേരി തന്നെ എഴുതിയിട്ടുണ്ട്. ചെറുപ്രായത്തിൽ ഹരിശ്ചന്ദ്ര നാടകത്തിൽ ഹരിശ്ചന്ദ്രന്റെ മകനായും ലവനായും അഭിനയിച്ചു. മുതിർന്നപ്പോൾ ഇ വിയുടെയും എൻ പി ചെല്ലപ്പൻനായരുടെയും നാടകങ്ങളിലും *നിങ്ങളെന്നെ കമ്യൂണിസ്റ്റാക്കി*യിലെ പരമുപിള്ളയായും അഭിനയിച്ചതോടെയാണ് ഒരു നടനെന്ന നിലയിൽ കാമ്പിശ്ശേരി പ്രശസ്തനായത്. തുടർന്ന് കെ പി എ സിയുടെ പല നാടകങ്ങളിലും അഭിനയിച്ചു. *കാലം മാറുന്നു, മുടിയനായ പുത്രൻ, അശ്വമേധം* തുടങ്ങിയ ഏതാനും സിനിമകളിലും അദ്ദേഹം അഭിനയിക്കുകയുണ്ടായി.

കുറേ സംഭവകഥകൾ, കുനന്തറ പരമുവും പുനാ കേശവനും, അഭിനയചിന്തകൾ, അന്ത്യദർശനം (നോവൽ) എന്നിവയാണ് കാമ്പിശ്ശേരിയുടെ പ്രധാന രചനകൾ. *ജനയുഗം* ദിനപത്രത്തിൽ കാമ്പിശ്ശേരി എഴുതിയ ഉജ്ജ്വലമായ മുഖപ്രസംഗങ്ങൾ തെരഞ്ഞെടുത്ത് *കാമ്പിശ്ശേരിയുടെ മുഖപ്രസംഗങ്ങൾ* എന്നൊരു ഗ്രന്ഥം പ്രസിദ്ധീകരിക്കേണ്ടത് കാമ്പിശ്ശേരിയോട് ചെയ്യേണ്ടുന്ന ഒരു നീതി മാത്രമാണ്. കാമ്പിശ്ശേരിയുടെ രചനകൾ പുനഃപ്രസിദ്ധീകരിക്കാത്തത് അക്ഷന്തവ്യമായ അപരാധമാണ്.

ജനയുഗം ദിനപത്രത്തിന്റെ പ്രചാരം കുറഞ്ഞുവരികയും പത്രം നഷ്ടത്തിലാവുകയും ചെയ്തപ്പോൾ പത്രാധിപസമിതിയിൽനിന്ന് പലരും *മനോരമ* പോലുള്ള പത്രങ്ങളിലേക്ക് ചേക്കേറി. കാമ്പിശ്ശേരിക്കും നല്ല ഓഫറുകൾ വന്നു. താൻ വളർത്തി വലുതാക്കിയ പത്രത്തിന് അധോഗതി വന്നപ്പോൾ അതിനെ അനാഥമാക്കി ഓടിപ്പോകാൻ ആ കർമ്മധീരൻ ഒരുക്കമായിരുന്നില്ല. മരണംവരെ *ജനയുഗ*ത്തിന്റെ പത്രാധിപരായിത്തന്നെ അദ്ദേഹം തുടർന്നു.

എ പി കളയ്ക്കാട്
വിപ്ലവബോധമുള്ള എഴുത്തുകാരൻ

വ്യക്തമായ ലക്ഷ്യബോധത്തോടെ സാഹിത്യരചന നടത്തി മൂന്നു പതിറ്റാണ്ടു കാലം പുരോഗമനസാഹിത്യരംഗത്ത് സജീവസാന്നിദ്ധ്യമായിരുന്ന വിപ്ലവപ്രതിഭയായിരുന്നു അയ്യപ്പൻപിള്ള കളയ്ക്കാട് എന്ന എ പി കളയ്ക്കാട്. തന്റെ പ്രതിബദ്ധത വിപ്ലവപ്രസ്ഥാനത്തോടാണെന്നും അതിന്റെ വളർച്ചയാണ് തന്റെ രചനയുടെ ആത്യന്തിക ലക്ഷ്യമെന്നും തുറന്നു പറയാൻ അദ്ദേഹം യാതൊരു മടിയും കാണിച്ചിട്ടില്ല. അദ്ദേഹത്തിന്റെ *ചാഞ്ചാട്ടം* എന്ന ആത്മസ്പർശിയായ നോവൽ *ദേശാഭിമാനി* വാരികയിൽ പ്രസിദ്ധീകരിച്ചുകൊണ്ടിരുന്നപ്പോൾ വായനക്കാരിൽനിന്നും രൂക്ഷമായ വിമർശനം ഏറ്റുവാങ്ങേണ്ടിവന്നു. തനിക്ക് തെറ്റു പറ്റിയോ? കളയ്ക്കാട് ഒരാത്മപരിശോധന നടത്തി. വായനക്കാരുടെ അഭിപ്രായങ്ങൾക്ക് പ്രസക്തിയുണ്ടെന്ന് ബോദ്ധ്യപ്പെട്ടതോടെ *ചാഞ്ചാട്ടം* അപൂർണ്ണമായി അവസാനിപ്പിച്ചു. പിന്നീടത് എഴുതി പൂർത്തിയാക്കിയില്ല. തിരുത്തി എഴുതാനും മെനക്കെട്ടില്ല. പ്രസ്ഥാനത്തിന്റെ വളർച്ചയ്ക്ക് തടസ്സമായ യാതൊന്നും തന്റെ തൂലികയിൽനിന്നും നിർഗ്ഗളിക്കാൻ പാടില്ല എന്ന് ദൃഢപ്രതിജ്ഞയെടുത്ത വിപ്ലവബോധമുള്ള ഒരെഴുത്തുകാരൻ കൂടിയായിരുന്നു കളയ്ക്കാട്. പരസ്പരനിന്ദയും പുറം ചൊറിച്ചിലും അവസരസേവയും അടക്കി വാഴുന്ന സാഹിത്യലോകത്ത് ഇത്തരം എത്ര എഴുത്തുകാരുണ്ടാകും?

വിപ്ലവകരമായി ചിന്തിക്കുന്നവരെ അവഗണിക്കാനും ഒറ്റപ്പെടുത്താനും ഇല്ലായ്മ ചെയ്യാനുമാണ് അധീശവർഗ്ഗം എക്കാലത്തും ശ്രമിച്ചിട്ടുള്ളത്. വൻപത്രങ്ങളും വാരികകളും കളയ്ക്കാടിനെ അവഗണിച്ചു. അകറ്റി നിർത്തി. എത്ര അവഗണിച്ചാലും ചാരം മൂടിയ അഗ്നി ഒരിക്കൽ ജ്വലിച്ച് അതിന്റെ അഗ്നിശോഭ പുറം ലോകത്തെ പ്രഭാപൂരമാക്കും എന്ന്

എ പി കളയ്ക്കാട്

ചരിത്രം നമ്മെ ഉദ്ബോധിപ്പിക്കുന്നു. എ പി കളയ്ക്കാടിന്റെ ചരിത്രവും മറിച്ചല്ല. വ്യക്തിപരമായ ചെറിയ ചെറിയ നേട്ടങ്ങളേക്കാൾ എത്രയോ മഹത്തരമാണ് അടിച്ചമർത്തപ്പെട്ട ഒരു ജനതയുടെ ഉയിർത്തെഴുന്നേല്പ് എന്ന് ചിന്തിക്കാൻ പ്രതിജ്ഞാബദ്ധമായ ഒരു മനസ്സിന്റെ ഉടമയ്ക്കേ സാദ്ധ്യമാകൂ. അത്തരമൊരു വലിയ മനസ്സിന്റെ, തൂലികയുടെ ഉടമയായിരുന്നു എ പി കളയ്ക്കാട്. തന്റെ പ്രതിബദ്ധത പ്രസ്ഥാനത്തോടാണെന്നും എഴുത്ത് അതിന്റെ ഒരു വശം മാത്രമാണെന്നും കളയ്ക്കാട് തന്റെ പ്രഭാഷണങ്ങളിലൂടെ വ്യക്തമാക്കിയിട്ടുണ്ട്. മനുഷ്യരുടെ പ്രത്യേകിച്ച് പാവപ്പെട്ടവരുടെ സംഘടിതശക്തിയിലുള്ള അചഞ്ചലമായ വിശ്വാസമാണ് കളയ്ക്കാടിന്റെ കൃതികളിൽ നിറഞ്ഞുനില്ക്കുന്നത്.

"മദ്ധ്യതിരുവിതാംകൂർ പ്രദേശത്തെ നാട്ടിൻപുറങ്ങളിലെ പട്ടിണിപ്പാവങ്ങളുടെ ഉയിർത്തെഴുന്നേല്പിന്റെ ഇതിഹാസകാരനാണ് കളയ്ക്കാട്" എന്നാണ് അദ്ദേഹത്തെ ഇ എം എസ് വിലയിരുത്തിയത്.

ഒരെഴുത്തുകാരന്റെ പിറവിക്കുപിന്നിൽ താൻ ജനിച്ച ചുറ്റുപാടും

പരിതഃസ്ഥിതിയും അവിടത്തെ മനുഷ്യരും നിർണ്ണായകമായ പങ്കുവഹിക്കുന്നുണ്ട്. കൊല്ലം ജില്ലയിലെ കരുനാഗപ്പള്ളി താലൂക്കിൽ ആദിനാട് ഗ്രാമത്തിൽ ഒരു ദരിദ്രകുടുംബത്തിൽ കളയ്ക്കാട് കുഞ്ഞൻപിള്ളയുടെയും കൊച്ചിട്ടി അമ്മയുടെയും രണ്ടാമത്തെ പുത്രനായി ജനിച്ച അയ്യപ്പൻപിള്ളയുടെ ബാല്യകാലം ഏറെ ക്ലേശകരമായിരുന്നു. കരുനാഗപ്പള്ളി സ്കൂളിൽ പഠിക്കുന്ന കാലത്തുതന്നെ ഉശിരനായ ഒരു വിദ്യാർത്ഥി പ്രവർത്തകനും പ്രസംഗകനുമായിരുന്നു അയ്യപ്പൻപിള്ള. ചെറുപ്പം മുതലേ വായനയും എഴുത്തും അദ്ദേഹത്തെ ഹഠാദാകർഷിച്ചിരുന്നു. കവിതാരചനയിലൂടെയാണ് അദ്ദേഹം സാഹിത്യരംഗത്തേക്ക് പ്രവേശിച്ചത്. കവിതയിൽ മുഴുവൻ കാര്യങ്ങളും ആവിഷ്കരിക്കാനാവില്ല എന്ന് തോന്നിയതുകൊണ്ടോ അതോ കവിതയ്ക്ക് ഭാവിയില്ല എന്ന് മനസ്സിലാക്കിയതുകൊണ്ടോ എന്തോ അദ്ദേഹം പിന്നീട് കഥയിലേക്ക് നീങ്ങി. 1949–50 കാലം. അന്ന് കൊല്ലം എസ് എൻ കോളേജ് വിപ്ലവവിദ്യാർത്ഥി സംഘടനയുടെ ഒരു ഈറ്റില്ലമായിരുന്നു. ഒ എൻ വി, തിരുനെല്ലൂർ, പുതുശ്ശേരി, ഒ മാധവൻ, സാംബശിവൻ, വെളിയം ഭാർഗ്ഗവൻ, എം എൻ കുറുപ്പ്, തെങ്ങമം ബാലകൃഷ്ണൻ എന്നിവരെല്ലാം അവിടത്തെ വിദ്യാർത്ഥികളും വിദ്യാർത്ഥി ഫെഡറേഷൻ പ്രവർത്തകരുമായിരുന്നു. അവരുടെ ഇടയിലേക്കാണ് അയ്യപ്പൻപിള്ളയും എത്തിച്ചേർന്നത്. അവർക്ക് ആശയും ആവേശവും പകർന്നുകൊണ്ട് തോപ്പിൽഭാസി, ശങ്കരനാരായണൻ തമ്പി, എൻ ശ്രീധരൻ, കാമ്പിശ്ശേരി, പുതുപ്പള്ളി രാഘവൻ തുടങ്ങിയ രാഷ്ട്രീയ തഥാഗതന്മാർ പുറത്ത് പ്രവർത്തനം നടത്തിക്കൊണ്ടിരിക്കുന്നു.

ഡീറ്റൻഷനെതിരായ സമരവുമായി ബന്ധപ്പെട്ട് അയ്യപ്പൻപിള്ള അറസ്റ്റ് ചെയ്യപ്പെട്ടു. ഒരു മാപ്പെഴുതിക്കൊടുത്തിരുന്നെങ്കിൽ അതിൽനിന്ന് രക്ഷപ്പെടാമായിരുന്നു. പക്ഷേ, അയ്യപ്പൻപിള്ള അതിനൊരുക്കമായിരുന്നില്ല. ജയിൽ മോചിതനായി പുറത്തുവന്നപ്പോഴേക്ക് ട്രാൻസ്പോർട്ട് സമരത്തിന്റെ പേരിൽ താമസംവിനാ അറസ്റ്റു ചെയ്യപ്പെട്ടു. അത് കഴിയുമ്പോഴേക്ക് ശൂരനാട് സംഭവവുമായി വീണ്ടും അറസ്റ്റ്. ശൂരനാട് സംഭവവുമായി നടക്കുമ്പോൾ ട്രാൻസ്പോർട്ട് സമരവുമായി ബന്ധപ്പെട്ട് അറസ്റ്റിലായി. തോപ്പിൽ ഭാസിക്കെഴുതിയ ഒരു കത്തിന്റെ പേരിലായിരുന്നു അറസ്റ്റ് ചെയ്യപ്പെട്ടത്. തുടർച്ചയായ അറസ്റ്റും ലോക്കപ്പ് മർദ്ദനവുംമൂലം അയ്യപ്പൻപ്പിള്ള രോഗിയായിത്തീർന്നു. രോഗം ചികിത്സിച്ച് ഭേദമായതോടെ അയ്യപ്പൻപിള്ള ഒരു മുഴുവൻസമയ കമ്മ്യൂണിസ്റ്റ് പ്രവർത്തകനായി. പി എസ് സി പരീക്ഷയെഴുതി പഞ്ചായത്ത് എക്സിക്യൂട്ടീവ് ഓഫീസറായി അദ്ദേഹം തെരഞ്ഞെടുക്കപ്പെട്ടെങ്കിലും പൊലീസ് വെരിഫിക്കേഷൻമൂലം ജോലി നിഷേധിക്കപ്പെട്ടു. പിന്നീട് 1957 ലെ കമ്മ്യൂണിസ്റ്റ് ഗവൺമെന്റ് നിലവിൽ വന്ന ശേഷമാണ് അയ്യപ്പൻപിള്ളയ്ക്ക് നിഷേധിക്കപ്പെട്ട ജോലി തിരികെ ലഭിച്ചത്.

ദാരിദ്ര്യവും കഷ്ടപ്പാടും ജീവിതക്ലേശങ്ങളും, പാവപ്പെട്ടവരും കർഷകത്തൊഴിലാളികളുമായുള്ള ബന്ധവും, കമ്മ്യൂണിസ്റ്റ് പ്രവർത്തകന്റെ

അനുഭവപാഠങ്ങളും പകർന്നുനല്കിയ അറിവിൽ നിന്നാണ് എ പി കളയ്ക്കാട് എന്ന കഥാകാരൻ പിറവിയെടുക്കുന്നത്.

വെളിച്ചം കിട്ടി (1952) എന്ന നോവലാണ് കളയ്ക്കാടിന്റെ ആദ്യ കൃതി. തന്റെ ചുറ്റുപാടുമുള്ള കൃഷിക്കാരുടെ ദീനതകളുടെ പശ്ചാത്തലത്തിലാണ് ഈ കൃതി രചിച്ചിട്ടുള്ളത്. ഇക്കാലത്ത് *ജനയുഗം, മലയാള രാജ്യം* എന്നീ വാരികകളിൽ അദ്ദേഹത്തിന്റെ കഥകൾ പ്രത്യക്ഷപ്പെട്ടുകൊണ്ടിരുന്നു. ഈ കഥകളെല്ലാം സമാഹരിച്ച് *കന്നിക്കുള്ളപ്പാല* എന്ന ഒരു കഥാസമാഹാരം പില്ക്കാലത്ത് പ്രസിദ്ധീകരിക്കുകയുണ്ടായി. 1975 ലാണ് കളയ്ക്കാടിന്റെ പ്രസിദ്ധ കൃതിയായ *സംക്രാന്തി* പുറത്തുവരുന്നത്. രാജ്യം അടിയന്തരാവസ്ഥയിൽ വെറുങ്ങലിച്ചുനിന്നിരുന്ന ഈ ഘട്ടത്തിൽ കോട്ടയം ജില്ലയിലെ കുമരകത്തുവെച്ച് *ദേശാഭിമാനി* സ്റ്റഡിസർക്കിളിന്റെ മൂന്നുദിവസം നീണ്ടുനിന്ന നിരൂപകക്യാമ്പ് ഒരു ചരിത്രസംഭവമായിരുന്നു. സംഘാടകരെല്ലാം ഒളിവിൽനിന്നുകൊണ്ടാണ് ഈ ക്യാമ്പ് സംഘടിപ്പിച്ചത്. ഒരു കൂട്ട അറസ്റ്റ് പ്രതീക്ഷിച്ചുകൊണ്ടുതന്നെ. ആ ക്യാമ്പിൽ വച്ച് *സംക്രാന്തി* കൂലങ്കഷമായ ഒരു വിലയിരുത്തലിന് വിധേയമായി. ഈ ഗ്രന്ഥത്തിന്റെ മേന്മയും പോരായ്മയും ഇഴപിരിച്ച് വിലയിരുത്തപ്പെട്ടു. മറുപടി പ്രസംഗത്തിൽ കളയ്ക്കാട് പലപ്പോഴും നിരുദ്ധകണ്ഠനായതിന് ഈ എഴുതുന്ന ആൾകൂടി സാക്ഷിയാണ്. 1957 ലെയും 67 ലെയും കമ്യൂണിസ്റ്റ് ഗവൺമെന്റ് കൊണ്ടുവന്ന ഭൂപരിഷ്കരണനിയമവും അതേത്തുടർന്ന് ഉയിർത്തെഴുന്നേറ്റ കർഷകരുടെയും കർഷകത്തൊഴിലാളികളുടെയും സമരങ്ങളും ഈ നോവലിന്റെ പശ്ചാത്തലമാണ്. ഓണാട്ടുകരയിലെ കണ്ണമംഗലം-ഏവൂർ പുഞ്ചപ്പാടങ്ങളിലെ കൃഷിക്കാരുടെ വീടുകളിൽ കയറിയിറങ്ങുകയും അവരുടെ ജീവിതരീതികൾ, രാഷ്ട്രീയബന്ധങ്ങൾ എന്നിവയെ ഉൾക്കൊള്ളുകയും ചെയ്ത ശേഷമാണ് കളയ്ക്കാട് *സംക്രാന്തി* എഴുതിയത്. അന്നേവരെയുള്ള മലയാളനോവലിൽനിന്നും ചില വ്യത്യസ്തസ്വഭാവങ്ങൾ *സംക്രാന്തി*ക്കുണ്ട്. ഇതിൽ ഒന്നിലധികം നായികാനായകന്മാരുണ്ട്. ധീരരായ കർഷകത്തൊഴിലാളി സ്ത്രീകളും പുരുഷന്മാരുമാണ് ഇതിലെ നായികാനായകന്മാർ. ജീവിതത്തിന്റെ കൂലംകുത്തിയുള്ള പ്രവാഹത്തിൽ പിടിച്ചുനില്ക്കാൻ സമരമുഖങ്ങളിലെത്തിച്ചേർന്നതാണവർ. ഇവർ വിപ്ലവം തുപ്പുന്ന അവതാരങ്ങളായിരുന്നില്ല. മനുഷ്യരുടെ എല്ലാ ശക്തി ദൗർബല്യങ്ങളുമുള്ള സാധാരണമനുഷ്യർ മാത്രം. മൈലൻ, കണ്ണൻ, കുഞ്ഞച്ചൻ, നീലിമ. തങ്കമ്മ എന്നീ ധീരസഖാക്കളെയും പാച്ചൻ, ശങ്കരി എന്നീ മനുഷ്യവൈകൃതങ്ങളെയും തിരുവഞ്ചൻ എന്ന നിസ്സഹായനായ പിതാവിനെയും സൃഷ്ടിച്ചത് അവരിലേക്ക് ഇറങ്ങിച്ചെന്ന് ആ ജീവിതം ഉൾക്കൊള്ളാനായതുകൊണ്ടുതന്നെയാണ്. വെടിയേറ്റ് വീഴുന്ന തങ്കയെ താങ്ങിയെടുത്തുകൊണ്ട് കുഞ്ഞച്ചൻ ഉരുവിടുന്ന വാക്കുകൾ തികച്ചും അർത്ഥവത്താണ്; ഒരു പുതിയ യുഗത്തിന്റെ സന്ദേശവുമാണ്. *സംക്രാന്തി* എന്ന പേർ അന്വർത്ഥമാകുന്നതും അതുകൊണ്ടുതന്നെയാണ്.

രാജ്യം ഇരുട്ടിൽ മുങ്ങിനിന്ന ആ കാലഘട്ടത്തിൽ *സംക്രാന്തി* ഒരു പുതിയ യുഗത്തിന്റെ സന്ദേശം പകർന്നു. *ദേശാഭിമാനി* സ്റ്റഡി സർക്കിളിന്റെ നൂറു കണക്കിന് വേദികളിലാണ് *സംക്രാന്തി* ചർച്ച ചെയ്യപ്പെട്ടത്. ഇത്രയേറെ ജനകീയ ചർച്ചയ്ക്ക് വിധേയമായ മറ്റൊരു നോവലും മലയാളത്തിലുണ്ടായിട്ടില്ല.

കളയ്ക്കാടിന്റെ മറ്റൊരു കരുത്തുറ്റ രചനയാണ് *ഇടുക്കി.* ഇടുക്കി അണക്കെട്ടിന്റെയും ജലവൈദ്യുത പദ്ധതിയുടെയും നിർമ്മാണത്തിനായി നാടിന്റെ പലഭാഗത്തുനിന്നും വന്നെത്തിയ തൊഴിലാളികളുടെ മോഹവും മോഹഭംഗങ്ങളും മുന്നേറ്റവും യഥാതഥമായി ചിത്രീകരിക്കുന്ന ഒരു നോവലാണ് *ഇടുക്കി.* മനുഷ്യജീവിതത്തിലെ കോലം കെട്ട മുഖങ്ങൾ, ഒറ്റുകാർ, എല്ലാം നഷ്ടമായിട്ടും ഒന്നു നെടുവീർപ്പിടാൻപോലും കഴിയാത്ത മനുഷ്യക്കോലങ്ങൾ–അങ്ങനെ എത്രയെത്ര ജീവിതങ്ങളെയാണ് കളയ്ക്കാട് അവതരിപ്പിക്കുന്നത്. തൊഴിലാളി സംഘടനകളെയും വിപ്ലവപ്രസ്ഥാനത്തെയും ഒന്നു തിരിഞ്ഞു നോക്കാനും തെറ്റു പറ്റിയിട്ടുണ്ടെങ്കിൽ തിരുത്താനും പ്രേരിപ്പിക്കുന്ന, ഉദ്ബോധിപ്പിക്കുന്ന സംഭവങ്ങൾ *ഇടുക്കി*യിലുണ്ട്. അങ്ങനെ തിരുത്തുന്നതിലൂടെ മാത്രമേ വിപ്ലവപ്രസ്ഥാനങ്ങൾക്ക് വളർച്ച കൈവരിക്കാനാവൂ എന്ന സന്ദേശവും *ഇടുക്കി* ഉൾക്കൊള്ളുന്നു.

ശൂരനാട് സംഭവത്തിന്റെ പശ്ചാത്തലത്തിൽ കളയ്ക്കാട് രചിച്ച ലക്ഷണമൊത്ത മറ്റൊരു നോവലാണ് *പോർക്കലി.* പാത്രസൃഷ്ടിയിലും ജീവിതനിരീക്ഷണത്തിലും കർശനമായ മിതത്വം പുലർത്തുകയും വിപ്ലവപ്രസ്ഥാനത്തിന്റെ തേജസ്സ് ഉയർത്തിക്കാട്ടുകയും ചെയ്ത *പോർക്കലി* മലയാള ഭാഷയ്ക്ക് കരുത്തുപകർന്ന ഒരുൽകൃഷ്ടകൃതിയാണ്. ഈ നോവലിന്റെ രചനയ്ക്കായി കളയ്ക്കാട് അനുഷ്ഠാനകലകളെ അപഗ്രഥിക്കുകയും സ്വാംശീകരിക്കുകയും ചെയ്തു. അദ്ദേഹം ഒരു നിഷ്ഠപോലെ പല സ്ഥലങ്ങളിലും സഞ്ചരിക്കുകയും പഴയ തലമുറയിലെ ചരിത്രവും പുരാണങ്ങളും ചികഞ്ഞുനോക്കുകയും ഗവേഷണം നടത്തുകയും വിശ്വസിക്കാവുന്നവയെ സ്വീകരിക്കുകയും ചെയ്തു. അതുകൊണ്ടുതന്നെ ഈ നോവലിന്റെ ചില ഭാഗങ്ങൾക്ക് ഒരു മിത്തിന്റെ സ്വഭാവം കൈവന്നിട്ടുണ്ട്. ഇതുമൂലം ശൂരനാട് സംഭവത്തിന് ഒരു പുതിയ മാനം കൈവന്നു. താന്ത്രിക വിദ്യയിൽ 'ഛിന്നമസ്ത' എന്നു വിശേഷിപ്പിക്കുന്ന ഈ മിത്തിന്റെ പൊരുൾ– സ്വന്തം ശിരസ്സ് വെട്ടി ഇടതുകൈയിൽ തൂക്കിപ്പിടിച്ച് രക്തം ഇറ്റിറ്റു വീഴുന്ന വാളുമായി നില്ക്കുന്ന ഉഗ്രസ്വരൂപിണിയായ ഭഗവതിയുടെ ബീഭത്സരൂപം ചിത്രീകരിച്ചുകൊണ്ടാണ് *പോർക്കലി* ആരംഭിക്കുന്നത്. ശൂരനാട് സംഭവത്തിൽ പ്രതിയായി ക്രൂരമായ മർദ്ദനവും ജയിൽവാസവും കഴിഞ്ഞ് തിരിച്ചെത്തുന്ന അച്യുതൻനായരുടെ സ്മൃതിപഥത്തിലൂടെ നോവലിന്റെ ചുരുൾ നിവരുന്നതായാണ് കഥ. കളയ്ക്കാടിന്റെ മറ്റു നോവലുകളെപ്പോലെ അടിസ്ഥാനവർഗ്ഗത്തിന്റെ വിപ്ലവബോധത്തെ ഉയർത്തിക്കാട്ടുന്ന ഒരു കൃതി തന്നെയാണ് പോർക്കലിയും. എന്നാൽ, ഈ നോവലിന് അർഹിക്കുന്ന പ്രശസ്തി ലഭിച്ചോ എന്ന് സംശ

യമാണ്.

മദ്ധ്യതിരുവിതാംകൂറിലെ നമ്പൂതിരി ഇല്ലങ്ങളുടെ പശ്ചാത്തലത്തിൽ രചിച്ച *അഗ്നിഹോത്രം* താന്ത്രികവിദ്യയെ അടിസ്ഥാനമാക്കി രചിച്ച മറ്റൊരു നോവലാണ്. കാലം ഏല്പിച്ച മുറിപ്പാടുകളെ അതിജീവിക്കാനാവാതെ തകർന്നുപോകുന്ന ഒരു നമ്പൂതിരി ഇല്ലത്തിന്റെയും അവിടത്തെ ശുദ്ധാത്മാക്കളായ മനുഷ്യരുടെയും കഥയാണ് *അഗ്നിഹോത്രം*. ഒരു നമ്പൂതിരിക്കല്ലാതെ ഇത്ര മനോഹരമായി ഇത്തരമൊരു നോവലെഴുതാൻ കഴിയില്ല എന്നാണ് പ്രസിദ്ധ കമ്യൂണിസ്റ്റ് നേതാവായിരുന്ന അച്യുതമേനോൻ അഭിപ്രായപ്പെട്ടത്. പുരോഗമന പ്രസ്ഥാനത്തിന്റെ കൊടിക്കൂറ ഉയർത്തികാട്ടി, അർഹിക്കുന്ന അംഗീകാരം പിടിച്ചുപറ്റും മുൻപേ അകാലത്തിൽ അന്തരിച്ച കളയ്ക്കാടിന്റെ പേരിൽ ഒരു സ്മാരകട്രസ്റ്റ് രൂപീകരിച്ചതും വർഷംതോറും അവാർഡുദാനവും സ്മാരകപ്രഭാഷണവും ഏർപ്പെടുത്തിയതും തികച്ചും മാതൃകാപരമാണ്. അദ്ദേഹത്തിന്റെ *പോർക്കലി, അഗ്നിഹോത്രം* എന്നീ നോവലുകൾ വേണ്ടത്ര ശ്രദ്ധിക്കപ്പെട്ടില്ല. വിശദമായ പഠനങ്ങളും ചർച്ചകളും ഈ കൃതികളുടെ മൂല്യനിർണ്ണയത്തിന് അത്യന്താപേക്ഷിതമാണ്.

ഡി എം പൊറ്റെക്കാട്ട്
ഒരു കാലഘട്ടത്തിന്റെ ശബ്ദം

കഥാകൃത്ത്, പത്രപ്രവർത്തകൻ, സംവിധായകൻ, പൊതുപ്രവർത്തകൻ എന്നീ നിലകളിൽ പുരോഗമനചേരിയിൽ നിലയുറപ്പിക്കുകയും അതുവഴി ചിന്താവിപ്ലവത്തിന് തിരികൊളുത്തുകയും ചെയ്ത ഒരു വിപ്ലവപ്രതിഭയായിരുന്നു ഡി എം പൊറ്റെക്കാട്ട്.

ഒരു പിടി അരിക്കുവേണ്ടി, ഒരു തുള്ളി വെളിച്ചത്തിനുവേണ്ടി, പാവപ്പെട്ടവർ ഇഴഞ്ഞിരുന്നപ്പോൾ, വിപ്ലവകാരികളെ പേപ്പട്ടിയെപ്പോലെ വേട്ടയാടിക്കൊണ്ടിരുന്നപ്പോൾ ഈ നാടിന് വിപ്ലവത്തിന്റെ സാഹിത്യമെന്തെന്ന് പറഞ്ഞുതന്നവരിൽ ഒരാൾ ഡി എം പൊറ്റെക്കാട്ടായിരുന്നു. ജീവിച്ചിരുന്ന കാലത്ത് ബുദ്ധിയെ പ്രസ്ഥാനത്തിനുവേണ്ടി ഹോമിച്ച ഡി എമ്മിനെ പുരോഗമനപ്രസ്ഥാനങ്ങൾക്ക് മറന്നുകളയാൻ പറ്റില്ല.

"അർഹമായ അളവിൽ ഡി എം പൊറ്റെക്കാട്ട് ആദരിക്കപ്പെടുന്നില്ല എന്ന നിങ്ങളുടെ വിമർശനം ശരിയാണ്. കൂട്ടം തെറ്റി മേയുന്നവർക്കും വിപ്ലവകാരികൾക്കും പലപ്പോഴും ഉണ്ടാവാറുള്ള അനുഭവമാണിത്." എന്ന് പി ഗോവിന്ദപ്പിള്ള (*ഡി എം പൊറ്റെക്കാട്ട് സ്മരണിക*, 2001) പ്രസ്താവിച്ചത് വേദനാജനകമായ ഒരു വസ്തുതയിലേക്ക് വെളിച്ചം വീശുന്നു.

പ്രസിദ്ധ ചിന്തകനും ധിഷണാശാലിയുമായ പ്രൊഫ. എം എൻ വിജയൻ ഡി എം പൊറ്റെക്കാട്ടിനെ വിലയിരുത്തുന്നത് നോക്കുക:

> ഡി എം പൊറ്റെക്കാട്ട് ഇടതുപക്ഷ പുരോഗമന സാഹിത്യകാരനായിരുന്നു. പുരോഗമനസാഹിത്യം സാംസ്കാരികവളർച്ചയുടെ ഭാഗമാണ്. പുരോഗമനസാഹിത്യം ആരംഭിക്കുന്ന കാലത്തുണ്ടായിരുന്ന സാഹിത്യാഭിരുചി പഴയ ഫ്യൂഡൽ കാലഘട്ടത്തിലെ അനുഭവത്തിന്റെയും അഭിരുചിയുടെയും തുടർച്ചയാണ്. അന്നുണ്ടായിട്ടുള്ള സാഹിത്യാനുഭവങ്ങളും സാഹിത്യരചനകളും പല

രീതിയിൽ സാഹിത്യത്തെ മാറ്റിമറിച്ചു. അതെല്ലാം സഹിക്കാൻ കാലഘട്ടത്തിന് വളരെ വിഷമമായിരുന്നു. അത് പല തരത്തിലും പ്രത്യക്ഷപ്പെട്ടു. എഴുത്തും സാഹിത്യവും എല്ലാ കലകളും വിനോദത്തിനുള്ള ഒരുപകരണമാണ് എന്ന ഇടക്കാലധാരണയിൽനിന്ന് അത് സമുദായത്തിന്റെ മാറ്റത്തിനുള്ള ഒരുപകരണം കൂടിയാണ് എന്നുള്ള ധാരണയിലെത്തി. വിശക്കുന്ന ആളുകളുടെ അഭിരുചിയുടെ ഒരു ഭാഗംകൂടി ഈ പാരമ്പര്യത്തിന്റെ ഭാഗമായിരുന്നു. പുരോഗമന സാഹിത്യപ്രസ്ഥാനങ്ങളുടെ പോരാട്ടം ഉയർന്നുവന്നത് അക്കാലത്താണ്. ഡി എം പൊറ്റെക്കാട്ടിനെപ്പോലുള്ളവരുടെ തൂലിക പടവാളായതും ഇക്കാലത്തുതന്നെ. അതുകൊണ്ടാണ് ഡി എം പൊറ്റെക്കാട്ടിനെ മുദ്രാവാക്യം എഴുത്തുകാരൻ എന്ന് ഒരു കൂട്ടം ആൾക്കാർ പരിഹസിച്ചിരുന്നത്. അത് ഒരു നിലയ്ക്ക് പകുതി ശരിയാണ്. കാരണം, മുദ്രാവാക്യം വാക്യത്തിനുവേണ്ടി എഴുതുന്ന ഒന്നല്ല. മാറ്റത്തിനുവേണ്ടി എഴുതുന്ന ഒന്നാണ്. അതുകൊണ്ട് മുദ്രാവാക്യം ഒരു വ്യക്തിയുടെ മാത്രമല്ല, സമൂഹത്തിന്റെയും കാലഘട്ടത്തിന്റെയും സംഗ്രഹമാണ്. വിപ്ലവം ജയിക്കട്ടെ എന്നു പറയുന്നത് രണ്ടു വാക്കല്ല. മറിച്ച്, ഒരു ജനതയുടെ ഇച്ഛയാണ്. അതുകൊണ്ടാണ് അത് ജനതയുടെ കവിതയായിത്തീരുന്നത്. എന്നാൽ ഇതിനുപകരം ഇണകളുടെ സൗന്ദര്യത്തെയോ പൂക്കളുടെ സൗന്ദര്യത്തെയോ വർണ്ണിക്കുന്നതായ കഥകളോ കവിതകളോ ഉള്ള സാഹിത്യസൃഷ്ടികൾ മാത്രം ആസ്വദിച്ചുപോരുന്ന ആളുകളും നമ്മുടെ ഇടയിലുണ്ട്. അവർക്ക് സാഹിത്യം, നാടിനെ മാറ്റിയെടുക്കാനുള്ള ഒരുപകരണംകൂടിയാണ് എന്ന ആശയം പെട്ടെന്ന് ഉൾക്കൊള്ളുവാൻ കഴിയുന്ന ഒന്നായിരുന്നില്ല. അതുകൊണ്ട് ഡി എമ്മിനെ മുദ്രാവാക്യമെഴുത്തുകാരൻ എന്നു പറയുന്നത് ഭാഗികമായി ശരിയും ഒരു തരത്തിൽ പ്രശംസയുമാണ് എന്നു വേണമെങ്കിൽ പറയാം. മുദ്രാവാക്യം ഇന്നത്തെ ലോകത്തുനിന്ന് വ്യത്യസ്തമായ നാളത്തെ ലോകത്ത് മാറ്റം നേടാനുള്ള സാമൂഹ്യ ഇച്ഛാശക്തിയും അത് നേടിയെടുക്കാനുള്ള കൂട്ടായ പ്രവർത്തനവുമാണ്.

ഇത് പിന്നീടുള്ള കാലഘട്ടത്തിൽ മറ്റൊരു മാറ്റം വരുത്തി. പ്രത്യേകിച്ച് ആധുനിക കാലഘട്ടത്തിൽ. വിശപ്പിന്റെ കാലമെന്ന് പറയുന്ന ഞങ്ങളുടെ കാലം. സാഹിത്യകാരന്മാർ വിശപ്പ് എന്തെന്നറിയുകയും വിശപ്പാണ് ലോകത്തിന്റെ ഏറ്റവും വലിയ സത്യം എന്ന് മനസ്സിലാക്കുകയും ചെയ്തു. ഇന്ന് വിശപ്പ് അത്ര പ്രധാനമല്ലാത്തതായിത്തീരുന്ന ഒരു കാലഘട്ടത്തിലേക്ക് നാം മാറിയിരിക്കുന്നു. ഇന്ന് ആളുകളെ അത്ഭുതപ്പെടുത്തുന്നത് വാസ്തവത്തിൽ ഇങ്ങനെ വിശക്കുന്ന ഒരു കാലം ഉണ്ടായിരുന്നോ എന്നാണ്. (*ഡി എം പൊറ്റെക്കാട്ട് സ്മരണിക* –2001)

കേരളം ഇന്നെത്ര മാറിയിരിക്കുന്നു. ജാതിചിന്തയ്ക്കും അന്ധവിശ്വാസങ്ങൾക്കും എതിരായി ശ്രീനാരായണഗുരു ആരംഭിച്ച നവോത്ഥാനപ്രസ്ഥാനം മുതൽ മാറി മാറി ആറുവട്ടം കമ്യൂണിസ്റ്റുകാർക്ക് മേൽക്കൈയുള്ള ഭരണം കാഴ്ചവച്ച വിപ്ലവകരമായ മാറ്റങ്ങൾ വരെ അനുഭവവേദ്യമായി. അടിമത്തവും ജന്മിത്തവും ഇന്നെവിടെ? കുടിയൊഴിപ്പിക്കൽ എങ്ങനെ അപ്രത്യക്ഷമായി? ഭൂപരിഷ്കരണവും വിദ്യാഭ്യാസരംഗത്തെ വിപ്ലവകരമായ മാറ്റങ്ങളും ആരുടെ സൃഷ്ടിയായിരുന്നു? അർഹമായ കൂലി എങ്ങനെയാണ് നേടിയെടുക്കാൻ കഴിഞ്ഞത്?

ഡി എം പൊറ്റെക്കാട്ട് കാലഘട്ടത്തിന്റെ ശബ്ദത്തെക്കുറിച്ചും സത്യത്തെക്കുറിച്ചും എഴുതി. അന്നത്തെ കാലഘട്ടത്തിന്റെ പ്രധാന സത്യം ദാരിദ്ര്യവും വിശപ്പും അതിനെതിരായുള്ള സമരങ്ങളുമായിരുന്നു. അതുകൊണ്ടുതന്നെ മാറ്റത്തിനുവേണ്ടി തൂലിക ചലിപ്പിച്ച, പടവാളായി മാറ്റിയ, വിപ്ലവപ്രതിഭയായി അദ്ദേഹം അറിയപ്പെട്ടു. പിന്നീട് കേരളത്തിൽ സംഭവിച്ച വിപ്ലവകരമായ മാറ്റങ്ങൾക്ക് വഴിയൊരുക്കിയതിൽ ഒരു പങ്ക് ഡി എം പൊറ്റെക്കാട്ടിന് അവകാശപ്പെട്ടതാണ്.

റൊമാന്റിസിസത്തോടടുത്തു നില്ക്കുന്ന പ്രവണത അദ്ദേഹത്തിന്റെ പല കഥകളിലും തെളിഞ്ഞുകാണാം. *ഓണനിലാവ്, ആമ്പൽപ്പൂക്കൾ, ഗ്രാമഭംഗികൾ, കല്പടവുകൾ, പൂക്കളുടെ സൗരഭ്യം, പ്രേമത്തിന്റെ തീർത്ഥാടനം* ഇവ അദ്ദേഹത്തിന്റെ രചനകളിൽ മിന്നിമറയുന്നു. ചങ്ങമ്പുഴ കൃതികൾ അദ്ദേഹത്തെ വളരെയധികം ആകർഷിച്ചിരുന്നതും പില്ക്കാലത്ത് ചങ്ങമ്പുഴയുടെ *രമണനും കളിത്തോഴി*യും സിനിമയാക്കാൻ ഡി എമ്മിനെ പ്രേരിപ്പിച്ചതും ഈ റൊമാന്റിക് സങ്കല്പം അദ്ദേഹത്തിന്റെ പ്രതിഭയിൽ എക്കാലത്തും കുടികൊണ്ടിരുന്നതു കൊണ്ടാവാം.

സ്വാതന്ത്ര്യത്തിന് മുമ്പും സ്വാതന്ത്ര്യാനന്തരഘട്ടത്തിലും വിപ്ലവപ്രസ്ഥാനം ഒരു സന്ദിഗ്ദ്ധഘട്ടത്തെ നേരിടേണ്ടി വന്നിരുന്നല്ലോ. പലപ്പോഴും ഒഴുക്കിനെതിരായുള്ള നീന്തലായിരുന്നു. ഈ ഒരു ദുർഘടസന്ധിയിലാണ് ഡി എമ്മിന്റെ രചനകളിൽ ഭൂരിഭാഗവും ജന്മം കൊണ്ടത്, തിരക്കു പിടിച്ച പ്രവർത്തനങ്ങൾക്കിടയിലും ഒളിവുജീവിതത്തിനിടയിലുമാണ് അവ രചിക്കപ്പെട്ടിട്ടുള്ളത്. രണ്ടാമതൊന്നു വായിച്ചുനോക്കുന്നതിനോ, തേച്ചുമിനുക്കാനോ അദ്ദേഹത്തിന് സമയം കിട്ടിക്കാണില്ല. അതുകൊണ്ടായിരിക്കണം മെലോഡ്രാമയുടെ അരോചകത്വം ഉളവാക്കുന്നതെന്നും വൃഥാസ്ഥൂലതയെന്നുമെല്ലാമുള്ള നിരൂപകരുടെ വിമർശനം അദ്ദേഹത്തിന്റെ കഥകൾക്ക് ഏറ്റുവാങ്ങേണ്ടിവന്നത്. ഡി എമ്മിന്റെ കഥകൾ ഒന്ന് എഡിറ്റു ചെയ്ത് പുനഃപ്രസിദ്ധീകരിക്കുകയാണെങ്കിൽ മലയാളത്തിലെ മറ്റേതു കഥാകൃത്തിന്റെയും ഒപ്പം നിരത്തിവയ്ക്കാവുന്ന ഏറ്റവും ചുരുങ്ങിയത് പത്തു കഥകളെങ്കിലുമുണ്ടാകുമെന്ന് ഉറപ്പിച്ചു പറയാൻ കഴിയും.

ഡി എമ്മിന് അതിനെല്ലാം പരിപാടി ഉണ്ടായിരുന്നു. കഥാരംഗത്തേക്ക് തിരിച്ചുവരാൻ അദ്ദേഹം ആഗ്രഹിച്ചിരുന്നു. അവിഭക്ത കമ്യൂണിസ്റ്റു പാർട്ടിയുടെ പല നേതാക്കളും അദ്ദേഹത്തോട് അങ്ങനെ ഒരു നിർദ്ദേശം

വച്ചിരുന്നു. നിർഭാഗ്യവശാൽ സാമ്പത്തികമായ പരാധീനതകൾമൂലം ഡി എം വീണ്ടും മദിരാശിയിലേക്ക് തിരിച്ചുപോവുകയാണുണ്ടായത്. പിന്നീടൊരിക്കലും നാട്ടിലേക്ക് തിരിച്ചുവരാൻ കഴിയാതെ ആ ജീവിതത്തിന്റെ തിരശ്ശീല വീഴുകയും ചെയ്തു.

സി വിയുടെ കൃതികൾ നമുക്കാസ്വദിക്കാൻ കഴിയുന്നത് അവയുടെ ചരിത്രപശ്ചാത്തലം മനസ്സിലാക്കുമ്പോഴാണ്. വേണാടിന്റെ ചരിത്രമറിയാത്തവർക്ക് ഈ കൃതികൾ ആസ്വദിക്കാനാവില്ല. മറിച്ച്, ഏറെ വിരസമായി തോന്നുകയും ചെയ്യും.

കമ്യൂണിസ്റ്റ് പാർട്ടിക്ക് അതിന്റേതായ സമരചരിത്രമുണ്ട്. പുന്നപ്ര-വയലാർ, ഉത്തരകേരളത്തിലെ കർഷകസമരങ്ങൾ, ജാപ്പ് വിരുദ്ധമേളകൾ, കല്ക്കത്താ തീസിസ് അങ്ങനെ എത്രയോ സമരങ്ങൾ – ഈ സമരങ്ങളുടെ ചരിത്രപശ്ചാത്തലത്തിലായിരിക്കണം ഡി എം പൊറ്റെക്കാട്ടിന്റെയും മറ്റു പലരുടെയും കൃതികൾ വിലയിരുത്തപ്പെടേണ്ടത്. പലരും സി വി കൃതികളിലെ 'ത്സല്ലിഛരംഗാരനാദപണ്ഡിതമായ' ശൈലിയുടെ സ്വാരസ്യം വെളിപ്പെടുത്താൻ പാടുപെടുന്നതിനിടയിൽ ആദ്യകാലപുരോഗമന സാഹിത്യകാരന്മാർ അവഗണിക്കപ്പെട്ടുകൂടാ. ജീവൻ പണയം വച്ചും സാഹിത്യരചന നടത്തിയ ഡി എമ്മിന്റെയും സഖാക്കളുടെയും സ്മരണ യുവതലമുറകളോട് അതാവശ്യപ്പെടുന്നു.

സാഹിത്യഅക്കാദമി 1997 ൽ പ്രസിദ്ധീകരിച്ച 27 കഥകളടങ്ങുന്ന *ഡി എം പൊറ്റെക്കാട്ടിന്റെ കഥകൾ* എന്നൊരു പുസ്തകംമാത്രമാണ് ഇന്ന് പൊറ്റെക്കാട്ടിന്റേതായി വായനക്കാർക്ക് ലഭിക്കുന്ന ഏക കൃതി. വേറെ ഒട്ടേറെ കഥകൾ ഒരു പുസ്തകത്തിലും സമാഹരിക്കാതെ പഴയ പത്ര-വാരികകളിൽ ചിതറിക്കിടപ്പുണ്ട്. കെ ബാലകൃഷ്ണന്റെ *കൗമുദി*യിലും പ്രത്യേകിച്ച് അതിന്റെ ഒട്ടുമിക്ക വിശേഷാൽപ്രതികളിലും ഡി എമ്മിന്റെ കഥകൾ പ്രസിദ്ധീകരിച്ചിട്ടുണ്ട്. അവയെല്ലാം ചികഞ്ഞെടുത്ത് പ്രസിദ്ധീകരിക്കാൻ അടിയന്തരമായ ഒരു ശ്രമം വേണം. ഡി എമ്മിന്റെ ഗ്രന്ഥങ്ങൾ പുനഃപ്രസിദ്ധീകരിക്കുന്നതിനും സമാഹരിക്കാത്തവ പുസ്തകരൂപത്തിലാക്കുന്നതിനും ശ്രമങ്ങൾ ഉണ്ടാകണം.

തൃശ്ശൂർ ജില്ലയിലെ വലപ്പാട് പഞ്ചായത്തിൽ 1925 ലാണ് ദാമോദരൻ പൊറ്റെക്കാട്ട് ജനിച്ചത്. അച്ഛൻ പൊറ്റെക്കാട്ട് മാമ, അമ്മ കുഞ്ചിയമ്മ. സ്കൂൾ വിദ്യാഭ്യാസത്തിനുശേഷം എഴുത്തും രാഷ്ട്രീയപ്രവർത്തനവുമായി രംഗത്തുവന്ന ഡി എം പെട്ടെന്ന് പൊലീസിന്റെ നോട്ടപ്പുള്ളിയായി. അദ്ദേഹം ഒളിവിൽ പോയി. ക്വിറ്റിന്ത്യാകാലത്ത് ജാപ്പ് വിരുദ്ധ യുദ്ധത്തിൽ പ്രചോദിതനായി പട്ടാളത്തിൽ ചേർന്നു. യുദ്ധം അവസാനിച്ചതോടെ പിരിഞ്ഞുപോരുകയും ചെയ്തു. ഉപജീവനാർത്ഥം അദ്ദേഹം സിലോണിൽ പോയി. *ദേശാഭിമാനി*ക്ക് ഫണ്ടുപിരിക്കാനെത്തിയ എ കെ ജി, പൊറ്റെക്കാട്ടിനെ കൂട്ടിക്കൊണ്ടുവന്ന് *ദേശാഭിമാനി*യിൽ നിയമിച്ചു. ഡി എമ്മിന്റെ പേന ഏതു പരീക്ഷണഘട്ടങ്ങളെയും അതിജീവിക്കാനുള്ള കരുത്തും ആത്മവിശ്വാസവും സഖാക്കൾക്ക് പകർന്നു നല്കി. *ദേശാഭി*

മാനി നിരോധിച്ചപ്പോൾ *റിപ്പബ്ലിക്* (തൃശ്ശൂർ) പത്രത്തിൽ പ്രവർത്തനം തുടങ്ങി. പിന്നീട് ഡി എമ്മിന്റെ പ്രവർത്തനരംഗം എറണാകുളമായിരുന്നു. *ഭാവന* ദ്വൈവാരികയുടെയും *ജനത* സായാഹ്നപത്രത്തിന്റെയും പത്രാധിപരായും അദ്ദേഹം പ്രവർത്തിക്കുകയുണ്ടായി.

1957 നുശേഷം ഡി എം കാര്യമായി എഴുതിയിട്ടില്ല. തുടർന്നാണ് സിനിമാനിർമ്മാണവുമായി മദിരാശിക്ക് പോയത്. ഏറെ ക്ലേശിച്ച് *രമണനും* *കളിത്തോഴിയും* സിനിമയായി ഇറക്കിയെങ്കിലും പി ഭാസ്കരനും രാമു കാര്യാട്ടും കാഴ്ച വച്ച കരവിരുത് പ്രകടമാക്കുവാൻ ഡി എമ്മിനായില്ല. വീണ്ടും സാഹിത്യരംഗത്തേക്ക് മടങ്ങിവരാനുള്ള തയ്യാറെടുപ്പിനിടയ്ക്ക് അർബ്ബുദരോഗം ബാധിച്ച് 1971 നവംബർ 11 ന് 46–ാം വയസ്സിൽ അദ്ദേഹം നിര്യാതനായി. അവിവാഹിതനായിരുന്നു.

അറിയപ്പെട്ട പ്രധാനകൃതികൾ : *പ്രേമപൂജ, ഭക്തിഗാനങ്ങൾ* (കവിതകൾ), *പടയാളി, മുക്തിയുദ്ധം, ചോരപ്പൂക്കൾ, രക്തസാക്ഷിക്കുലു, ഏഴു ദിവസങ്ങൾ, ഉയരുന്ന മുഷ്ടി, പുലിരാമൻ, ഞങ്ങൾ വരുന്നു, ഇതും പ്രേമമാണ്* (കഥകൾ).

ചെറുകാട്
യഥാർത്ഥ ജനകീയ സാഹിത്യകാരൻ

അദ്ധ്യാപകർ, കർഷകർ, ഇടത്തരക്കാർ, പാവപ്പെട്ടവർ എന്നിവരുടെ ജീവിതസമരങ്ങൾ സാഹിത്യസൃഷ്ടികളാക്കി മാറ്റിയ അനുഭവസമ്പന്നനായ ചെറുകാട്, ആദർശങ്ങളിൽ അടിയുറച്ചു നില്ക്കുകയും അതിന്റെ വിജയത്തിനായി അടിപതറാതെ പ്രവർത്തിക്കുകയും ചെയ്ത അപൂർവ്വം എഴുത്തുകാരിൽ ഒരാളാണ്. പുരോഗമനപ്രസ്ഥാനങ്ങളെ തള്ളിപ്പറയുകയും സ്വതന്ത്രപരിവേഷമുണ്ടെന്ന് ബോദ്ധ്യപ്പെടുത്താൻ കിണഞ്ഞു പരിശ്രമിക്കുകയും ചെയ്താൽ അത് അംഗീകാരത്തിനും സുഖസൗകര്യങ്ങൾക്കുമുള്ള എളുപ്പവഴിയായിരിക്കുമെന്ന് അറിയാമായിരുന്നിട്ടും അതിനൊന്നും മുതിരാതെ, താനൊരു പുരോഗമനസാഹിത്യകാരനാണെന്ന് ഉച്ചൈസ്തരം പ്രഖ്യാപിച്ച ചെറുകാട്, സാഹിത്യത്തിലും ജീവിതത്തിലും ഒരുപോലെ സ്വച്ഛതപുലർത്തിയ ഒരു നവോത്ഥാന പ്രതിഭയായിരുന്നു വള്ളുവനാട്ടിലെ കർഷകർക്കിടയിൽ ഒരു കൃഷിക്കാരനായി വളർന്ന്, അനീതിക്കെതിരെ പടപൊരുതി അവരുടെ മുൻപന്തിയിലെത്തിയ ചെറുകാട് എഴുത്തിനെ ബഹുജന പ്രസ്ഥാനത്തിന്റെ മറ്റൊരു രൂപമായി കണ്ടു.

> "ചെറുകാടിൽ രാഷ്ട്രീയബോധമുള്ള പൗരനും സാഹിത്യബോധമുള്ള എഴുത്തുകാരനും പരസ്പര പൂരിതമായി വർത്തിച്ചു. ഒന്ന് മറ്റൊന്നുമായി പിണങ്ങിയില്ല. അതുകൊണ്ടാണ് ഇരട്ട വ്യക്തിത്വമുള്ള അപൂർവ്വം എഴുത്തുകാരിൽ ഒരാളാണ് ചെറുകാടെന്ന് അഭിമാനപൂർവ്വം എടുത്തുപറയുവാൻ കഴിയുന്നത്" എന്ന് പ്രസിദ്ധ നിരൂപകനായ തായാട്ടു ശങ്കരൻ (*കരുത്തനായ ചെറുകാട്*, *ദേശാഭിമാനി* വാരിക, 21.11.1976) ചെറുകാടിനെ വിലയിരുത്തിയത്.

ഹ്രസ്വമായ ഈ ജീവിതത്തിനിടയിൽ തനിക്കേറെ ചെയ്തുതീർക്കാ

ചെറുകാട്

നുണ്ടെന്ന് അദ്ദേഹം അടിയുറച്ചു വിശ്വസിച്ചിരുന്നു. അതിനുള്ള പ്ലാനും പദ്ധതികളുമായാണ് അദ്ദേഹം ഓരോദിവസവും ഉറക്കത്തിൽനിന്നുണർന്നത്. മറ്റു പല പുരോഗമന സാഹിത്യകാരന്മാരും ചെന്നു ചാടിയ അധോഗതിയുടെ ചളിക്കുണ്ടിൽ ചെറുകാട് കാലിടറി വീഴാതിരുന്നത്, ഗ്രാമത്തിന്റെ നന്മയും വിശുദ്ധിയും തേങ്ങലുകളും പോരാട്ടങ്ങളും ഏറ്റുവാങ്ങിയ വ്യക്തമായ ലക്ഷ്യബോധത്തിന്റെ കരുത്തുകൊണ്ടുതന്നെയാണ്.

ജീവിച്ചിരുന്ന കാലത്ത് അതികഠിനമായി അവഗണിക്കപ്പെട്ട ഒരെഴു

ത്തുകാരനായിരുന്നു ചെറുകാട്. അംഗീകൃത നിരൂപകരും പ്രമുഖ പത്ര മാസികകളും കഴിയാവുന്നത്ര അദ്ദേഹത്തെ അകറ്റി നിർത്തി. സാഹിത്യചരിത്രത്തിൽനിന്നും അദ്ദേഹത്തെ ഒഴിച്ചുനിർത്താൻ യാഥാസ്ഥിതിക നിരൂപകവർഗ്ഗത്തെ പ്രേരിപ്പിച്ച ചേതോവികാരം എന്തായിരുന്നു. *ചെറുകാടിന്റെ ലോകം* എന്ന ഗ്രന്ഥത്തിന്റെ അവതാരികയിൽ ഇ എം എസ് ഇത് തുറന്നെഴുതിയിട്ടുണ്ട്:

> വള്ളുവനാടൻ കൃഷിക്കാരുടെ ജീവിതത്തോടും സമരങ്ങളോടും താദാത്മ്യം പ്രാപിച്ച ഒരു കവിയും കഥാകൃത്തും നോവലിസ്റ്റും നാടകകൃത്തുമൊക്കെയായിരുന്നു ചെറുകാട്. വിപ്ലവപ്രസ്ഥാനത്തോട് അദ്ദേഹത്തിനുണ്ടായിരുന്ന അചഞ്ചലമായ കൂറ് അദ്ദേഹത്തിന്റെ കൃതികളിലെല്ലാം പ്രകടമായിരുന്നു. അതുകൊണ്ടാകാം അംഗീകൃത സാഹിത്യനിരൂപകരിൽ അധികം പേരും അദ്ദേഹത്തെ ഒരു സാഹിത്യകാരനായി അംഗീകരിക്കാതിരുന്നത്. അതിൽ അദ്ദേഹത്തിന് പരാതിയില്ലായിരുന്നു. എന്തുകൊണ്ടെന്നാൽ നിരൂപക കേസരികൾ എന്തു പറയുന്നുവെന്നതല്ല താൻ സ്നേഹിക്കുകയും തന്നെ സ്നേഹിക്കുകയും ചെയ്യുന്ന ദരിദ്രനാരായണന്മാർ തന്റെ കൃതികളോട് എങ്ങനെ പ്രതികരിക്കുന്നു എന്നതായിരുന്നു അദ്ദേഹത്തിന്റെ നോട്ടം. ആ കാഴ്ചപ്പാട് വച്ചു നോക്കുമ്പോൾ അദ്ദേഹത്തിന്റെ രചനകൾ അത്യുജ്ജ്വല വിജയമായിരുന്നു.

ലാളിത്യവും ആത്മാർത്ഥതയും മനുഷ്യസ്നേഹവുമാണ് ചെറുകാടിന്റെ രചനകളുടെ മുഖമുദ്ര. രചനയുടെ ശില്പചാരുതയും ഭാഷാഭംഗിയും ഇഴ ചേർത്തു പരിശോധിക്കുവാനുള്ള നിരൂപകന്റെ കൗതുകം വർദ്ധിക്കുമ്പോൾ ലാളിത്യത്തിനും ആത്മാർത്ഥതയ്ക്കും പ്രതിബദ്ധതയ്ക്കും സ്ഥാനമില്ലാതാവുകയും ചെറുകാടിന്റെ രചനകളെ ഗൗരവമുള്ള വായനക്കാർ അവഗണിക്കുകയും ചെയ്യില്ലേ എന്ന ചോദ്യം ഉയർന്നുവന്നേക്കാം. ഇവിടെയാണ് ഇ എം എസിന്റെ നിഗമനങ്ങളുടെ പ്രസക്തി ഉയർന്നുനില്ക്കുന്നത്. അധഃസ്ഥിത വർഗ്ഗത്തിന്റെ മോചനം എന്നും ചെറുകാടിന്റെ സ്വപ്നമായിരുന്നല്ലോ. അതിന് ഉപോൽബലകമായ രൂപഭാവങ്ങൾ കണ്ടെത്തി അതിലൂടെ ശക്തമായ കഥാപാത്രങ്ങളെ അണിനിരത്തി വായനക്കാരെ അവരുടെ ആരാധനാപാത്രങ്ങളാക്കുക എന്ന തന്ത്രമാണ് ചെറുകാട് പ്രാവർത്തികമാക്കിയത്. യാഥാസ്ഥിതിക നിരൂപകവർഗ്ഗം സാഹിത്യചരിത്രത്തിൽനിന്നും അദ്ദേഹത്തെ അകറ്റിനിർത്താൻ ശ്രമിച്ചെങ്കിലും, മരണശേഷം ചെറുകാട് കൂടുതൽ കൂടുതൽ ചർച്ച ചെയ്യപ്പെടുകയും കരുത്തനാവുകയും ചെയ്യുന്ന കാഴ്ചയാണ് കണ്ടുവരുന്നത്. *മുത്തശ്ശിയും* *ജീവിതപ്പാതയും* *ശനിദശയും* *ദേവലോകവും* *മണ്ണിന്റെ മാറിലും നമ്മളൊന്നും* വീണ്ടും വീണ്ടും പുതിയ പതിപ്പുകളുമായി വായനക്കാരെ ആകർഷിച്ചുകൊണ്ടിരിക്കുമ്പോൾ ചെറുകാട് അവഗണിക്കാൻ കഴിയാത്ത ഒരെഴുത്തുകാരനാണെന്നും അദ്ദേഹത്തിന്റെ കൃതികൾ കാലാ

തിവർത്തിയായി മാറിക്കൊണ്ടിരിക്കുകയാണെന്നുമുള്ള ചരിത്രസത്യം അവർക്കു വിസ്മരിക്കാൻ കഴിയില്ല.

പട്ടാമ്പി ചെമ്മലശ്ശേരി ചെറുകാട് പിഷാരത്ത് നാരായണി പിഷാരസ്യാരുടെയും കീഴീട്ടിൽ പിഷാരത്ത് കരുണാകര പിഷാരോടിയുടെയും മകനായി 1914 ആഗസ്ത് മാസത്തിലാണ് ചെറുകാട് ഗോവിന്ദപിഷാരോടി ജനിച്ചത്. വിദ്വാൻ പരീക്ഷ പാസായശേഷം താല്ക്കാലികമായി പല സ്കൂളുകളിലും ജോലി നോക്കി. കോൺഗ്രസ് പ്രവർത്തകനായിരുന്ന ചെറുകാട് ക്രമേണ കോൺഗ്രസ് സോഷ്യലിസ്റ്റും തുടർന്ന് കമ്യൂണിസ്റ്റ് പ്രവർത്തകനുമായി മാറി. പാർട്ടി പ്രചാരണത്തിന്റെ ഭാഗമായി അദ്ദേഹം നിരവധി ഗാനങ്ങളും തുള്ളൽക്കഥകളും രചിക്കുകയുണ്ടായി. കലകളെ പാർട്ടി പ്രചാരണത്തിന് ഉപയോഗിക്കാനായി അദ്ദേഹം പാഠകം പറയുകയും തുള്ളൽ അവതരിപ്പിക്കുകയും ചെയ്തു. സ്വാതന്ത്ര്യാനന്തര കാലഘട്ടത്തിൽ 1948 ൽ കമ്യൂണിസ്റ്റ് പാർട്ടിക്ക് നിരോധനം വന്നതോടെ ചെറുകാടിനും പത്നി ലക്ഷ്മിക്കുട്ടി പിഷാരസ്യാർക്കും ജോലി നഷ്ടപ്പെടുകയും സർട്ടിഫിക്കറ്റുകൾ സസ്പെന്റു ചെയ്യപ്പെടുകയും ചെയ്തു. കമ്യൂണിസ്റ്റ് അനുഭാവികളെപ്പോലും വേട്ടയാടിയിരുന്ന അക്കാലത്ത് ചെറുകാട് ഒളിവിൽ പോയി. ഭാര്യയെ അറസ്റ്റ് ചെയ്തു ലോക്കപ്പിലടയ്ക്കുമെന്ന് തീർച്ചയായപ്പോൾ ചെറുകാട് പൊലീസിന് മുൻപിൽ ഹാജരായി പിടികൊടുത്തു. ആ രംഗം തന്റെ ആത്മകഥയായ *ജീവിതപ്പാത*യുടെ അവസാനഭാഗത്ത് ചെറുകാട് വിവരിക്കുന്നത് ശ്രദ്ധിക്കുക:

> ഇൻസ്പെക്ടറുടെ മുഖത്തുനോക്കിയ ഞാൻ ഒന്നു പുഞ്ചിരിച്ചു. ഒരു മര്യാദ– വെറും മര്യാദ.
>
> "എന്തെടാ ചിരിക്കുന്നത്?"– എന്റെ ഇടതു ചെകിടത്ത് ആഞ്ഞൊരടി വീണു. താമസമുണ്ടായില്ല. ഇടതുകൈകൊണ്ട് വലത്തെ ചെകിടത്തും. മാന്യനായ എന്നെ പൊലീസ് അടിക്കുകയുണ്ടാവില്ല എന്നാണ് ഞാൻ വിചാരിച്ചിരുന്നത്. ആദ്യത്തെ അടി എന്റെ അഭിമാനത്തിന്റെ പടത്തിന്മേൽ വീണു. വീണപ്പോൾത്തന്നെ ഞാൻ ശരാശരി മനുഷ്യനായി.
>
> "കയറെടാ.... വാനിൽ കയറ്."
>
> ഞാൻ കയറാൻ തുടങ്ങിയപ്പോൾ ബൂട്ടിട്ട കാലുകൊണ്ട് നടുമുതുകത്ത് ഒരു ചവിട്ടുകൂടി കിട്ടിയപ്പോൾ ഞാനൊരു തത്ത്വജ്ഞാനികൂടിയായി. ഞാൻ പതറിയില്ല. പരുങ്ങിയില്ല, പരിഭ്രമിച്ചില്ല.

റിമാന്റിൽ കഴിഞ്ഞ അഞ്ചു മാസക്കാലവും രണ്ടുമാസത്തെ തടവുശിക്ഷയുമടക്കം ഏഴുമാസത്തെ ജയിൽവാസത്തിനുശേഷം 1949 മാർച്ചു മാസത്തിൽ ശിക്ഷാവിധി കഴിഞ്ഞ് ചെറുകാട് നാട്ടിൽ തിരിച്ചെത്തി.

ഒരു പ്രത്യേക ഗസറ്റഡ് വിജ്ഞാപന പ്രകാരം കോൺഗ്രസ് ഗവൺമെന്റ് കമ്യൂണിസ്റ്റുകാരുടെയും കമ്യൂണിസ്റ്റനുഭാവമുള്ളവരുടെയുമായി

നിരവധി അദ്ധ്യാപകരുടെ സർട്ടിഫിക്കറ്റുകൾ റദ്ദു ചെയ്തിരുന്നു. പല രേയും പിരിച്ചുവിടുകതന്നെ ചെയ്തു. അതിനാൽ ഉടനെ ഒരു ജോലിക്ക് കയറുക എന്നത് ചെറുകാടിന് ചിന്തിക്കാൻപോലും പ്രയാസമുള്ള കാര്യ മായിരുന്നു. കമ്യൂണിസ്റ്റുകാർക്കും പാർട്ടി അനുഭാവികൾക്കും ജോലി നല്കാൻ സ്കൂൾ മാനേജർമാർ ഭയപ്പെടുക തന്നെ ചെയ്തു. ജീവിതം വഴിമുട്ടി നിന്നപ്പോൾ ഉപജീവനത്തിനായി ചെറുകാട് ഒരു കൃഷിക്കാര നായി. കട്ടുപ്പാറയിലെ കുടുംബവീട്ടിൽനിന്നും മൂന്നു മൈൽ അകലെ യുള്ള ചെമ്മലശ്ശേരിയിൽ ഒരു പട്ടപ്പുര വച്ചുകെട്ടി കൃഷിപ്പണി നടത്തി. കഷ്ടിച്ച് ജീവിച്ചുപോകാൻ ഒരു തൊഴിൽ എന്നതിൽ കവിഞ്ഞ് കൃഷി കൊണ്ട് കാര്യമായ മെച്ചമൊന്നുമുണ്ടായില്ല. 1951 ൽ ഭാര്യ ലക്ഷ്മിക്കുട്ടി പിഷാരസ്യാരുടെ സർട്ടിഫിക്കറ്റ് തിരികെ ലഭിക്കുകയും അധികം താമ സിയാതെ മലബാർ ഡിസ്ട്രിക്ട് ബോർഡിന്റെ കീഴിലുള്ള സ്കൂളിൽ നിയമിക്കപ്പെടുകയും ചെയ്തപ്പോൾ കുടുംബത്തിന് അതൊരാശ്വാസ മായി. 1952 ൽ എറണാകുളത്തുനിന്നും പന്തളം പി ആർ മാധവൻപിള്ള യുടെ പത്രാധിപത്യത്തിൽ ആരംഭിച്ച *നവലോകം* ദിനപത്രത്തിലെ പത്രാ ധിപസമിതിയിൽ അദ്ദേഹം ജോലിക്ക് ചേർന്നു. ആനന്ദകരമായ ഒരു കാല ഘട്ടമായിരുന്നു *നവലോക*ത്തിലെ ജോലിയുമായിക്കഴിഞ്ഞ ഈ ആറു മാസം എന്നാണ് ചെറുകാട് സ്മരിക്കുന്നത്. ഈ കാലഘട്ടത്തിലാണ് ചെറുകാട് തന്റെ പ്രസിദ്ധ കൃതിയായ *മണ്ണിന്റെ മാറിൽ* രചിച്ചത്. കർഷ കന്റെ ദുരിതങ്ങളും കർഷകപ്രസ്ഥാനത്തോടുള്ള പ്രതിജ്ഞാബദ്ധതയും സമൂഹത്തിൽ വന്നുകൊണ്ടിരിക്കുന്ന പരിവർത്തനങ്ങളും അടിസ്ഥാന മാക്കിയാണ് *മണ്ണിന്റെ മാറിൽ* എന്ന കൃതി വാർത്തെടുത്തത്.

പിന്നീടാണ് ചെറുകാട് പ്രൂഫ് റീഡറായി *ദേശാഭിമാനി*യിൽ എത്തി യത്. 1952 ജൂൺ മുതൽ 1954 മെയ് 30 വരെയായിരുന്നു ഈ ജോലി യിൽ തുടർന്നത്. 1954 ൽ ചെറുകാടിന്റെ സർട്ടിഫിക്കറ്റിന്റെ നിരോധനം നീക്കി. തുടർന്ന് ഒട്ടും വൈകാതെ വാടാനംകുറിശ്ശിയിലെ മംഗളോദയം കമ്പനിവക സ്കൂളിൽ അദ്ദേഹം അദ്ധ്യാപകനായി ജോലിയിൽ പ്രവേ ശിക്കുകയും ചെയ്തു.

*ദേശാഭിമാനി*യിൽ ജോലിയിലായിരുന്ന കാലം ഏറെ സംഘർഷ പൂരിതമായിരുന്നെങ്കിലും ചെറുകാട് ധാരാളം രചനകൾ നടത്തിയ ഒരു കാലഘട്ടമായിരുന്നു ഇത്. ഇക്കാലത്താണ് എൻ വി കൃഷ്ണവാരിയർ, എസ് കെ പൊറ്റെക്കാട്ട്, ഉറൂബ്, എൻ എൻ കക്കാട്, തിക്കോടിയൻ എന്നിവരുമായി അടുത്ത ബന്ധം പുലർത്തിയത്.

മുൻപൊരിക്കൽ തൃശ്ശൂർ മംഗളോദയം പ്രസിൽ വച്ച് കാണാനിട യായപ്പോൾ കവിതയ്ക്ക് വലിയ ഭാവിയില്ലെന്നും ചെറുകഥയിലേക്കോ നോവലിലേക്കോ തിരിയുന്നതാണ് അഭികാമ്യമെന്നും മുണ്ടശ്ശേരി മാസ്റ്റർ ചെറുകാടിനെ ഓർമ്മപ്പെടുത്തിയിരുന്നു. കോഴിക്കോട് *ദേശാഭിമാനി*യിൽ തുടർന്ന കാലത്ത് ചെറുകാട് *തറവാടിത്തം, സ്നേഹബന്ധങ്ങൾ, മനുഷ്യ ഹൃദയങ്ങൾ* എന്നീ നാടകങ്ങളും ഏഴു തുള്ളൽക്കഥകളും രണ്ടു ചെറു

കഥാസമാഹാരങ്ങളും പ്രസിദ്ധീകരിക്കുകയുണ്ടായി. ഇതോടെ ഒരെഴുത്തുകാരൻ എന്ന നിലയിൽ ചെറുകാട് പെട്ടെന്ന് ശ്രദ്ധേയനായി.

1930 ൽ രൂപം കൊണ്ട മലബാറിലെ കർഷകപ്രസ്ഥാനവും അതുമായി ബന്ധപ്പെട്ട അദ്ധ്യാപക പ്രസ്ഥാനവും അക്കാലത്തെ അദ്ധ്യാപകരുടെ ജീവിതവും കുടുംബബന്ധങ്ങളും പശ്ചാത്തലമാക്കി രചിച്ച *മുത്തശ്ശി*യുടെ പ്രസിദ്ധീകരണത്തോടെ ഒരു നോവലിസ്റ്റ് എന്ന നിലയിൽ ചെറുകാട് അംഗീകാരം നേടി. 1956 നവംബറിൽ *നവയുഗം* വാരികയിൽ മുത്തശ്ശി ഖണ്ഡശ്ശ: പ്രസിദ്ധീകരണമാരംഭിച്ചതോടെ വാരികയുടെ സർക്കുലേഷൻ മൂന്നിരട്ടിയായി വർദ്ധിച്ചിരുന്നു. തുടർന്നും ചെറുകാടിന്റെ ഒരു നോവൽ വേണമെന്ന നിർദ്ദേശം *നവയുഗം* പത്രാധിപസമിതിയിൽനിന്നും വായനക്കാരിൽനിന്നും ഉയർന്നുവന്നു.

1948–50 കാലത്ത് കേരളത്തിലെ കമ്യൂണിസ്റ്റുകാർ അനുഭവിക്കേണ്ടിവന്ന മൃഗീയ മർദ്ദനത്തിന്റെ പശ്ചാത്തലത്തിൽ ഒരു നോവൽ രചിക്കണമെന്ന് *നവയുഗം* പത്രാധിപർ കെ ദാമോദരനും എം എസ് ദേവദാസും വി ടി ഇന്ദുചൂഡനും ചെറുകാടിനോടഭ്യർത്ഥിക്കുകയുണ്ടായി. ഈ ആഗ്രഹങ്ങളുടെ സാഫല്യം തന്നെയാകണം *ശനിദശ* എന്ന നോവൽ രചിക്കാൻ ചെറുകാടിനെ പ്രേരിപ്പിച്ചത്. മതവും രാഷ്ട്രീയാധികാരവും പണവും ഒന്നിച്ചു ചേർന്ന് തിരഞ്ഞെടുക്കപ്പെട്ട ഒരു ജനകീയ ഭരണകൂടത്തെ അട്ടിമറിക്കാൻ കാട്ടിക്കൂട്ടിയ വിക്രിയകളാണ് ചെറുകാട് *പ്രമാണി* എന്ന നോവലിലൂടെ അനാവരണം ചെയ്യുന്നത്.

പാർലമെന്ററി വ്യാമോഹവും അധികാരവും പണത്തോടുള്ള അത്യാർത്തിയും പാറപോലെ ഉറച്ച കമ്യൂണിസ്റ്റു പ്രസ്ഥാനത്തിലും വിള്ളലുകൾ വീഴ്ത്താനുള്ള പ്രേരകശക്തിയായിത്തീരുന്നു എന്ന് നാം കണ്ടുകൊണ്ടിരിക്കുകയാണല്ലോ. ക്രാന്തദർശിയായ ചെറുകാട് കമ്യൂണിസ്റ്റുകാരനുണ്ടാകാൻ പോകുന്ന ഈ ധാർമ്മികാധഃപതനത്തെക്കുറിച്ച് ദീർഘദർശനം ചെയ്യുകയും അതിന്റെ അടിസ്ഥാനത്തിൽ *ദേവലോകം* എന്ന ഒരു നോവൽ കേരളീയർക്കായി കാഴ്ചവെക്കുകയും ചെയ്തു. താൻ ജീവനേക്കാളും സ്നേഹിച്ച കമ്യൂണിസ്റ്റ് പ്രസ്ഥാനത്തിൽ സംഭവിച്ചുകൊണ്ടിരുന്ന, ഇപ്പോഴും സംഭവിക്കുന്ന, അപചയങ്ങളെ മുൻകൂട്ടി കണ്ടുകൊണ്ടുതന്നെയാണ് ചെറുകാട് ഈ നോവൽ രചിച്ചത്.

*ദേവലോക*ത്തിന്റെ ആമുഖത്തിൽ ചെറുകാട് ഇങ്ങനെ കുറിച്ചിട്ടുണ്ട്.

> വെറുതെ ഒരു രസത്തിനു വേണ്ടിയല്ല ഞാൻ *ദേവലോകം* എഴുതിയത്. ജീവനേക്കാളും വിലപ്പെട്ടതായി കമ്യൂണിസ്റ്റ് പാർട്ടിയുടെ ഒരു വ്യാഴവട്ടക്കാലത്തെ (1952 മുതൽ 1964 വരെയുള്ള കാലത്തെ) ചലനങ്ങളും രൂപഭാവങ്ങളും നേരിൽ കണ്ട ഞാൻ അസ്വസ്ഥനായിരുന്നു.... കേരളത്തിൽ കോൺഗ്രസിന്റെ തുടർച്ചയായി മർദ്ദിത ജനവിഭാഗങ്ങളുടെ പ്രശ്നങ്ങളും വേദനകളുംകണ്ട് കരളുരുകി കോൺഗ്രസ് സോഷ്യലിസ്റ്റ് പാർട്ടിയിലേക്കും കമ്യൂണിസ്റ്റ് പാർട്ടിയിലേക്കും കടന്ന് അനീതിക്കെതിരെ പടപൊരുതി വിജയിച്ച്

> മുന്നേറിക്കൊണ്ടിരുന്ന ഒരു താത്ത്വിക നേതൃത്വമുണ്ടായിരുന്നു. അതിന്റെ ചെങ്കൊടിക്കീഴിൽ സംഘടിതമായ വർഗ്ഗസമരങ്ങൾ വിജയിച്ചു. നേതൃത്വവും അണികളും പാർട്ടിയെ ഉരുക്കുകോട്ടപോലെ ഉറപ്പിച്ച് കൺമണിപോലെ കാത്ത് മുന്നോട്ട് നയിച്ചു. ആ ശരൽക്കാലത്തിന്റെ ചൂടിലും വെളിച്ചത്തിലുമാണ് പാർട്ടി വളർന്നത്. ഇന്ന് ജീവിച്ചിരിക്കുന്നതും ആ പാരമ്പര്യംകൊണ്ടാണ്. അതിനുശേഷം യാത്രകളിൽക്കൂടിയും വേദനകളിൽക്കൂടിയും നേടിയെടുത്ത മേന്മകളുമായി തിരഞ്ഞെടുപ്പിലും നിയമനിർമ്മാണ സഭകളിലും ശ്രദ്ധ കേന്ദ്രീകരിച്ച് സംഘടനാ പ്രവർത്തനങ്ങളെ തളർത്തിത്തകർത്ത് നമ്മുടെ പാർട്ടി ഒരു ഹേമന്തത്തിലേക്ക് കടന്നു. ആ കാലഘട്ടത്തിലാണ് നമ്മുടെ വിലപ്പെട്ട കേഡറുകൾ ശിഥില നേതൃത്വത്തിൽനിന്നും കരിയിലപോലെ മണ്ണടിഞ്ഞു നശിച്ചത്.

1952–64 വരെയുള്ള കാലഘട്ടത്തിലെ കമ്യൂണിസ്റ്റ് പാർട്ടിയിലെ ഭിന്നിപ്പും അധികാരത്തോടുള്ള ആസക്തിയുമാണ് ഇങ്ങനെ ഒരു വിമർശനാത്മക നിഗമനത്തിലെത്താൻ ചെറുകാടിനെ പ്രേരിപ്പിച്ചതെങ്കിലും, വിപ്ലവപ്രസ്ഥാനത്തിന് അപചയം നേരിടുന്ന ഏതു കാലഘട്ടത്തിലും ഒരാത്മപരിശോധനയ്ക്കായി ഉപയോഗപ്പെടുത്താവുന്നതാണ് ചെറുകാട് *ദേവലോക*ത്തിലെഴുതിയ ഈ മുഖക്കുറിപ്പ്.

വിഭാഗീയത കമ്യൂണിസ്റ്റ് പ്രസ്ഥാനത്തെ കരണ്ടുതിന്നുവോ എന്ന സംശയത്തിന്റെ പശ്ചാത്തലത്തിൽ ചെറുകാടിന്റെ മകനും പ്രസിദ്ധ നിരൂപകനുമായ ശ്രീ കെ പി മോഹനൻ ഇങ്ങനെ എഴുതി:

> കമ്യൂണിസ്റ്റുകാർ കരിയറിസ്റ്റുകളായി മാറുന്നതിനെപ്പറ്റിയുള്ള രണ്ടു നോവലുകൾകൂടി *ദേവലോകം* പ്രസിദ്ധീകരിക്കപ്പെട്ട ആ കാലഘട്ടത്തിൽ മലയാളത്തിൽ പ്രസിദ്ധീകരിക്കുകയുണ്ടായി. കാക്കനാടന്റെ *ഉഷ്ണമേഖല*യും മലയാറ്റൂരിന്റെ *ദ്വന്ദ്വയുദ്ധവും*. രണ്ടു നോവലുകളിൽനിന്നും *ദേവലോകം* വ്യത്യസ്തമാകുന്നത് അപചയത്തിന്റെ ഈ ഹേമന്തത്തിനപ്പുറം ഉയിർത്തെഴുന്നേല്പിന്റെ ഒരു ശിശിരം വരുന്നു എന്ന ശുഭാപ്തി വിശ്വാസം അത് പ്രകടമാക്കുന്നുണ്ട് എന്നതിനാലാണ്. ഒരു കമ്യൂണിസ്റ്റ് കേഡർ മാതൃകയായി വളർന്നേക്കാമായിരുന്ന താണ്ടമ്മ എന്ന ദേവലോകത്തിലെ കഥാപാത്രത്തിനെ കുറച്ചുകൂടി വളർത്തിക്കൂടേ എന്ന ഇ എം എസിന്റെ ചോദ്യത്തിന് സംഘടന കെട്ടിപ്പടുത്ത് ന്യായമായ ആവശ്യങ്ങൾക്കുവേണ്ടി ചെയ്യുന്ന സമരത്തിന്റെ മുന്നണിയിൽ തന്റെ കഥാപാത്രങ്ങളെ ചെങ്കൊടി പിടിപ്പിച്ചു നിർത്താൻ താൻ ഉണ്ടാകും എന്ന മറുപടിയും ഇതേ മുഖക്കുറിപ്പിൽ ചെറുകാട് എഴുതുന്നുണ്ട്. ഉയിർത്തെഴുന്നേല്പിന്റെ ശിശിരദിനങ്ങൾ കമ്യൂണിസ്റ്റ് പ്രസ്ഥാനത്തിൽ രൂപംകൊള്ളുന്നുണ്ടോ എന്നു പരിശോധിക്കേണ്ട ബാദ്ധ്യത ചെറുകാടിന്റെ പാരമ്പര്യം അവകാശ

പ്പെടുന്ന കമ്യൂണിസ്റ്റ് പ്രസ്ഥാനത്തിന്റേതാണ്. (*സ്വയം വിമർശനത്തിന്റെ അഗ്നിശുദ്ധി, മാതൃഭൂമി* ആഴ്ചപ്പതിപ്പ് 2002 ജൂൺ 9)

ചെറുകാടിന്റെ നോവലുകളെ പരിചയപ്പെടുത്താനും അവ വിപ്ലവ പ്രസ്ഥാനത്തിന്റെ വളർച്ചയ്ക്ക് ഏതു വിധത്തിൽ പ്രേരകശക്തിയായി വർത്തിക്കുന്നു എന്ന് അപഗ്രഥിക്കാനും ശാന്താലയം കൃഷ്ണൻ നായർ *കലാപ സാഹിത്യം* എന്നൊരു ഗ്രന്ഥം രചിച്ചിട്ടുണ്ട്. പ്രമുഖനിരൂപകയായ എം ലീലാവതി ചെറുകാടിന്റെ സ്ത്രീ കഥാപാത്രങ്ങളുടെ സവിശേഷതകൾ കണ്ടെത്താനും കരുത്തുറ്റ സ്ത്രീ കഥാപാത്രങ്ങളെ സൃഷ്ടിച്ച ചെറുകാടിനെ അഭിനന്ദിക്കാനും മറന്നിട്ടില്ല. *സ്ത്രീ സങ്കല്പം ചെറുകാടിന്റെ നോവലുകളിൽ* എന്ന ഗ്രന്ഥം വഴി ഡോ. ലീലാവതി ചെറുകാടിന്റെ പ്രതിഭയെ അംഗീകരിക്കുകയും തനിക്ക് കുറേക്കൂടി നേരത്തെ ഈ അപഗ്രഥനം നടത്താൻ കഴിഞ്ഞില്ലല്ലോ എന്ന് ഖേദിക്കുകയും ചെയ്യുന്നുണ്ട്. ജീവിച്ചിരുന്ന കാലത്ത് ചെറുകാടിന് അർഹിക്കുന്ന അംഗീകാരം ലഭിക്കാതെ അവഗണിക്കപ്പെട്ടതിനെക്കുറിച്ച് ഡോ. ലീലാവതി ഇങ്ങനെ പ്രസ്താവിക്കുന്നു.

> അദ്ദേഹത്തോളം സർഗ്ഗപ്രതിഭയില്ലാത്തവർ കൂടുതൽ വാഴ്ത്തപ്പെട്ടു. ജീവിച്ചിരിക്കുമ്പോൾ കൂടുതൽ വലിയ അംഗീകാരങ്ങൾ നേടി. സാഹിത്യമൂല്യമുള്ള കൃതികൾ മാത്രമാണ് പരിഗണിക്കപ്പെടുന്നതെങ്കിൽ ചെറുകാടിന്റെ താഴെ നില്ക്കേണ്ട പലരും മീതെ അവരോധിക്കപ്പെട്ടു.

> ഒരു സാഹിത്യകാരന്റെ കൈമുതൽ ആത്മാർത്ഥതയാണെങ്കിൽ അക്കാര്യത്തിൽ ചെറുകാട് ഒരു കുബേരനായിരുന്നു. മനുഷ്യജീവിതത്തിന്റെ ആഴവും പരപ്പും അതിലെ വൈകാരികച്ചുഴികളും വേദനയുടെ ഇരമ്പവും ആഹ്ലാദത്തിന്റെ അലതല്ലലുമെല്ലാം സഹതാപത്തോടെ, സത്യബോധത്തോടെ, ധർമ്മരോഷത്തോടെ പകർത്തിക്കാണിച്ച പ്രതിഭാശാലിയായ ഒരു പുണ്യപൂരുഷനാണ് യശഃശരീരനായ എന്റെ പഴയ സുഹൃത്ത് ചെറുകാട് എന്ന് എസ് കെ പൊറ്റെക്കാട്ട് ഒരു അനുശോചന സന്ദേശത്തിൽ രേഖപ്പെടുത്തിയത് നൂറു ശതമാനം ശരിയായ ഒരു നിഗമനമാണ്.

> പുരുഷത്വത്തിന് ദാരിദ്ര്യംമൂലം സംഭവിക്കുന്ന അധമത്വവും സ്ത്രീത്വത്തിന് പട്ടിണിയാൽ നേരിടുന്ന തകർച്ചയും ശിശുത്വത്തിന് ശാരീരികവും ആത്മീയവുമായ ഇരുട്ടുകൊണ്ടുണ്ടാവുന്ന മുരടിക്കലും അപരിഷ്കൃതങ്ങളായി ശേഷിക്കുന്ന കാലമത്രയും..... ഭൂമിയിൽ അജ്ഞതയും അരിഷ്ടതയും നിലനില്ക്കുന്ന കാലമത്രയും ഇമ്മാതിരി ഗ്രന്ഥങ്ങൾ ഉപയോഗമില്ലാതെ വരില്ല.

എന്ന വിക്ടർ ഹ്യൂഗോയുടെ വചനം ചെറുകാടിന്റെ കൃതികൾക്കും അനുയോജ്യമായ ഒരു സത്യം മാത്രമാണ്.

കെ ടി മുഹമ്മദ്
മതാതീതമായ മാനവീയതയുടെ വക്താവ്

കേരളത്തിലെ സാമൂഹ്യ രാഷ്ട്രീയ നവോത്ഥാനത്തിന് പ്രേരകശക്തിയായി വർത്തിച്ച, അവഗണിക്കാനാവാത്ത ഒരു ഘടകമാണ് കേരളത്തിലെ പുരോഗമന നാടകപ്രസ്ഥാനം. ഈ ജനകീയ നാടകവേദിക്ക് അമൂല്യമായ സംഭാവനകൾ നല്കിയ ചെറുകാട്, തോപ്പിൽ ഭാസി, പി ജെ ആന്റണി, പൊൻകുന്നം വർക്കി എന്നിവരോടൊപ്പം രേഖപ്പെടുത്തേണ്ട പേരാണ് കെ ടി മുഹമ്മദിന്റേത്. പ്രകടമായി, രാഷ്ട്രീയപ്രേരിതമായ നാടകങ്ങൾ രചിച്ചിട്ടില്ലെങ്കിലും, നിലവിലുള്ള യാഥാസ്ഥിതിക സമൂഹത്തെയും നാടുവാഴിത്ത മുതലാളിത്ത സാമ്പത്തികബന്ധങ്ങളേയും തുറന്നെതിർക്കുന്ന സമീപനം സ്വീകരിച്ച നാടകകൃത്തായാണ് കെ ടി മുഹമ്മദ് രംഗത്തുവന്നതും തുടർന്ന് ആ രംഗത്ത് നിലയുറപ്പിച്ചതും.

1949 ലാണ് കെ ടി തന്റെ ആദ്യനാടകമായ *വെളിച്ചം വിളക്കന്വേഷിക്കുന്നു* രചിച്ചത്. *ഊരും പേരും* എന്നാണ് ആ നാടകത്തിന് ആദ്യം നല്കിയ പേര്. തുടർന്ന് രംഗത്ത് അവതരിപ്പിച്ചപ്പോൾ ഉണ്ടായ പ്രതികരണങ്ങളുടെ വെളിച്ചത്തിൽ, നാടകം ഒന്നുകൂടി ചെത്തിമിനുക്കി അല്പം കൂടി അർത്ഥവത്തായ ഒരു പേർ സ്വീകരിച്ചതാണ് *വെളിച്ചം വിളക്കന്വേഷിക്കുന്നു* എന്ന പേർ. *കറവറ്റപശു* എന്ന നാടകത്തിന് മലബാർ കേന്ദ്ര കലാ സമിതിയുടെ സമ്മാനം ലഭിച്ചതോടെയാണ് കെ ടി മുഹമ്മദ് എന്ന നാടകകൃത്ത് പെട്ടെന്ന് ശ്രദ്ധേയനായത്. *ഇതു ഭൂമിയാണ്* എന്ന നാടകം മുസ്ലിം സമൂഹത്തിനിടയിൽ ഒരു കൊടുങ്കാറ്റുതന്നെ സൃഷ്ടിക്കാൻ പ്രേരകമായി. *ഇതു ഭൂമിയാണ്* അവതരിപ്പിച്ചുകൊണ്ടദ്ദേഹം പറഞ്ഞു:

> ഇതു ഭൂമിയാണ് എന്ന സത്യം ഒരു മതങ്ങൾക്കും അനാദരിക്കാനാവില്ല, മതങ്ങളുടെ പ്രവർത്തനശാല മനുഷ്യമനസ്സുകളാണ്. ആ

കെ ടി മുഹമ്മദ്

മനസ്സുകളിൽ മാനവീയതയുടെ മഹത്ത്വങ്ങളെ ഉണർത്താൻ ദൈവങ്ങൾക്കും നരകസ്വർഗ്ഗ സങ്കല്പങ്ങൾക്കും അമിതമായ പ്രാധാന്യവും പ്രസക്തിയും മതങ്ങൾ നല്കിക്കാണുന്നു. 'മതമേതായാലും മനുഷ്യൻ നന്നായാൽമതി' എന്നത് നാടകത്തിന്റെ ഗുണപാഠമായി ഞാനുദ്ദേശിച്ചിട്ടില്ല. എന്നാൽ, മനുഷ്യൻ ചീത്തയായാലും നോമ്പും നിസ്കാരവും കൊണ്ടുനടന്നാൽപ്പോരാ എന്ന് ഞാൻ കരുതുന്നു.

ഈ വരികളിൽനിന്ന് കെ ടി എന്താണുദ്ദേശിക്കുന്നതെന്ന് വ്യക്തമായി വായിച്ചെടുക്കാം. മുസ്ലീം സമുദായത്തിലെ സ്ത്രീകളുടെ അടിമത്തവും വേദനയും നേരിൽ കാണാൻ ഇടവന്നിട്ടുള്ള കെ ടി, അനാചാര

ങ്ങളിൽനിന്നും അന്ധവിശ്വാസങ്ങളിൽനിന്നും സ്ത്രീ മോചിതയാവണം, സമുദായം മുക്തമാകണം, അതു വഴി സ്ത്രീ സ്വതന്ത്രയാവണം എന്ന സന്ദേശമാണ് സമൂഹത്തിന്റെ മുന്നിൽ അവതരിപ്പിക്കുന്നത്.

ഇതു ഭൂമിയാണ് എന്ന നാടകത്തിന്റെ ആമുഖക്കുറിപ്പിൽ കെ ടി ഇങ്ങനെ എഴുതി:

> ഈ നാടകം ആരേയും വേദനിപ്പിക്കാൻ ഇടയാക്കരുതെന്ന് ഞാൻ ഉദ്ദേശിച്ചതുകൊണ്ട് പ്രയോജനമില്ല. ഇന്ന് ദൈവത്തെ രക്ഷിക്കാനുള്ള ഒരു ഉപാധിയായിരിക്കുന്നു മതം. ഈ തലതിരിച്ചിൽ മതത്തെ മനുഷ്യനിൽനിന്നും ഉയർത്തിപ്പിടിപ്പിക്കുകയാണ്, തന്മൂലം മതാനുഷ്ഠാനങ്ങൾ ഒരുതരം കടംവീട്ടലായി മാറിയിട്ടുണ്ട്. അങ്ങനെ കടം വീട്ടുന്നവരെ വേദനിപ്പിച്ചുവെങ്കിൽ എനിക്ക് വിരോധമില്ല. നമ്മുടെ വഞ്ചനകളുടെയും ജീവിക്കാനുള്ള ശ്രമത്തിൽ ചെയ്തുവെക്കാവുന്ന എല്ലാ ദുഷ്ടപ്രവൃത്തികളുടെയും മുകളിൽ മതത്തിന്റെ ആവരണമിട്ട് രക്ഷപ്പെടാൻ നോക്കുന്ന മുസ്ലീങ്ങൾ ധാരാളമുണ്ട്. മതം അവർക്കൊരു കച്ചവട സാധനമാണ്. അവരേയും ഇതു വേദനിപ്പിച്ചേക്കാം. എനിക്ക് വിരോധമില്ല.

നൂറ്റാണ്ടുകളായി നിലനിന്നിരുന്നതും ജീർണ്ണിച്ചതുമായ വിശ്വാസപ്രമാണങ്ങൾക്കെതിരായ പടവാളുമായാണ് കെ ടി ഇതു ഭൂമിയാണ്, നരകമല്ല എന്ന് പ്രഖ്യാപിച്ചത്. വിശ്വാസപ്രമാണങ്ങളെ തൊട്ടുകളിച്ചാൽ ഏമാനായാലും കാച്ചിക്കളയും എന്ന ഇസ്ലാമിക പ്രമാണം ഇന്നും നിലനില്ക്കുന്നു എന്നോർക്കുമ്പോൾ, അറുപതിൽപ്പരം വർഷങ്ങൾക്കുമുൻപ് അതിൽ കൈവെച്ച കെ ടി മുഹമ്മദ് എന്ന നാടകകൃത്ത് പിന്നെയും ഒരുപാടുകാലം ജീവിച്ചു എന്നത് ഒരത്ഭുതം എന്നേ കരുതാനാവൂ.

ഇതു ഭൂമിയാണ് എന്ന നാടകത്തെ പ്രകീർത്തിച്ചുകൊണ്ട് പ്രസിദ്ധ നിരൂപകനായിരുന്ന കുട്ടികൃഷ്ണമാരാർ *മാതൃഭൂമി* ആഴ്ചപ്പതിപ്പിൽ ഒരു ലേഖനമെഴുതി. സാധാരണ കാര്യങ്ങളെക്കുറിച്ചോ മലയാള നാടകങ്ങളെക്കുറിച്ചോ ഒന്നുംതന്നെ മാരാർ അതേവരെ എഴുതിയിരുന്നില്ല. മാരാരുടെ *മാതൃഭൂമി* ലേഖനം കെ ടിക്കു ലഭിച്ച വലിയ ഒരംഗീകാരമായിരുന്നു.

കറവറ്റപശു കേവലം ഉപയോഗശൂന്യമായ ഒരു പശുവിന്റെ കഥയല്ല. രോഗികളെയും വൃദ്ധരെയും ഇല്ലായ്മകളും വല്ലായ്മകളും നിറഞ്ഞ ഒരു സമൂഹം എങ്ങനെയാണ് കാണുന്നത് എന്ന അടിസ്ഥാനപരമായ പ്രശ്നമാണ് കെ ടി ഉന്നയിക്കുന്നത്. *കറവറ്റപശു*വിനെപ്പോലെ രോഗികളും വൃദ്ധരും പ്രയോജനമില്ലാത്തവരാകുമ്പോൾ അവരെ എന്തുചെയ്യണം എന്ന മൗലികപ്രശ്നമാണ് കെ ടി ഈ നാടകത്തിലൂടെ സമൂഹത്തിന്റെ മുന്നിൽ ഉന്നയിക്കുന്നത്.

നാടകം ജീവിതത്തിന്റെ യഥാർത്ഥ ചിത്രമല്ല, ജീവിതത്തിന്റെ കലാപരമായ പുനരാവിഷ്കാരമോ കലാപരമായ വ്യാഖ്യാനമോ ആവണം

എന്ന അഭിപ്രായമാണ് കെ ടിക്കുള്ളത്. അദ്ദേഹത്തിന്റെ നാടകങ്ങളെല്ലാം ഈ നിഗമനത്തെ സാധൂകരിക്കുന്നവയാണ്.

കാണുക, കേൾക്കുക എന്നതിലുപരി കാണിക്കുക, കേൾപ്പിക്കുക എന്നതിലാണ് കെ ടി പ്രാധാന്യം നല്കുന്നത്. നാടകത്തിലെ സ്ഥല കാല സങ്കല്പങ്ങളെക്കുറിച്ച് അദ്ദേഹത്തിന് വ്യക്തമായ അഭിപ്രായവും കാഴ്ചപ്പാടുമുണ്ട്. തന്റെ കാലഘട്ടത്തിലെ അസ്വസ്ഥനായ മനുഷ്യനെ സമൂഹത്തിൽ നടമാടിക്കൊണ്ടിരിക്കുന്ന തിന്മകൾക്കെതിരെ പ്രതികരിക്കാൻ പ്രാപ്തനാക്കുക എന്ന മൗലികമായ ഉദ്ദേശ്യത്തോടെ രചിച്ചിട്ടുള്ളതാണ് കെ ടിയുടെ നാടകങ്ങളും കഥാപാത്രങ്ങളും.

രംഗാവതരണം ഉദ്ദേശിച്ചുകൊണ്ടുള്ളതാണ് കെ ടിയുടെ എല്ലാ നാടകങ്ങളും. പ്രേക്ഷകരുടെ പ്രതികരണങ്ങൾ നേരിട്ടു മനസ്സിലാക്കാൻ അദ്ദേഹം പ്രത്യേകം ശ്രദ്ധിച്ചിരുന്നു. അവരിൽ താനുദ്ദേശിക്കുന്ന ചലനങ്ങൾ ഉളവാക്കാൻ കഴിയുന്നുണ്ടോ എന്ന് അദ്ദേഹം കാതോർക്കും. ഇല്ലെങ്കിൽ തുടർന്നുള്ള അവതരണവേളകളിൽ ആവശ്യമായ മേമ്പൊടി ചേർക്കും. നാലഞ്ചു സ്റ്റേജുകളിൽ അവതരിപ്പിച്ചു കഴിഞ്ഞാലേ ഒരു നാടകത്തിന്റെ പോരായ്മകൾ തിരിച്ചറിയാൻ കഴിയൂ. ഇതു മനസ്സിലാക്കി അതാതവസരങ്ങളിൽ കഥാപാത്രങ്ങളെയും സംഭാഷണങ്ങളെയും ഒന്നുകൂടി തേച്ചുമിനുക്കും. ഉള്ളിൽത്തട്ടുന്നതും ആവർത്തിച്ചു ചിന്തിക്കാൻ പ്രേരിപ്പിക്കുന്നതുമാണ് അദ്ദേഹത്തിന്റെ നാടകങ്ങളിലെ സംഭാഷണങ്ങൾ.

മനുഷ്യൻ കാരാഗൃഹത്തിലാണ് എന്ന നാടകം കണ്ട കുട്ടികൃഷ്ണമാരാർ *മാതൃഭൂമി* ആഴ്ചപ്പതിപ്പിൽ ഇങ്ങനെ എഴുതി:

"വായിച്ചുകഴിഞ്ഞാലും കണ്ടുകഴിഞ്ഞാലും അതോടെ അവസാനിക്കുന്ന ഒന്നിനോടും യോജിക്കാറില്ല. അനുരണനം ഉണ്ടാകണം." മാരാരുടെ സുചിന്തിതമായ ഈ അഭിപ്രായം, ഒരു പുതുവെളിച്ചമായി കെ ടിക്ക്.

സാഹിത്യവും നാടകീയതയും സമന്വയിപ്പിച്ചുകൊണ്ടാവണം ഉത്തമദൃശ്യഭാഷ്യം ചമയ്ക്കേണ്ടത് എന്ന് തിരിച്ചറിഞ്ഞ നാടകകൃത്താണ് കെ ടി. തന്റെ ആദ്യനാടകം മുതല്ക്കേ അദ്ദേഹം ഈ പ്രാഗത്ഭ്യം തെളിയിച്ചിട്ടുണ്ട്. തന്റെ സമ്പൂർണ്ണ നാടകങ്ങളുടെ ആമുഖമായി കെ ടി ഇങ്ങനെ എഴുതി:

> ഇഷ്ടമില്ലാത്തതിനെ ഞാൻ എപ്പോഴും എതിർത്തിട്ടുണ്ട്. മുഖം നോക്കാതെയും പാർട്ടിനോക്കാതെയും എതിർത്തിട്ടുണ്ട്. ഞാനൊരു കൊടിയും പിടിച്ചിട്ടില്ല. പക്ഷേ, എനിക്കൊരു രാഷ്ട്രീയമുണ്ട്. അത് വളരെ വ്യക്തമാണ്. പോസ്റ്റൽ ഡിപ്പാർട്ടുമെന്റിൽ ജോലി ചെയ്യുമ്പോൾ ഞാൻ യൂണിയന്റെ മേഖലാ പ്രസിഡന്റായിരുന്നു. അന്നും ഹിതമല്ലാത്തതിനെ ഞാൻ ശക്തിയായി വിമർശിക്കുമായിരുന്നു. ഒരു വിശ്വാസത്തിന്റെയോ മതത്തിന്റെയോ പേരിൽ മനുഷ്യനെ കെട്ടിയിടാനാവില്ല. വർഗ്ഗീയ ചേരിതിരിവും തെറ്റാ

ണെന്ന് എന്റെ മനസ്സു മന്ത്രിക്കുന്നു. നമ്മൾ മനുഷ്യരാണ്. ശരീരം മുറിഞ്ഞാൽ രക്തം വരും. അതിന് ചുവപ്പുനിറമാണ്. എല്ലാവരുടെയും രക്തത്തിന് ഒരേനിറമാണ്. വിമർശിക്കേണ്ട ഘട്ടത്തിൽ ഇടതുപക്ഷത്തെയും ഞാൻ വിമർശിച്ചിട്ടുണ്ട്. എന്നാൽ, മാനവീയതയെ ഏറ്റവുമധികം പ്രമോട്ടു ചെയ്യുന്നത് അവരാണ്.

തന്റെ സമ്പൂർണ്ണനാടകങ്ങളുടെ പ്രസിദ്ധീകരണം കെ ടിയുടെ വലിയ ഒരാഗ്രഹമായിരുന്നു. കേരള സാഹിത്യഅക്കാദമി രണ്ടു വോള്യങ്ങളായി ഈ ഗ്രന്ഥം മനോഹരമായി പ്രസിദ്ധീകരിച്ചിട്ടുണ്ട്. എന്നാൽ, ഈ പുസ്തകം ഇറങ്ങുന്നതിന് മുൻപ് കെ ടി കഥാവശേഷനായിരുന്നു.

ഒരു അഭിമുഖ സംഭാഷണത്തിൽ തന്റെ രാഷ്ട്രീയവീക്ഷണത്തെ കെ ടി വ്യക്തമായി ഇങ്ങനെ വിശദീകരിച്ചു:

> കലാകാരനെന്ന നിലയ്ക്ക് എഴുത്തുകാരന് രാഷ്ട്രീയവീക്ഷണം ഉണ്ടാകണം. വിവേകിയായ എഴുത്തുകാരന് അത് ഒരിക്കലും ഹൃദയച്ചുരുക്കം ഉണ്ടാക്കില്ല. എനിക്കൊരിക്കലും കമ്മിറ്റഡ് രാഷ്ട്രീയം ഉണ്ടായിട്ടില്ല. ഒരു പാർട്ടിയുടെയും കൊടി പിടിച്ചിട്ടില്ല. എന്റെ കൈയിൽ ഒരു കൊടി ഉണ്ടെങ്കിൽ അതിന്റെ നിറം എന്തെന്ന് ജനങ്ങൾ തീരുമാനിച്ചിട്ടുണ്ടല്ലോ.... പുരോഗമനപരമായ ഇടതുപക്ഷ രാഷ്ട്രീയപ്രസ്ഥാനവുമായിട്ടേ എനിക്ക് ബന്ധമുള്ളു. വിഭാഗീയ, വർഗ്ഗീയശക്തികൾ യാഥാസ്ഥിതിക വിദ്യാഭ്യാസത്തിലൂടെ രാഷ്ട്രീയക്കുപ്പായമിട്ട് പുരോഗതിയെ തടയുന്നു. പ്രതിലോമകാരികളെ പുരോഗമന രാഷ്ട്രീയപ്പാർട്ടികൾ പിന്തുണയ്ക്കുന്നതിനെ എപ്പോഴും ഞാൻ എതിർത്തിരുന്നു. അതുമായി പൊരുത്തപ്പെടാൻ എന്റെ രാഷ്ട്രീയബോധം അനുവദിക്കുന്നില്ല. രാഷ്ട്രീയ വിശ്വാസപ്രമാണം എഴുത്തുകാരന്റെ മേൽ അടിച്ചേല്പിക്കുന്നതിനെ എതിർക്കണം. എഴുത്തുകാരന് രാഷ്ട്രീയമാകാം. രാഷ്ട്രീയക്കാരനാകണമെന്ന് പറയരുത്.... ഒട്ടേറെ രാഷ്ട്രീയ നേതാക്കളെ നേരിട്ടറിയാം. അവരോട് ആദരവുണ്ട്. എന്നാൽ, ഏതു പ്രതിസന്ധിയും സമരരംഗത്തേക്കോ പ്രക്ഷോഭണരംഗത്തേക്കോ അനുയായികളോട് 'ചെല്ലിനെടാ' എന്നു പറയാതെ, 'വരിനെടാ' എന്നുറക്കെപ്പറഞ്ഞ് അവരുടെ മുന്നിൽ നടക്കുന്ന രണ്ടു നേതാക്കളെയേ പരിചയമുള്ളു. എ കെ ജിയും കുഞ്ഞാലിയും. (*എരുമേലി പരമേശ്വരൻ പിള്ളയുമായി നടത്തിയ അഭിമുഖത്തിൽ നിന്ന്*)

1929 ൽ മഞ്ചേരി കളത്തിങ്കൽത്തൊടിയിൽ വീട്ടിൽ കുഞ്ഞറമുവിന്റെ മകനായി കെ ടി മുഹമ്മദ് ജനിച്ചു. ഉമ്മ ഫാത്തിമക്കുട്ടി. എട്ടുമക്കളിൽ മൂന്നാമനായിരുന്നു മുഹമ്മദ്. ഈ മക്കളിൽ ആറുപേരും പെൺകുട്ടികൾ. പിതാവായ കുഞ്ഞറമു പൊലീസ് കോൺസ്റ്റബിളായിരുന്നു. കോഴിക്കോട് കോറനേഷൻ തിയേറ്ററിനടുത്ത് പൊലീസ് ലൈനിലായിരുന്നു കുഞ്ഞറമുവും കുടുംബവും താമസിച്ചിരുന്നത്. എട്ടാം ക്ലാസുവരെ

പഠിക്കാനേ മുഹമ്മദിന് കഴിഞ്ഞുള്ളൂ. പിന്നീട് കുടുംബം പുലർത്തുവാൻ ബാപ്പയ്ക്ക് സഹായിയായി അദ്ദേഹം പല ജോലികളിലും ഏർപ്പെട്ടു.

ചെറുപ്പംമുതലേ മുഹമ്മദിന് നാടകത്തോട് ആഭിമുഖ്യമുണ്ടായിരുന്നു. അക്കാലത്ത് വായിക്കാൻ കഴിഞ്ഞ ചില നാടകങ്ങളുടെ ചുവടുപിടിച്ച് പന്ത്രണ്ടാം വയസ്സിൽത്തന്നെ ഒരു നാടകം രചിച്ചു. 1949 ലാണ് ആദ്യ കഥ പ്രസിദ്ധീകരിച്ചത്. സി എൻ മുഹമ്മദു മൗലവിയുടെ *നവലോകം* മാസികയിൽ പ്രസിദ്ധീകരിച്ച ഈ കഥയുടെ പേർ *നിങ്ങൾക്കു വേണ്ടതും, നിങ്ങളുടേതും*. 1951 ൽ നടന്ന ലോക ചെറുകഥാമത്സരത്തിൽ മലയാളത്തിൽ *കണ്ണുകൾ* എന്ന കഥയ്ക്ക് ഒന്നാം സമ്മാനം ലഭിച്ചതോടെയാണ് കെ ടി മുഹമ്മദിനെ ഒരെഴുത്തുകാരനായി ലോകം അറിഞ്ഞത്. *കണ്ണുകൾ, ചിരിക്കുന്ന കത്തി, ശബ്ദങ്ങളുടെ ലോകം, കളിയും കാര്യവും* എന്നിങ്ങനെ അദ്ദേഹത്തിന്റെ നാലു കഥാസമാഹാരങ്ങൾ പ്രസിദ്ധീകരിച്ചിട്ടുണ്ട്. *മാംസപുഷ്പങ്ങൾ, കാറ്റ്* എന്നീ രണ്ടു നോവലുകളും അദ്ദേഹം രചിച്ചിട്ടുണ്ട്.

നാടകകൃത്തെന്നനിലയിൽ ആന്തരിക സംഘർഷവും അസ്വസ്ഥതയും അധികരിച്ചപ്പോൾ 1962 മുതൽ ഏഴുകൊല്ലം കെ ടി നാടകരംഗത്തുനിന്നും ഒഴിഞ്ഞുനിന്നു. ഇക്കാലത്താണ് കഥകളും നോവലുകളും എഴുതിയത്. നാടകത്തിന്റെ വേദനയായിരുന്നു മനസ്സിൽ.

ലോക കഥാമത്സരത്തിൽ കെ ടിക്ക് ലഭിച്ച സമ്മാനദാനച്ചടങ്ങ് *മാതൃഭൂമി*യുടെ ആഭിമുഖ്യത്തിൽ കോഴിക്കോട്ടുവെച്ചാണ് നടന്നത്. അന്ന് മദിരാശി സംസ്ഥാനത്തെ മന്ത്രിയായിരുന്ന കോഴിപ്പുറത്തു മാധവമേനോനാണ് സമ്മാനദാനം നിർവ്വഹിച്ചത്. പിറ്റേന്ന് കോഴിക്കോട്ടു റെയിൽവേ സ്റ്റേഷനിൽ തപാൽ ഉരുപ്പടികളുടെ വണ്ടിവലിച്ച് കെ ടി നീങ്ങിക്കൊണ്ടിരുന്നപ്പോൾ കൂട്ടുകാരായ സഹപ്രവർത്തകർ കെ ടിയോടു പറഞ്ഞു:

"ഇന്നലെ നിനക്ക് സമ്മാനം നല്കിയ മന്ത്രി ഈ ട്രെയിനിൽ മദ്രാസിലേക്ക് പോകുന്നുണ്ട്. നീ അല്പം മാറിനില്ക്ക്. അദ്ദേഹം നിന്നെകാണേണ്ട."

കെ ടി കൂട്ടുകാരുടെ നിർദ്ദേശം സ്വീകരിച്ചില്ല. അദ്ദേഹം തന്റെ കൃത്യനിർവ്വഹണത്തിൽ മുഴുകി. യാത്രയ്ക്കിടയിൽ മന്ത്രി കെ ടിയെ കണ്ടില്ല. എന്നാൽ, അദ്ദേഹത്തിന്റെ ഭാര്യ കുട്ടിമാളു അമ്മ തലേന്ന് ഭർത്താവിൽനിന്ന് സമ്മാനം ഏറ്റുവാങ്ങിയ കെ ടി മുഹമ്മദ് എന്ന യുവ എഴുത്തുകാരനെ തിരിച്ചറിഞ്ഞു.

തുടർന്ന് ഹെഡ് പോസ്റ്റാപ്പീസിലേക്ക് കെ ടിയെക്കുറിച്ച് മന്ത്രിയുടെ അന്വേഷണം വന്നു. ഏറെത്താമസിയാതെ കെ ടിക്ക് ക്ലാർക്കായി നിയമനം ലഭിച്ചു. തപാൽവകുപ്പിൽ പേക്കർ, പോസ്റ്റ്മാൻ, ക്ലാർക്ക് എന്നീ തസ്തികകളിൽ 1969 വരെ കെ ടി ജോലി ചെയ്തു.

1969 നുശേഷം അദ്ദേഹം പൂർണ്ണമായും ഒരു നാടക പ്രവർത്തകനായി മാറി. കോഴിക്കോട് ബ്രദേഴ്സ് ക്ലബ്ബ്, ഗ്രീൻറൂം, എക്സ്പെരിമെന്റൽ ആർട്ട് തിയേറ്റർ, കാളിദാസകലാകേന്ദ്രം, കെ പി എ സി, സംഗമം തിയേറ്റേഴ്സ് എന്നീ നാടകസംഘങ്ങൾക്കുവേണ്ടി നാല്പതിലേറെ നാടകങ്ങൾ

കെ ടി രചിച്ചിട്ടുണ്ട്. *ഇതു ഭൂമിയാണ്, കറവറ്റപശു, മനുഷ്യൻ കാരാഗൃഹത്തിലാണ്, കടൽപ്പാലം, കാഫർ, ചുവന്ന ഘടികാരം, സൃഷ്ടി സ്ഥിതി സംഹാരം, സാക്ഷാൽക്കാരം, സമന്വയം, സനാതനം, നാല്ക്കവല, കൈനാട്ടികൾ, ദീപസ്തംഭം മഹാശ്ചര്യം, സൂത്രധാരൻ, ജീവപര്യന്തം* തുടങ്ങിയവയാണ് ഇതിൽ പ്രധാനപ്പെട്ടവ. ഒരു നാടകകൃത്തെന്ന നിലയിൽ തന്റേതായ സാംസ്കാരികമൂല്യം പ്രേക്ഷകന് സമർപ്പിക്കാനാണ് കെ ടി ശ്രമിച്ചിട്ടുള്ളത്.

തന്റെ സൃഷ്ടികൾ എന്ന ആറുനാടകങ്ങളുടെ ആമുഖക്കുറിപ്പിൽ തന്റെ വഴിയിലെ പരിമിതികൾ കെ ടി അനുവാചകരുമായി പങ്കുവെക്കുന്നു:

> പ്രൊഫഷണൽ എന്ന വാക്ക് ഉപയോഗിക്കുമ്പോൾ തൊഴിൽപരം എന്ന പരിമിതിക്കകത്താണ് നില്പ്. മാധ്യമത്തിന്റെ കാര്യത്തിലും അങ്ങനെതന്നെ. നാടകം എന്നാകുമ്പോൾ അരങ്ങിന്റെ പരിമിതികളുണ്ട്. പ്രൊഫഷണൽ നാടകത്തിന് നാടെങ്ങുമുള്ള അരങ്ങുകളെ കീഴ്പ്പെടുത്താനുള്ള സാമാന്യവല്ക്കരണം ആവശ്യമാണ്. നമ്മുടെ അരങ്ങിന്റെ ചതുരത്തിൽ പ്രായോഗികമായ ഒരു വേദിസങ്കല്പം സാധിച്ചെടുക്കാനും ഈ നാടകങ്ങളിൽ ശ്രമിച്ചിരിക്കുന്നു. ധന്യാത്മകമായ ലാളിത്യത്തിന് സ്ഥാനം നല്കിയിരിക്കുന്നു. ഉപജീവന നാടകവേദിയോടൊപ്പം നില്ക്കുന്ന കച്ചവടപരത ഈ നാടകങ്ങളെ സ്വാധീനിച്ചിട്ടുണ്ട്. ആ കുറ്റം സമ്മതിക്കുന്നു. എങ്കിലും, പൂർണ്ണമായ അനുരഞ്ജനമോ കീഴടങ്ങലോ ഉണ്ടായിട്ടില്ല എന്ന് വ്യക്തമാക്കുകകൂടി ചെയ്യുന്നു.

നാടകകൃത്ത്, സംവിധായകൻ, തിരക്കഥാകൃത്ത് എന്നീ നിലകളിൽ അക്കാദമികളുടെയും ഗവൺമെന്റിന്റെയും നിരവധി പുരസ്കാരങ്ങൾക്ക് ഒന്നിലധികം തവണ അദ്ദേഹം അർഹനായിട്ടുണ്ട്. 1988 മുതൽ മൂന്നു കൊല്ലം അദ്ദേഹം സംഗീതനാടക അക്കാദമിയുടെ ചെയർമാനായിരുന്നു. കേരള ഫിലിം ഡെവലപ്മെന്റ് കോർപ്പറേഷൻ ചെയർമാനായും അദ്ദേഹം പ്രവർത്തിക്കുകയുണ്ടായി. 2006 ൽ സാഹിത്യഅക്കാദമി വിശിഷ്ടാംഗത്വം നല്കി അദ്ദേഹത്തെ ആദരിച്ചു.

പ്രസിദ്ധ എഴുത്തുകാരനായ എം ടി വാസുദേവൻനായരുമായി ആഴത്തിലുള്ള സൗഹൃദം പുലർത്തിയിരുന്ന വ്യക്തിയായിരുന്നു കെ ടി. കോഴിക്കോട് ഹെഡ്ഡ് പോസ്റ്റാഫീസ് ജീവനക്കാരനായിരുന്നപ്പോൾ കെ ടി മിക്ക ദിവസങ്ങളിലും മാതൃഭൂമി ആപ്പീസിലെത്തും. ആ സന്ദർശനങ്ങളാണ് എം ടിയുമായി കൂടുതൽ അടുക്കാൻ ഇടയാക്കിയത്. തന്റെ ആദ്യകാല പ്രണയവും പിന്നീട് അതുവേണ്ടെന്നുവെക്കാൻ പ്രേരിപ്പിച്ച സംഭവവും അദ്ദേഹം എം ടിയുമായി പങ്കുവെച്ചിട്ടുണ്ട്. പിന്നീട് ഏറെക്കാലത്തിനു ശേഷമാണ് കെ ടി വിവാഹിതനായത്. ഭാര്യ നടിയായ സീനത്ത്.

കെ ടി മരിക്കുന്നതിന് ഒരുമാസം മുൻപ് എം ടി, പി വി എസ് ആശു

പത്രിയിൽവെച്ച് അദ്ദേഹത്തെക്കണ്ടിരുന്നു. ഐ സി യുവിലായിരുന്നു. കെ ടിക്ക് ബോധം തിരിച്ചുകിട്ടിയിരുന്നില്ല. ആ സമയത്ത് ഡോക്ടർ പറഞ്ഞു:

"കെ ടിയുടെ കാര്യം വലിയ കഷ്ടമാണ്. നാളെയോ മറ്റന്നാളോ അദ്ദേഹം സുഖമായി ഇവിടെ നിന്നിറങ്ങിയാൽ പിറ്റേന്നു മുതൽ മീറ്റിങ്ങിനും പരിപാടികൾക്കുമായി പൊയ്ക്കളയും. കഴിഞ്ഞ പ്രാവശ്യം ഇവിടെനിന്നുപോകുമ്പോൾ ഞാൻ പറഞ്ഞതാണ് ആരോഗ്യം മറന്നു യാത്ര ചെയ്യരുതെന്ന്."

എന്തുഫലം? നടക്കാൻ തന്നെ പ്രയാസം. മൈക്കിന് മുന്നിൽ നിന്നു പ്രസംഗിക്കാനുമുണ്ട് ബുദ്ധിമുട്ട്. എങ്കിലും, പ്രസംഗിക്കാൻ കിട്ടുന്ന ഒരവസരവും അദ്ദേഹം പാഴാക്കില്ല. മൈക്കിന് മുന്നിൽ നിന്നാലോ വല്ലാതെ വികാരാധീനനാവുകയും ചെയ്യും.

ആശുപത്രിയിൽ വെച്ച് എം ടി ഓർമ്മിപ്പിച്ചു:

> കോഴിക്കോട്ടെ തപാലാപ്പീസ് ജോലി മുതൽ ഇന്നുവരെയുള്ള മുഴുവൻ അനുഭവങ്ങളും ജീവിതത്തിന്റെ ഉയർച്ചതാഴ്ചകളടക്കം രേഖപ്പെടുത്തുന്ന ഒരാത്മകഥ കെ ടി എഴുതണം. സ്വയം എഴുതുകയോ പറഞ്ഞുകൊടുത്ത് മറ്റാരെക്കൊണ്ടെങ്കിലും എഴുതിക്കുകയോ വേണം.

കെ ടി സമ്മതിച്ചതാണ്. എന്നാൽ, അതു സാക്ഷാൽക്കരിക്കുന്നതിന് മുൻപ് കെ ടി പോയി. 2008 മാർച്ച് 25 നായിരുന്നു അന്ത്യം. വളരെ കുറഞ്ഞ വിദ്യാഭ്യാസം മാത്രം നേടി, ചെറിയ ഒരു ജോലി ചെയ്ത്, കലാലോകത്തിന്റെ ഉന്നതശ്രേണിയിലെത്തിയ കെ ടിയുടെ ആത്മകഥ നമുക്ക് ലഭിക്കാതെ പോയത് മലയാളത്തിന്റെ ഒരു തീരാനഷ്ടമാണ്.

തുറന്ന മനസ്സും സർഗ്ഗാത്മകമായ പ്രതിഭയും മതാതീതമായ മാനവികതയും കാഴ്ചവെച്ച മഹാനായ ഈ കലാകാരന്റെ സ്മരണ കോരിത്തരിപ്പിക്കുന്ന ഒരനുഭവവും ഓർമ്മയുമാണ്.

Reference

കെ ടിയുടെ സമ്പൂർണ്ണനാടകങ്ങൾ, കേരള സാഹിത്യഅക്കാദമി.

വത്സല

സ്ത്രീത്വത്തിന്റെ കഥാകാരി

മലയാളത്തിന്റെ പ്രിയ കഥാകാരി പി വത്സല കഥ എഴുതാൻ തുടങ്ങിയിട്ട് അൻപതു വർഷങ്ങൾ പിന്നിട്ടുകഴിഞ്ഞു. സ്ത്രീയുടെ അനുഭവലോകത്തിന്റെ യഥാർത്ഥവും സ്വപ്നാത്മകവുമായ ഭാവങ്ങളെ വിശാലവും വൈവിദ്ധ്യപൂർണ്ണവുമായി അവതരിപ്പിക്കാനുള്ള കഴിവാണ് വത്സലയെ ശ്രദ്ധേയയായ കഥാകാരിയായി വളർത്തിയത്. പെണ്ണെഴുത്തിന്റെ പ്രചാരകയാണ് താനെന്ന് അവർ ഒരിക്കലും അവകാശപ്പെടാറില്ലെങ്കിലും പുരുഷാധിപത്യത്തിന്റെ ചോദനകളിൽ കിടന്നുപിടയുന്ന സ്ത്രീ ഹൃദയങ്ങളുടെ നൊമ്പരങ്ങൾ മറ്റെന്താണ് വിളംബരം ചെയ്യുന്നത്?

> എഴുത്ത് എന്റെ വീടാണ്. അതിന്റെ ജാലകങ്ങളാണ് കഥകൾ. നാലുദിക്കിലേക്കും ജാലകങ്ങളുള്ള ഒരു വീട്. ഓരോ കഥയും എഴുതുമ്പോൾ ഞാൻ വീടിനകത്ത് കടന്നിരിക്കും. എന്റെ മുന്നിൽ ഒരു സ്വകാര്യജാലകം തുറക്കും. ചിലപ്പോൾ അത് തുറന്ന് കിടപ്പുണ്ടാകും. ചിലപ്പോൾ ഒരല്പം തുറന്ന്, മറ്റു ചിലപ്പോൾ ഞാനത് തള്ളിത്തുറക്കും. അപ്പോൾ മുൻസൂചനയനുസരിച്ച് അവിടെ ഒരു കാഴ്ചയുള്ളത് മെല്ലെ മെല്ലെ ഇതൾ വിടർത്തി പൂർണ്ണമായും വികസിച്ചുവരും. അതാണ് എന്റെ ഓരോ കഥയും. ആത്മാവിന്റെ ജാലകവഴികൾ. കാലം ചെല്ലുന്തോറും ജാലകങ്ങളുടെ എണ്ണം വർദ്ധിക്കുന്നത് ഞാനറിയുന്നു. മാത്രമല്ല, എന്റെ വീടിനകത്തേക്ക് കുറേക്കൂടി വെളിച്ചം കടന്നുവരുന്നത് ഞാൻ ഹൃദയം തുറന്ന് മനസ്സിലാക്കുന്നു. (*തെരഞ്ഞെടുത്ത കഥകൾ*, രണ്ടാംഭാഗം– മുഖവുര....)

എഴുത്തിന്റെ അമ്പതാംവർഷത്തിലേക്ക് കടന്നപ്പോൾ വത്സല ഇരുനൂറില്പരം കഥകൾ എഴുതിക്കഴിഞ്ഞു. *തെരഞ്ഞെടുത്ത കഥകളുടെ*

പി വത്സല

രണ്ടുഭാഗങ്ങൾ ഇതിനകം പ്രസിദ്ധപ്പെടുത്തിയിട്ടുണ്ട്. 39 കഥകളടങ്ങിയ *തെരഞ്ഞെടുത്ത കഥകളുടെ* (ഒന്നാംഭാഗം) 2006 ൽ *മാതൃഭൂമി* ബുക്സ് പ്രസിദ്ധീകരിച്ചിട്ടുണ്ട്. 41 കഥകളടങ്ങിയ രണ്ടാംഭാഗം ഡി സി ബുക്സാണ് പ്രസിദ്ധീകരിച്ചിട്ടുള്ളത്.

എഴുത്തിന്റെ നാനാർത്ഥങ്ങളെക്കുറിച്ച് വത്സല തികച്ചും ബോധവതിയാണ്. അവർ പറയുന്നു:

"പെണ്ണിന്റെ പരിമിതികളിൽനിന്ന് പുറത്തുകടക്കാനാണ് ഞാൻ എഴുതിത്തുടങ്ങിയത്. അതിന് എന്നെ സഹായിച്ചത് നിരന്തരമായ വായനയും എന്റെ ലോകം എത്ര ചെറുതാണെന്ന അറിവുമാണ്." സമൂഹത്തിൽ സ്ത്രീകളനുഭവിക്കേണ്ടിവരുന്ന യാതനകളെക്കുറിച്ചും അവഗണനകളെക്കുറിച്ചും ചെറുപ്പം മുതലേ അവർ ബോധവതിയായിരുന്നു. വിദ്യാഭ്യാസം നേടി സ്വന്തം കാലിൽ നില്ക്കാൻ കഴിഞ്ഞാൽ മാത്രമേ ഇതിൽ നിന്ന് മോചനം നേടാൻ കഴിയൂ എന്നവർ തിരിച്ചറിഞ്ഞു. ഈ വിധം രൂഢമായ അഭിലാഷങ്ങൾ കാത്തുസൂക്ഷിച്ചതുകൊണ്ടാകാം വത്സലയ്ക്ക് ഒരുദ്യോഗസ്ഥയും സ്ഥിരപ്രതിഷ്ഠ നേടിയ ഒരെഴുത്തുകാരിയുമാകാൻ സാധി

ച്ചത്. സ്വാതന്ത്ര്യം ആർജ്ജിച്ചുകൊണ്ട് ചെയ്യാവുന്ന ഏറ്റവും നല്ല ജോലി സാഹിത്യരചനയാണ്. നേർക്കുനേരെയുള്ള പ്രവൃത്തിയാണ് എഴുത്ത്.

വത്സല പറഞ്ഞു:

> അടുക്കള തിരിച്ചു പിടിക്കുക എന്നൊക്കെയാണ് ചിലരുടെ മുദ്രാവാക്യം. സമാനബോധമില്ലാത്ത നിലവിളികളാണവ. അടുക്കള തിരിച്ചുപിടിക്കുകയല്ല, അതിൽനിന്ന് പുറത്തുകടക്കുകയാണ് വേണ്ടത്. സ്ത്രീയും പുരുഷനും ഒറ്റയ്ക്കാണ്. ഒറ്റയ്ക്കുള്ള രണ്ടു പേർ ചേരുമ്പോൾ അതൊരു കുടുംബമായി മാറുന്നു. അതിൽ ഏറ്റവും മികച്ച മൂല്യങ്ങളടങ്ങിയിരിക്കും.

വായന അനുഭൂതി പകരുന്ന ഒരു സവിശേഷഘടകമാണെന്ന് തിരിച്ചറിഞ്ഞ ജീവിതത്തിന്റെ ആദ്യഘട്ടത്തിൽ ചന്തുമേനോൻ, സി വി രാമൻപിള്ള, തകഴി, പൊറ്റെക്കാട്ട് എന്നിവരുടെ കൃതികൾ അവർ ആർത്തിയോടെ വായിച്ചുതീർത്തു. രചനാസൗഷ്ഠവത്തെക്കുറിച്ച് മനസ്സിലാക്കാൻ തുടങ്ങിയപ്പോൾ അവർക്ക് ഉറൂബിന്റെ കൃതികളോടായി താല്പര്യം. ഗൗരവസ്വഭാവമുള്ള ഈ വായനയാണ് വത്സലയിലെ എഴുത്തുകാരിയെ വിളിച്ചുണർത്തിയത്. സ്കൂൾ വിദ്യാഭ്യാസകാലത്ത് കവിതയോടായിരുന്നു താല്പര്യം. ആശാൻ, വള്ളത്തോൾ, ജി ശങ്കരക്കുറുപ്പ് എന്നിവരുടെ കൃതികൾ വത്സലയെ കൂടുതൽ ആകർഷിക്കുകയുണ്ടായി. അതിന്റെ ചുവടുപിടിച്ച് കുറേ രചനകളിൽ ഏർപ്പെടുകയും ചെയ്തു. എന്നാൽ, കഥയാണ് തനിക്ക് കൂടുതൽ ഇണങ്ങുന്ന മാധ്യമം എന്ന് അവർ അതിവേഗം തിരിച്ചറിഞ്ഞു.

സ്കൂൾ മാസികയിൽ അച്ചടിച്ചുവന്ന ഒരു കഥയാണ് ആദ്യത്തെ കഥയെങ്കിലും, *ജനയുഗം* വാരികയിൽ പ്രസിദ്ധീകരിച്ച *കടലാസുപൂക്കളാണ്* നാലുപേരറിയാൻ ഇടയാക്കിയ വത്സലയുടെ ആദ്യത്തെ കഥ. എന്നാൽ, തുടരെത്തുടരെ കഥകളെഴുതാൻ കഴിഞ്ഞില്ല. ഗൗരവമാർന്ന വായനയിൽ മുഴുകിയിരുന്നതിനാൽ പുസ്തകാവലോകനങ്ങളും നിരൂപണങ്ങളുമെഴുതി. *ദേശാഭിമാനി* വാരാന്ത്യപ്പതിപ്പ്, *നവയുഗം, പ്രപഞ്ചം* എന്നീ പ്രസിദ്ധീകരണങ്ങളിലാണ് പുസ്തകനിരൂപണങ്ങൾ കൂടുതലും പ്രസിദ്ധീകരിച്ചുകൊണ്ടിരുന്നത്. പൊറ്റെക്കാട്ടിന്റെ *തെരുവിന്റെ കഥ* എന്ന നോവലിനെക്കുറിച്ച് എഴുതിയ ഒരു പഠനം വായിക്കാനിടയായ എൻ വി കൃഷ്ണവാരിയർ വത്സലയിൽ ഒരെഴുത്തുകാരി ഉറങ്ങിക്കിടക്കുന്നു എന്ന സത്യം തിരിച്ചറിഞ്ഞു. എൻ വി അന്ന് *മാതൃഭൂമി* ആഴ്ചപ്പതിപ്പിന്റെ പത്രാധിപരായിരുന്നു. അദ്ദേഹം ഒരുകെട്ട് പുസ്തകങ്ങൾ പുസ്തകനിരൂപണത്തിനായി വത്സലയ്ക്കയച്ചുകൊടുത്തു. വത്സലയിലെ കഥാകാരിയെ പ്രോത്സാഹിപ്പിച്ച് വളർത്തിയതും ആദ്യമായി പ്രതിഫലം നല്കി സഹായിച്ചതും എൻ വി കൃഷ്ണവാരിയരായിരുന്നു. *മാതൃഭൂമിയിൽ* ആദ്യമായി പ്രസിദ്ധീകരിച്ച കഥയാണ് *കിളിക്കൂട്*. തുടർന്ന് *മാതൃഭൂമി, ജനയുഗം, കുങ്കുമം* എന്നീ വാരികകളിൽ ധാരാളമെഴുതി.

തന്റെ രചനകളുടെ സവിശേഷതകളെക്കുറിച്ച് വത്സല പലപ്പോഴും മനസ്സുതുറന്നിട്ടുണ്ട്.

> ജീവിതാനുഭവങ്ങളേ ഞാൻ എഴുതിയിട്ടുള്ളൂ. ഭാവനയിൽനിന്നു മാത്രം സൃഷ്ടിച്ചെടുക്കുന്നത് യഥാർത്ഥ രചനയാവില്ല. അനുഭവങ്ങളുടെ നട്ടെല്ലിലാണ് എന്റെ ഓരോ കഥയും നിലനില്ക്കുന്നത്.

ഔദ്യോഗിക കെട്ടുപാടുകളിൽനിന്ന് അകന്നുനില്ക്കുമ്പോൾ മാത്രമേ അവർക്ക് എഴുതാൻ കഴിയാറുള്ളൂ. ഉദ്യോഗസ്ഥയായിരുന്നപ്പോൾ ലീവെടുത്താണ് പലപ്പോഴും എഴുതാറുള്ളത്. കുടുംബാംഗങ്ങളല്ലാത്തവർ വീട്ടിൽ വന്നുപെട്ടാൽ എഴുതുന്നതിനെക്കുറിച്ച് ചിന്തിക്കാനേ അവർക്ക് കഴിയാറില്ല. എഴുത്ത് ഒരു സർഗ്ഗാത്മകപ്രക്രിയയാണ്. അതിന് തികഞ്ഞ ഏകാഗ്രത അനിവാര്യമാണ്. പ്രസിദ്ധീകരിക്കുന്നതിനുമുൻപ് തന്റെ രചനകൾ ആരെങ്കിലും വായിക്കുന്നതും ആരെയെങ്കിലും വായിച്ചുകേൾപ്പിക്കുന്നതും അവർ ഇഷ്ടപ്പെടുന്നില്ല. അതു ഗർഭസ്ഥശിശുവിനെപ്പോലെ അജ്ഞാതമായിരിക്കണമെന്ന് അവർക്ക് നിർബ്ബന്ധമാണ്. ആദ്യകാലത്തെല്ലാം തന്റെ രചനകൾ രണ്ടോ മൂന്നോ വട്ടം പകർത്തി എഴുതിയിരുന്നതായി അവർ ഓർക്കുന്നു. എന്നാൽ, കഥയുടെ പൂർണ്ണമായ രൂപം തുടക്കത്തിലേ രൂപപ്പെട്ടുവെങ്കിൽ കൂടുതൽ പ്രാവശ്യം പകർത്തിയെഴുതാതെ പൂർത്തിയാക്കാൻ കഴിയും. കഥയ്ക്ക് പേരിടുന്നതിനെപ്പറ്റി പ്രത്യേക നിബന്ധനകളൊന്നുമില്ല അവർക്ക്. പ്രതിപാദ്യത്തിന് യോജിച്ചതാവണം പേര് എന്നുമാത്രമേ അവർ കരുതാറുള്ളൂ. നല്ലൊരുപേർ നല്കിയതുകൊണ്ടായില്ലല്ലോ. കഥ ആകർഷകവും മനസ്സിൽ ഇടം കണ്ടെത്തേണ്ടതുമാകണ്ടേ? അതിനാണ് കഥാകാരി പ്രാധാന്യം കല്പിക്കുന്നത്.

കഥാപാത്രങ്ങൾക്ക് പേരിടുന്നതിൽ പലപ്പോഴും ആക്ഷേപഹാസ്യത്തിന്റേതായ ഒരു രീതി വത്സല സ്വീകരിക്കാറുണ്ട്. കുടുംബനാഥന്റെ ഒരു ചുമതലയും നിർവ്വഹിക്കാത്ത ഒരു കഥാപാത്രത്തിന് സുധർമ്മനെന്നു പേരിടുന്നതും സാധനങ്ങൾ മോഷ്ടിച്ച് വില്ക്കുന്ന ഒരാൾക്ക് ദേശാഭിമാനിയായ ചമ്പകരാമന്റെ പേരിടുന്നതും ഒരു 'ഐറണി'യായി കഥാകാരി കരുതുന്നു. പ്രത്യക്ഷമായോ പരോക്ഷമായോ ഉള്ള അനുഭവങ്ങളല്ലാതെ ഒന്നുംതന്നെ ഈ കഥാകാരി എഴുതിയിട്ടില്ല. വത്സല എന്ന കഥാകാരിയുടെ വിജയത്തിന്റെ രഹസ്യവും മറ്റൊന്നല്ല.

വയനാടൻ കാടുകളിലെ ആദിവാസികളുടെ ജീവിതം ഇത്രയും സൂക്ഷ്മമായി നിരീക്ഷിച്ച്, അവയ്ക്ക് കഥകളുടെ മാനം നല്കിയ മറ്റൊരു കഥാകൃത്തും മലയാളത്തിലില്ല. അവിടെനിന്ന് കണ്ടെടുത്ത കഥാസന്ദർഭങ്ങളും കഥാപാത്രങ്ങളും ശരിക്കും ഒരു ഗവേഷണവിഷയമായി മാറ്റാൻ മാത്രം വിപുലമാണ്. കേരളത്തിലെ മാത്രമല്ല, ഒറീസയിലെയും ബിഹാറിലെയും എന്തിന് അമേരിക്കയിലെ ആദിവാസികളെക്കുറിച്ചുപോലും അടുത്തറിയാൻ ഈ കഥാകാരിക്ക് കഴിഞ്ഞിട്ടുണ്ട്.

ഏതാനും നാളുകൾക്ക് മുൻപ് ആറുമാസക്കാലം വത്സല അമേരിക്കയിൽ

പര്യടനം നടത്തുകയുണ്ടായി. ഫ്ളോറിഡയിലാണ് അവർ കൂടുതൽ കാലവും താമസിച്ചത്. ഈ അടുത്തകാലത്ത് പ്രസിദ്ധീകരിച്ച അവരുടെ *അമേരിക്കൻ ഡയറി* എന്ന ഗ്രന്ഥത്തിൽ അമേരിക്കയിലെ ആദിവാസികളെപ്പറ്റി സവിസ്തരം പ്രതിപാദിക്കുണ്ട്. ഒരഭിമുഖത്തിൽ വത്സല പറഞ്ഞു:

> നാലു സ്റ്റേറ്റുകളിലാണ് അവിടെ ആദിവാസികൾ കൂടുതലുള്ളത്. ഫ്ളോറിഡയിലെ പബ്ലിക് ലൈബ്രറിയിലെ ഒഴിഞ്ഞ ഒരു ഷെൽഫിൽ ആർക്കും വേണ്ടാതെ കിടന്ന ഒരു പുസ്തകത്തിൽനിന്നാണ് ഞാനവരുടെ ചരിത്രം മനസ്സിലാക്കിയത്. നിധി കിട്ടിയ പ്രതീതിയിൽ ആ പുസ്തകം ഞാനെടുത്ത് വിശദമായി വായിച്ചു. പിന്നീട് റഫറൻസിയായി വീണ്ടും എടുക്കാൻ ചെന്നപ്പോൾ അതവിടെയില്ല. ഞാനൊരു വിദേശിയായതുകൊണ്ടായിരിക്കാം അവരുടെ നാടിന്റെ രഹസ്യങ്ങൾ വെളിപ്പെടുത്തുന്ന രേഖകൾ പിന്നീട് ലഭിച്ചില്ല...... അമേരിക്കൻ രാഷ്ട്രീയം ആദിവാസികളെ വിനോദസഞ്ചാരവിഭവമാക്കുക മാത്രമാണ് ചെയ്യുന്നത്..... കേരളത്തിലെയും ആദിവാസികൾക്ക് ഉടുപ്പിലും നടപ്പിലും ഭക്ഷണത്തിലുമൊക്കെ പഴയകാലത്ത് ഒട്ടേറെ സാദൃശ്യമുണ്ടായിരുന്നു. അവിടുത്തെ ആദിവാസികളുടെ വീട്ടിൽ ഇവിടുള്ളതുപോലെ ഹോമകുണ്ഡങ്ങളുണ്ട്. വയനാട്ടിലെ കുറിച്ച്യർ ചേല കെട്ടുന്നതുപോലെ അവരും വസ്ത്രം ധരിച്ചിരുന്നു. ഏറെ ആശ്ചര്യം അവരുടെ ആഹാരമാണ്. കേരളത്തിൽ മാത്രമേ പുഴുങ്ങലരിച്ചോറുണ്ണുന്നവരുള്ളൂ എന്നായിരുന്നു എന്റെ ധാരണ. എന്നാൽ, അമേരിക്കയിലെ ആദിവാസികൾ നടത്തുന്ന ഹോട്ടലിൽ കിട്ടിയത് ചോളം കൊണ്ടുള്ള വലിയ ചപ്പാത്തിയും പുഴുങ്ങലരിച്ചോറും മലബാറിന്റെ കൂട്ടുകൾ ചേർത്ത കോഴിക്കറിയുമാണ്. ഇതെങ്ങനെവന്നുവെന്ന് എത്ര ആലോചിച്ചിട്ടും മനസ്സിലായില്ല.

പുതിയ തലമുറയിൽ സാഹിത്യാഭിമുഖ്യം തീരെ കുറഞ്ഞുവരുന്നതായി വത്സല കുറ്റപ്പെടുത്തി. ഇവരിൽ ഭൂരിഭാഗവും കാഴ്ചയ്ക്കും അനുഭൂതിക്കും ഇടയിൽപ്പെട്ട് ഞെരിഞ്ഞമരുകയാണ്. കാഴ്ചസംസ്കാരമാണ് ഇപ്പോൾ കൂടുതലും നിലനില്ക്കുന്നത്. അനുഭൂതിസംസ്കാരം നഷ്ടമായി വരികയാണ്. കാഴ്ചയ്ക്ക് പ്രത്യേക പരിശ്രമമൊന്നും ആവശ്യമില്ല. വെറുതെ ഇരുന്ന് കാണുകയേ വേണ്ടൂ. കാഴ്ചസംസ്കാരത്തിന്റെ പ്രതീകമായി വേണം സീരിയലുകളോടുള്ള ആഭിമുഖ്യത്തെ വിലയിരുത്താൻ. വായനയിലൂടെയും വിശകലനത്തിലൂടെയും മാത്രമേ അനുഭൂതി ഉരുത്തിരിയുകയുള്ളൂ. അതിന് സമയവും സന്നദ്ധതയുമുള്ളവർ തുലോം വിരളമാണ്.

നെല്ല് എന്ന തന്റെ നോവലിൽനിന്ന് ഏറെ വ്യത്യസ്തമാണ് *നെല്ല്* എന്ന സിനിമ. സിനിമ കൂടുതൽ നന്നായിരിക്കുന്നതായി ചിലർ അഭിപ്രായപ്പെടുകയുണ്ടായി. ഈ അഭിപ്രായത്തോട് തികഞ്ഞ വിയോജിപ്പാണ് നോവലിസ്റ്റിനുള്ളത്. നോവലിന്റെ ജീവനും അന്തസ്സത്തയും സിനിമയിൽ നഷ്ടമായി. കഥാഗതിയിൽത്തന്നെ ധാരാളം വ്യതിയാനങ്ങളുണ്ട്. ഒരു

കവിതപോലെ അനുഗൃഹീതമാണ് *നെല്ല്* എന്ന നോവൽ. അതു നല്കുന്ന വായനാനുഭവം ഒരു സിനിമയ്ക്ക് നല്കാനാവില്ല.

ഈ അടുത്തകാലത്താണ് വത്സലയ്ക്ക് പത്മപ്രഭാപുരസ്കാരം ലഭിച്ചത്. അതിൽ അവർക്ക് സന്തോഷമുണ്ട്. പുരസ്കാരങ്ങൾ സാഹിത്യജീവിതത്തിനുള്ള അംഗീകാരമാണെന്നതിൽ സംശയമില്ല. ഇതിനകം നിരവധി പുരസ്കാരങ്ങൾ വത്സലയ്ക്ക് ലഭിക്കുകയുണ്ടായി. *നെല്ലി*ന് ലഭിച്ച പുരസ്കാരം ആദ്യകാലത്തുതന്നെ ലഭിച്ചതിനാൽ അതേറെ പ്രോത്സാഹനത്തിന് വഴിവച്ചു. അവാർഡ് കമ്മിറ്റികൾ പലപ്പോഴും ഉപജാപകരുടെ കൈകളിൽ കിടന്ന് ഞെരിപിരി കൊള്ളുന്ന കാഴ്ച അതിദയനീയമാണ്.

ഉദ്യോഗത്തിൽനിന്ന് പിരിഞ്ഞ് സ്വതന്ത്രമായ ജീവിതം നയിക്കുന്ന വത്സലയ്ക്ക് എഴുതാൻ ഇനിയും ധാരാളം അനുഭവങ്ങളുണ്ട്. എഴുതാനുള്ള സന്നദ്ധതയുമുണ്ട്. തന്റെ അമേരിക്കൻ പര്യടനത്തിന്റെ പശ്ചാത്തലത്തിൽ ഒരു നോവലിന്റെ പണിപ്പുരയിലാണ് അവർ. വിദേശത്ത് നിലനില്പിന്റെ പ്രതിസന്ധി നേരിടുന്ന ഒരു പെൺകുട്ടിയുടെ കഥയാണ് പ്രമേയം.

മൂല്യരാഹിത്യത്തോട് യാതൊരു ഒത്തുതീർപ്പിനും ഈ കഥാകാരി തയ്യാറല്ല. അതേപ്പറ്റി അവർ വ്യക്തമായി ഇങ്ങനെ പറഞ്ഞുവച്ചു:

> എം എൻ കുറുപ്പ് *ദേശാഭിമാനി* സ്റ്റഡി സർക്കിളിന്റെ നടത്തിപ്പ് ഏറ്റെടുത്തപ്പോൾ, അദ്ദേഹം എന്നെ അതിലെ പല പരിപാടികളിലും പങ്കെടുപ്പിച്ചു. രണ്ടു കാരണങ്ങളാൽ സ്റ്റഡി സർക്കിൾ പരിപാടികൾ എനിക്ക് ഹിതകരമായി തോന്നി. എഴുത്തിൽ ജീവന്റെ ചൈതന്യം ഉണ്ടാവണമെന്ന അവരുടെ കാഴ്ചപ്പാട്. അനേകം കുഗ്രാമങ്ങളിൽ പരിപാടികൾ സംഘടിപ്പിക്കപ്പെട്ടിരുന്നതിനാൽ സാഹിത്യത്തിന് ജനജീവിതവുമായി നേരിട്ട് ബന്ധം നന്ന് എന്ന ഒരു തിരിച്ചറിവ്. സാഹിത്യത്തിന്റെ "ദന്തഗോപുരവാസം" ഞാനൊരിക്കലും അംഗീകരിച്ചിരുന്നില്ല. എന്റെ കഥകളെല്ലാം ജീവിതം എനിക്ക് നല്കിയ അനുഭൂതികളുടെ ഫലമാണ്. സ്റ്റഡി സർക്കിൾ പരിപാടികൾ തികഞ്ഞ ആത്മാർത്ഥതയിലും സംഘടനാസാമർത്ഥ്യത്തിലും 'ആഘോഷിക്ക'പ്പെട്ടതായിരുന്നു. അതിന്റെ വേദികളിൽ കേരളത്തിൽ വസിക്കുന്ന മലയാളഎഴുത്തുകാരിൽ പലരും വന്നിരുന്നു. പ്രസംഗകരായും ശില്പശാലാശിക്ഷകരായും, കേൾവിക്കാരായും. പുറം പരിപാടികളിൽ ധാരാളം പങ്കെടുക്കാൻ പലപ്പോഴും നിർബ്ബന്ധിതയായ എനിക്ക് കുടുംബജീവിതത്തിലെ ചെറുചെറു ആനന്ദാവസരങ്ങളും എഴുത്തിനുവേണ്ട സമയവും നഷ്ടപ്പെടുത്തേണ്ടിവന്നിട്ടുണ്ട്. "Writing for a cause"എന്നായിരുന്നു അന്ന് ഈ വേദിയുടെ പരമലക്ഷ്യം. പക്ഷേ, എന്റെ എഴുത്തിനെ ആരും നിയന്ത്രിച്ചിരുന്നില്ല. അതാണ് സ്റ്റഡി സർക്കിൾ പരിപാടികളിൽ എന്നെ പ്രേരിപ്പിച്ച വസ്തുത. ഇതിനുപുറമെ പുറംലോകം കാണാനുള്ള എന്റെ അഭിവാഞ്ഛയെ ഈ പരിപാടികൾ തൃപ്തിപ്പെടുത്തി.
>
> എസ് കെ പൊറ്റെക്കാട്ട്, കുറ്റിപ്പുഴ, വിഷ്ണുനാരായണൻ

നമ്പൂതിരി, എ പി പി നമ്പൂതിരി എന്നിവരെല്ലാം ഇടയ്ക്ക് ഈ വേദികളിൽ പ്രത്യക്ഷപ്പെട്ടിരുന്നു. സി വി ബാലകൃഷ്ണനാണ് എടുത്തുപറയേണ്ട മറ്റൊരു പേര്.

പിന്നീട് സ്റ്റഡി സർക്കിൾ പുരോഗമനകലാസാഹിത്യസംഘമായി അറിയപ്പെട്ടു. ആലപ്പുഴ, പാലക്കാട്, തലശ്ശേരി തുടങ്ങിയ സ്ഥലങ്ങളിലെല്ലാം വമ്പിച്ച സദസ്സുകളോടെ സമ്മേളനങ്ങൾ നടന്നിരുന്നു.

എനിക്ക് പുരോഗമനകലാസാഹിത്യസംഘത്തിന്റെ വൈസ്പ്രസിഡന്റ് സ്ഥാനം വച്ചുനീട്ടിയപ്പോൾ ഞാനത് നിഷേധിച്ചു. അങ്ങനെ ഒരു 'മുദ്ര' എന്റെ എഴുത്തിന് വേണ്ടെന്നുതോന്നി. ഒരു കമ്യൂണിസ്റ്റ് എഴുത്തുകാരി എന്നറിയപ്പെടാൻ ഞാനാഗ്രഹിച്ചില്ല, ഇന്ന് ഒരു ഫെമിനിസ്റ്റ് എഴുത്തുകാരി ആവാൻ ഇഷ്ടമില്ലാത്തതുപോലെതന്നെ.

മനുഷ്യജീവിതത്തിന്റെ അടിസ്ഥാനവികാരങ്ങൾക്കും മൂല്യങ്ങൾക്കുമാണ് ഞാൻ വില കല്പിക്കുന്നത്. പുരോഗമനകലാസാഹിത്യസംഘം കമ്യൂണിസ്റ്റുപക്ഷപാതികളെ മാത്രമേ 'മനുഷ്യ'രായിക്കാണുന്നുള്ളു. ഈ നിലപാടാണ് പു ക സായിൽനിന്ന് ഭേദപ്പെട്ട എഴുത്തുകാരെല്ലാം പുറത്തുപോകാൻ കാരണം. മനുഷ്യൻ ഒരു ഭൗതികശരീരം മാത്രമല്ലെന്ന് ഞാനെന്നും കാണുന്നു.

എം എൻ വിജയൻ ഒരിക്കൽ പറഞ്ഞു: "വത്സല സംഘത്തിൽ ചേർന്നു നില്ക്കണം." ഞാൻ നിരാകരിച്ചു.

തലശ്ശേരിക്കടുത്ത് മനുഷ്യക്കുരുതികൾ നടന്നതിനെ എം എൻ വിജയനടക്കം വൻനേതാക്കളും ഇടതുബുദ്ധിജീവികളും ന്യായീകരിച്ചു. മരണപ്പെട്ടത് ഇടതുപക്ഷത്തുള്ളവരാണെങ്കിൽ മാത്രം ന്യായീകരണത്തിനു സ്വഭാവം മാറുന്നു.

ഈ സ്റ്റാലിനിസ്റ്റുസ്വഭാവത്തെ ഞാനെന്നും എതിർക്കുന്നു. പുരോഗമനകലാസാഹിത്യസംഘത്തിന്റെ മാത്രമല്ല, സർവീസ് സംഘടനകളുടെ പന്തലുകളിലും വേദികളിലും സ്റ്റാലിനെ നിരന്തരം കണ്ടുതുടങ്ങിയതോടെയാണ് ഞാൻ സംഘവുമായുള്ള ബന്ധം തീർത്തും വേണ്ടെന്നുവച്ചത്.

പഴയ നിലയിലേക്ക് അതേരൂപത്തിൽ തിരിച്ചുപോകാൻ സംഘത്തിന് സാദ്ധ്യമല്ലെങ്കിലും ഒരു നവീകരണത്തിന് സാദ്ധ്യത കാണുന്നു.

"എഴുത്തുകാർക്ക് എഴുത്താണ് പ്രധാനം. അവിടെ മൂല്യരാഹിത്യവുമായുള്ള ഒത്തുതീർപ്പുകൾക്ക് സ്ഥാനമേയില്ല." (*ജനശക്തി* വാരിക 2007 മെയ് 12)

2. വൈവിദ്ധ്യമാർന്ന കഥാപ്രപഞ്ചം

മലയാളകഥയുടെ പുഷ്കലമായ ഒരു കാലഘട്ടത്തിലാണ് വത്സല എഴുതിത്തുടങ്ങിയത്. എം ടിയും പത്മനാഭനുമെല്ലാം വളർന്ന് പ്രഭാപൂരം പരത്തിക്കൊണ്ടിരുന്ന കാലം. പഴയ തലമുറക്കാരോടൊപ്പം ആധുനികരും

അല്പസ്വല്പം എത്തിനോക്കിക്കൊണ്ടിരുന്നു. മലയാളകഥയിലെ വസന്താഗമനത്തിന് വഴിയൊരുക്കിയ കാലം എന്നു പറയുന്നതാവും കൂടുതൽ ശരി. ഈ ഒരു കാലത്ത് സ്വന്തമായി ഒരു സ്വരം കേൾപ്പിക്കുക എന്നത് അത്ര എളുപ്പമായിരുന്നില്ല. എന്നിട്ടും വത്സല അറച്ചുനിന്നില്ല. വ്യക്തിദുഃഖങ്ങളുടെ ആഴങ്ങളിലേക്ക് ഇറങ്ങിച്ചെന്നപ്പോൾ വികാരങ്ങളും മോഹങ്ങളും അവയുടെ ശ്മശാനഭൂമികളും കഥാകാരിയുടെ ശ്രദ്ധ പിടിച്ചെടുത്തു. അതിലൂടെ സമൂഹത്തിന്റെ ശബ്ദവും ക്ഷോഭങ്ങളും വേദനകളും ആവിഷ്കരിക്കാനുള്ള തത്രപ്പാടിലായി അവർ. അതുകൊണ്ടുതന്നെ സമൂഹത്തിന്റെ ഒരു പരിച്ഛേദം അവരുടെ കഥകളെ അനാവരണം ചെയ്തു. അതിൽ സ്ത്രീഹൃദയത്തിന്റെ നിശ്ശബ്ദമായ ഒരു തേങ്ങൽ അനുഭവപ്പെടുന്നില്ലേ? വളരെ സൂക്ഷിച്ചുനോക്കിയാൽ മാത്രമേ അത് വേർതിരിച്ചെടുക്കാനാവുകയുള്ളൂ.

വാക്കുകളെ അനുഭവങ്ങളാക്കി മാറ്റുക എന്നതാണ് വത്സലയുടെ ഒരു രചനാരീതി. കലാസൗന്ദര്യത്തിനും ശില്പപരമായ പൂർണ്ണതയ്ക്കും വേണ്ടി വത്സല ഒരു കഥയും രചിച്ചിട്ടില്ല. സമൂഹത്തിന്റെ ദുഃഖം ഏറ്റുവാങ്ങാൻ വിധിക്കപ്പെട്ട മനുഷ്യജീവികളുടെ അന്തഃസംഘർഷങ്ങൾ, അവരോടുള്ള അനുകമ്പ, മാനവികതയിലുള്ള വിശ്വാസം ഇതെല്ലാം വത്സലയുടെ കഥകളുടെ മുഖമുദ്രകളാണ്.

ഇതിൽനിന്ന് വിഭിന്നമായ മറ്റൊരു ലോകവും വത്സലയുടെ കഥകളിൽ പ്രത്യക്ഷപ്പെടുന്നുണ്ട്. അവയിൽ ഭൂരിഭാഗവും വ്യക്തിദുഃഖങ്ങളുടെ ആഴങ്ങളിലെ അടിയൊഴുക്കുകളാണ്. പങ്കുവയ്ക്കപ്പെടാതെ പോകുന്ന സ്നേഹത്തിന്റെ വ്യാകുലതകളും പരാതികളും പലപ്പോഴും ജീവിതത്തിൽ കടുത്ത ഗതിവിഗതികൾക്കിടയാക്കുന്നു. എന്നാൽ, സ്നേഹം പോലുള്ള ആത്മീയചോദനകൾ പലപ്പോഴും നിയന്ത്രിക്കപ്പെടുന്നത് ജീവിതകാലാവസ്ഥയോ ചുറ്റുപാടുകളോ ആണ്. അതിനാൽ, ആ ചുറ്റുപാടുകളെ വിശകലനം ചെയ്യാനാണ് എഴുത്തുകാർ തുനിയുന്നത്. മനുഷ്യന്റെ വ്യക്തിദുഃഖത്തിൽ ഉൽക്കണ്ഠപ്പെടുന്ന ഒരെഴുത്തുകാരന് പലപ്പോഴും അനുഭവതലവും അനുഭൂതിതലവും വ്യക്തമായി വ്യവച്ഛേദിക്കാനാവാതെ നിസ്സഹായനാകേണ്ട ചുറ്റുപാടുകളെ അഭിമുഖീകരിക്കേണ്ടിവരും.

ഭർത്താവിനെ കാത്തിരുന്നു മടുത്ത ഭാർഗ്ഗവി, അവസാനം ഭർത്താവെത്തിച്ചേർന്നപ്പോൾ തണുത്തുറഞ്ഞ ഒരു ശിലാപ്രതിമയായി. ഒരു നോട്ടം, ഒരു തലോടൽ, എല്ലാം അവൾ പ്രതീക്ഷിച്ചിരുന്നു. പക്ഷേ, രോഗിയായ ഭർത്താവിന്റെ പരിചരണമാണ് അവൾക്ക് വിധിക്കപ്പെട്ടത്. ഈ തടവറയിൽനിന്ന് അവൾക്ക് മോചനമില്ല. നിസ്സഹായാവസ്ഥയിലുള്ള ഭാർഗ്ഗവിയുടെ രോദനത്തിന്റെ മുഴക്കമാണ് *മണ്ടകത്തിലെ ദേവി*യെ ശ്രദ്ധേയമായ ഒരു കഥയായി മാറ്റുന്നത്.

താടിക്കാരൻ സന്ന്യാസിയെ അന്വേഷിച്ചിറങ്ങിയ കണാരനെപ്പറ്റിയും ഭാര്യയെ മറക്കുന്ന വാച്ച്മേക്കറെപ്പറ്റിയും ദുബ്ബുവിന്റെ പശുവിനെപ്പറ്റിയും വത്സല കഥകൾ രചിക്കുമ്പോൾ, സ്ത്രീയെ നേർക്കുനേർ കാണാനുള്ള ഒരവസരമാണ് വായനക്കാർക്ക് നല്കുന്നത്. ആദ്യവായനയിൽ അത് അത്രതന്നെ വ്യക്തമായില്ലെങ്കിൽ രണ്ടാംവായനയിൽ തുറന്നുവച്ച

പുസ്തകം പോലെ മറനീക്കിയ ഒരു ചിത്രം വായനക്കാരന് ദൃശ്യമാകും.

തന്നെ അവഗണിക്കുന്ന ഭർത്താവിനെതിരെ സുമംഗല ഒരു പ്രതിയോഗിയെ കണ്ടെത്തുന്നു– അന്നാമേരിയെ. ഭർത്താവിന് അന്നാമേരിയുമായി രഹസ്യബന്ധമുണ്ടെന്ന സങ്കല്പത്തിലൂടെ തന്റെ മനസ്സിലെ സംശയങ്ങൾക്കെല്ലാം ഉത്തരം കണ്ടെത്തുകയാണ് അവർ. ചന്ദ്രപാലന്റെ രോഗവും ആശുപത്രിവാസവും ഇതു സംബന്ധിച്ച് സുമംഗലയ്ക്കനുഭവപ്പെടുന്ന വിഭ്രാന്തിയുമാണ് കഥയിൽ നിറഞ്ഞു നില്ക്കുന്നത്. ഇല്ലാത്ത പ്രതിയോഗിയെ സങ്കല്പിച്ചുണ്ടാക്കുകയും അവളുടെ രഹസ്യബന്ധങ്ങൾക്കുവേണ്ടി കണ്ണും കാതും തുറന്നു വയ്ക്കുകയും ചെയ്യുന്ന അത്യന്തം സംഭ്രമാത്മകമായ കഥയാണ് *അന്നാമേരിയെ നേരിടാൻ* എന്നത്. ഒറ്റ വായനയിൽ ഈ കഥയുടെ ചുരുൾ മുഴുവൻ അഴിഞ്ഞെന്നു വരില്ല. കൂടുതൽ പാരായണക്ഷമത ആവശ്യപ്പെടുന്ന രചനയാണ് *അന്നാമേരിയെ നേരിടാൻ* എന്ന കഥ.

കാല്പനികമാധുര്യം നിറഞ്ഞ ഒരു കഥയാണ് *അജയൻ വന്ന ദിവസം*. ഉള്ളിന്റെ ഉള്ളിൽ അജയൻ എന്ന പുരുഷനെ സ്നേഹിച്ച കമലയുടെ കഥയാണിത്. പക്ഷേ, അജയൻ ഈ സത്യം അറിയുന്നതു പോലുമില്ല. വടക്കൊരു നഗരത്തിൽ ഭേദപ്പെട്ടൊരുദ്യോഗം ലഭിച്ച് തന്റെ ഓഫീസിൽനിന്നും മാറിപ്പോയ അജയൻ, വർഷങ്ങൾക്കുശേഷം രോഗിയായി നാട്ടിൽ തിരിച്ചെത്തുമ്പോഴും കമലയുടെ മനസ്സിൽ അജയനുണ്ടായിരുന്നു. ഹൃദയം തുറന്ന് സംസാരിക്കാൻ കഴിയാതിരുന്ന പൊതുബോധമാണ് ഇവിടെ വിലങ്ങുതടിയാവുന്നത്. തന്റെ ആത്മാവിന്റെ പിടച്ചിൽ കമലയ്ക്ക് തിരിച്ചറിയാനാവുന്നുണ്ട്. അതുകൊണ്ടുതന്നെ സ്ഥലംമാറ്റത്തിന്നപേക്ഷ തയ്യാറാക്കുന്ന കടലാസിലെ അക്ഷരങ്ങൾ അവളറിയാതെ പലയിടത്തും മാഞ്ഞുപോയി എന്ന് വായിച്ച് കഥ അവസാനിപ്പിക്കുമ്പോൾ പെൺമനസ്സിന്റെ വ്യാകുലതകളുടെ ആഴം കണക്കാക്കാൻ കഴിയാതെ ഉഴലുകയാണ് വായനക്കാരൻ.

ഭാര്യയും അമ്മയും ഉദ്യോഗസ്ഥയുമായ നവനീതയുടെ അസംതൃപ്തജീവിതത്തിന്റെ കഥയാണ് *ശിശിരത്തിലെ ഉറുമ്പുകൾ*. തുടർച്ചയായ അവഹേളനങ്ങളും അവഗണനകളും അക്രമങ്ങളും നവനീതയുടെ ജീവിതത്തെ ഒരു മരവിപ്പിന്റെ അവസ്ഥയിലെത്തിക്കുന്നു. ഈ അവസ്ഥയെയാണ് കഥാകാരി ശിശിരം എന്ന പദംകൊണ്ടുദ്ദേശിക്കുന്നത്. ഈ പ്രതികൂലാവസ്ഥയിലും ലോലമായ കുളിർമ്മയേകുന്ന ഒരു ബന്ധം അവൾക്കാശ്വാസം നല്കുന്നുണ്ട്. അതുംകൂടി നഷ്ടമാകുന്നതോടെ അവൾ ശൂന്യമായ ഒരവസ്ഥയിലെത്തിച്ചേരുന്നു. തന്നെ നിരന്തരം ശല്യം ചെയ്തുകൊണ്ടിരിക്കുന്ന ഉറുമ്പുകളെ ഉന്മൂലനം ചെയ്യാനുള്ള ശ്രമത്തിനിടയിൽ അവൾ ജീവിതത്തിൽനിന്നുതന്നെ ഉന്മൂലനം ചെയ്യപ്പെടുന്നു.

കഥാകാരി ഉദ്ദേശിച്ചിടത്ത് കഥ അവസാനിച്ചില്ല. നിരൂപകർ ഈ കഥയെ ഇങ്ങനെ വ്യാഖ്യാനിച്ചു. ഉദ്യോഗസ്ഥയായ ഭാര്യയുടെ ദുസ്സഹമായ ജോലിഭാരം ആത്മഹത്യയിലേക്ക് നയിച്ചുവെന്നും സഹനമൂർത്തിയുടെ സ്നേഹബലി തീവ്രദുരന്തമായി എന്നും അതല്ല പ്രതികൂല ജീവിതസാഹചര്യങ്ങളെ നേരിടാൻ കഴിയാതെ ഉദ്യോഗസ്ഥയായ ഒരു യുവതി സ്വയം തീകൊളുത്തി മരിച്ചു എന്നും ഈ കഥയ്ക്ക് വ്യാഖ്യാനങ്ങളുണ്ടായി.

സ്ത്രീകളുടെ വികാരവിചാരങ്ങളെ സ്ത്രീയായി നിന്നുകൊണ്ട് രചന നടത്തിയ അപൂർവ്വം എഴുത്തുകാരിൽ ഒരാളാണ് വത്സല. സ്ത്രീഹൃദയത്തിന്റെ തുടിപ്പുകളും വികാരവിചാരങ്ങളും സൂക്ഷ്മഭാവങ്ങളും ഒരു സ്ത്രീ അനാവരണം ചെയ്യുന്നതുപോലെ പുരുഷനായ ഒരെഴുത്തുകാരന് കഴിഞ്ഞെന്നുവരില്ല. വത്സലയുടെ അത്തരമൊരു കഥയാണ് *അമ്മയുടെ മകൻ*. ആൺതുണയില്ലാതെതന്നെ കുട്ടിയെ വളർത്താനാണ് ദുർഗ്ഗ തീരുമാനമെടുക്കുന്നത്. സ്വാതന്ത്ര്യം നേടാനുള്ള പെൺമനസ്സിന്റെ തീവ്രത വെളിപ്പെടുത്തുന്ന ഒരു കഥകൂടിയാണിത്.

ഇങ്ങനെ നോക്കിയാൽ വത്സലയുടെ ഓരോ കഥയും പ്രത്യേക പരാമർശം അർഹിക്കുന്നതും ചർച്ച ചെയ്യപ്പെടേണ്ടതുമാണ്. എന്തെന്നാൽ മാറ്റുരയ്ക്കുന്തോറും തിളക്കം വർദ്ധിക്കുന്ന രചനകളാണാ കഥകൾ.

ഇതുവരെ പറഞ്ഞുവന്ന കഥകളിൽനിന്നും വിഭിന്നമായ ഒരു ലോകത്തിലെ കഥകൾകൂടി വത്സലയ്ക്കു പറയാനുണ്ട്. അടിച്ചമർത്തപ്പെട്ട അടിയാളരുടെ, മറ്റാരും പറയാത്ത നിരവധി കഥകൾ! മേൽജാതിക്കാരായ ജന്മിമാരുടെയും ചൂഷകരുടെയും കാൽച്ചുവട്ടിൽക്കിടന്നു പിടയുന്ന ആദിവാസികളുടെ ദയനീയമായ കഥകളാണവ. വത്സലയുടെ വയനാടൻ നോവലുകളെപോലെത്തന്നെ ശ്രദ്ധേയമാണ് ഈ കഥകളും. ആദിവാസികളായ കുറിച്യരുടെയും കുറുമരുടെയും മാനുഷിക ചോദനകളെ പുറംലോകത്തിന് കാട്ടിക്കൊടുത്തത് വത്സലയാണ്. ഇവരെ കൈപിടിച്ചുയർത്താൻ എന്തുചെയ്യണമെന്ന് കൂടിയുള്ള ഉൽബോധനമാണ് ഈ കഥകളിൽ നിറഞ്ഞുനില്ക്കുന്നത്. വയനാടൻ കുന്നുകളും മലകളും കയറിയിറങ്ങി, കാട്ടുതേനിനും കായ്കറികൾക്കും വേണ്ടിയുള്ള അന്വേഷണം ജീവിതലക്ഷ്യമായിക്കരുതിയ അടിയാളരെ സൂക്ഷ്മപഠനങ്ങൾക്ക് വിധേയരാക്കിയാണ് വത്സല ഈ കഥകളെല്ലാം നെയ്തെടുത്തിട്ടുള്ളത്. *പേമ്പി, വിശപ്പ്, മുദ്ദൻ, നനഞ്ഞ പടക്കങ്ങൾ, ജീർണ്ണതയുടെ താഴ്വര, കാവൽ, ഒരു തുള്ളി തേനിന്റെ മധുരം, തടവ്, ശത്രു, മണ്ണ്, വിശ്രമത്തിന്റെ നാളുകൾ* എന്നീ കഥകളെ വയനാടൻ മണ്ണിന്റെ രചനകളെന്നുതന്നെ വിശേഷിപ്പിക്കാം.

പതിനാലുകൊല്ലം തന്നോടൊപ്പം ജീവിച്ച ഗോപാലൻനായർ തന്നെപ്പിരിഞ്ഞ് എന്നെന്നേക്കുമായി നാട്ടിലേക്കു യാത്രയാകുമ്പോൾ ഒരു അടിയാത്തിപ്പെണ്ണനുഭവിക്കുന്ന ദുഃഖത്തിന്റെ ദയനീയ ചിത്രമാണ് *പേമ്പി* എന്ന കഥ. വികാരസാന്ദ്രമായ ഈ കഥ വത്സലയുടെ മികച്ച കഥകളിലൊന്നാണ്. മഞ്ഞുതുള്ളികളേറ്റ് മരവിച്ച നെൽക്കുറ്റികൾ, കറുത്ത കുടിൽ, തലമുടിയിൽ ചൂടിയ വെള്ളിലകൾ, മൺവിളക്കിന്റെ മങ്ങിയ വെളിച്ചം ചേലയുടെ വാളുപോലെ മിന്നുന്ന മണക്കര എന്നിങ്ങനെയുള്ള ബിംബങ്ങൾ വരാനിരിക്കുന്ന ദുരന്തത്തിന്റെ ആഴത്തെ സ്പർശിക്കുന്നതോടൊപ്പം തന്നെ കാവ്യഭംഗി കലർത്താനും കഥയെ അനശ്വരമാക്കാനും സഹായിക്കുന്നു. *പേമ്പി* എന്ന കഥ വികസിപ്പിച്ചെടുത്തതാണ് പില്ക്കാലത്ത് വിഖ്യാതമായിത്തീർന്ന വത്സലയുടെ *നെല്ല്* എന്ന നോവൽ.

കാടിനുവന്നുപെട്ട പരിണാമത്തെ അത്ഭുതത്തോടെയും അമർഷത്തോടെയും നോക്കിക്കാണുന്ന മുദ്ദൻ, ഒരു വണ്ടിക്കാളയെപ്പോലെ

വിശ്രമമില്ലാതെ ജോലിചെയ്യേണ്ടിവന്ന ഗോവിന്ദമാരാർ, അപ്പനു പകരം കാവലിന് പോകുന്ന കാവല്ക്കാരൻ ജോഗി, ഒരു ജീവിതകാലത്തിന്റെ പരുക്കൻ യാഥാർത്ഥ്യങ്ങൾ സ്വപ്നങ്ങളായി മാറ്റിയ കണ്ണാമൻ, ഗദ്ഗദത്തോടെ വയനാടിനോട് യാത്രപറയുന്ന രാഘവൻനായർ, ദിവസങ്ങളോളം ബാവലിപ്പുഴയിലെ മഞ്ഞുവെള്ളം ഉപ്പിട്ടുതിളപ്പിച്ചു കുടിക്കേണ്ടിവരുന്ന അയ്യപ്പനും പുമ്പയും ഇവരെല്ലാം വത്സലയുടെ വയനാടൻ കഥകളിലെ അനശ്വര കഥാപാത്രങ്ങളാണ്.

മണ്ണുമായുള്ള മനുഷ്യബന്ധത്തെ ആഴത്തിൽ സ്പർശിക്കുന്ന കഥയാണ് *സൈനുദ്ദീന്റെ വീട്*. തന്റെ വിയർപ്പുവീണു നനഞ്ഞ പശിമയുള്ള ആ മണ്ണിലല്ലാതെ ഈ ഭൂമുഖത്ത് മറ്റൊരിടത്തും അയാൾക്ക് അസ്തിത്വമില്ല. അതുകൊണ്ടാണ് വാർദ്ധക്യത്തിലും തന്റെ വിശ്രമതാവളം ഈ മണ്ണിൽത്തന്നെയായിരിക്കുമെന്ന് അയാൾ ഉറപ്പിക്കുന്നത്.

വാർദ്ധക്യത്തിന്റെ അവശതകളും ആകുലതകളും വിദഗ്ദ്ധമായി ആവിഷ്കരിച്ച ഒരു കഥയാണ് *ജയന്തൻനമ്പൂതിരിയുടെ സായന്തനങ്ങൾ. കാക്കകൾ, ശാരദയുടെ വീട്, വേനൽമഴ, കാലാൾകാവലാൾ, വർത്തുളമായ കോണി, കോട്ടയിലെ പ്രേമ, അശോകനും അയാളും, ചാമുണ്ഡിക്കുഴി, പോക്കുവെയിൽ പൊൻവെയിൽ* എന്നിങ്ങനെ വിശദമായി പരാമർശിക്കേണ്ട നിരവധി കഥകൾ ഇനിയുമുണ്ട്. വാസ്തുശില്പം പോലെ ത്രിമാനങ്ങളിലുള്ള സുന്ദരരൂപം നല്കാനാവുമെന്ന് തെളിയിക്കാവുന്ന കഥകളാണ് വത്സലയുടേത്. കഥയെ എങ്ങനെ ഫലപ്രദമായി അനുവാചകമനസ്സിലെത്തിക്കാം എന്നാണ് ഈ കഥാകാരി കൂടുതലായും ശ്രദ്ധ ചെലുത്തിയത്.

മറ്റാരും കൈവച്ചിട്ടില്ലാത്ത ഒരു പ്രത്യേക രീതിയിലാണ് വത്സല കഥ ആരംഭിക്കുക. തുടക്കത്തിൽത്തന്നെ ജീവത്തായ ഒരു സന്ദർഭത്തിന്റെ മിന്നലാട്ടം കാണാം. പിന്നെ പടിപടിയായി കഥാപാത്രത്തിന്റെ ഹൃദയവ്യാപാരത്തിലേക്ക് ഇറങ്ങിച്ചെല്ലുന്നു. കഥാപാത്രത്തിന്റെ ആർദ്രമായ മാനസിക വ്യാപാരത്തെക്കുറിച്ചായിരിക്കും ആദ്യമേ സൂചന നല്കിയിരിക്കുന്നത്. പിന്നീട് ഈ സംഘർഷത്തിന്റെ വിശദാംശങ്ങളിലേക്ക് കടക്കും. മാനസികഭാവങ്ങളെ വാങ്മയചിത്രങ്ങളിലൂടെ അവതരിപ്പിച്ച് അനുവാചകനെ അവിടെ കുടിയിരുത്തുകയും പേർത്തും പേർത്തും ഈ ചിത്രം ഓർമ്മിക്കാൻ ഇടവരുത്തുകയുമാണ് ഈ രചനാകൗശലംകൊണ്ട് കഥാകാരി നേടിയെടുക്കുന്നത്.

ക്രമാനുഗതമായ ഒരു വളർച്ച വത്സലയുടെ കഥാജീവിതത്തിലുടനീളമുണ്ട്. ആദ്യകഥയായ *പേമ്പി*യിൽനിന്ന് *സൂര്യനോടൊപ്പം നടന്ന പെൺകുട്ടി, ഒഴുക്ക്* എന്നീ സമീപകാലകഥകളിലെത്തുമ്പോൾ കാലത്തോടൊപ്പം വളർന്ന ഒരു കഥാകാരിയുടെ പ്രകാശമാനമായ വഴികൾ കണ്ടെത്താൻ പ്രയാസപ്പെടേണ്ടിവരില്ല. വിഷയസ്വീകരണത്തിലും ആവിഷ്കരണരീതിയിലും ഈ മാറ്റം പ്രതിഫലിക്കുന്നുണ്ട്. എന്നാൽ, തന്റേതായ വഴിവിട്ട് സഞ്ചരിക്കാൻ അവർ ഒരിക്കലും ഒരുങ്ങിയിട്ടില്ല. തനിക്ക്

അന്യമായ ഒരു പ്രവണത ഉൾക്കൊള്ളാൻ ഒരിക്കലും അവർ തയ്യാറായിരുന്നിട്ടുമില്ല. സ്ത്രീത്വത്തിന് സംഭവിക്കുന്ന ശൈഥില്യത്തിൽ മനമുരുകുന്ന ഈ കഥാകാരി, വ്യഥിതഹൃദയങ്ങളുടെ ഉൽക്കടമായ വേദനകളുടെ കഥപറഞ്ഞ് പെൺമനസ്സിന്റെ രക്ഷകയായി മാറുകയാണ്.

വയനാടൻ നോവലുകൾ

എഴുതുവാൻ അല്പംകൂടി വിശാലമായ ഒരു കാൻവാസ് വേണമെന്ന് തോന്നിയപ്പോഴാണ് വത്സല നോവലിലേക്ക് കടന്നത്. അല്പസ്വല്പം ആത്മാംശമുള്ള *തകർച്ച*യാണ് ആദ്യനോവലെങ്കിലും *നെല്ല്* പ്രസിദ്ധപ്പെടുത്തിയതോടെയാണ് അവർ പെട്ടെന്ന് ശ്രദ്ധിക്കപ്പെട്ടത്.

വയനാട്ടിലെ മണ്ണും മനുഷ്യരും വത്സലയെ ആദ്യമേ ആകർഷിച്ചിരുന്നു. വയനാടുമായി ബന്ധമുണ്ടായിരുന്ന അച്ഛനിൽനിന്ന് ആ ഭൂവിഭാഗത്തെക്കുറിച്ച് ചെറുപ്പം മുതലേ ധാരാളം കേട്ടറിഞ്ഞിരുന്നു. 1964 ലാണ് അവർ ആദ്യമായി വയനാട്ടിൽ പോയത്. മേൽജാതിക്കാരായ ജന്മിമാരുടെയും ധനാധിപത്യമുള്ള മറ്റു ചൂഷകരുടെയും കാൽച്ചുവട്ടിൽ കീടങ്ങളെന്നോണം കിടന്നുപിടയുന്ന ആദിവാസികളുടെ യാതനകൾ അവരെ അസ്വസ്ഥയാക്കി. അധഃസ്ഥിതരായ ഈ മനുഷ്യരുടെ ജീവിതത്തെക്കുറിച്ച് സമഗ്രമായ ഒരു രചനയുടെ ആവശ്യം അവർ തിരിച്ചറിഞ്ഞു, ഇതിനായി പലവട്ടം വയനാടൻ മലകൾ കയറിയിറങ്ങി. പലപ്പോഴും ഈ യാത്രകൾ സാഹസികമായിരുന്നു എന്ന് പറയേണ്ടിവരും. കായ്കനികൾക്കും കാട്ടുതേനിനും വേണ്ടി അലയുന്ന ഈ അടിയാളരുടെ ജീവിതത്തെക്കുറിച്ചുള്ള സൂക്ഷ്മ പഠനത്തിന് നിരവധി ദിവസങ്ങൾ കാടുകളിൽ കഴിച്ചുകൂട്ടി. ബാവലിപ്പുഴയുടെ മഞ്ഞുവെള്ളം ദിവസങ്ങളോളം ഉപ്പിട്ടുതിളപ്പിച്ച് കുടിക്കേണ്ടിവന്ന ആദിവാസികളുടെ നിസ്സഹായതയോർത്ത് കണ്ണുകൾ നിറഞ്ഞുപോയ ദിവസങ്ങളായിരുന്നു അത്. വിശപ്പടക്കാനുള്ള ഭക്ഷണംപോലും നല്കാതെ അടിയാളരെ ആപത്തിന്റെ നടുവിലേക്ക് തള്ളിയിട്ട് ജോലിചെയ്യിക്കുന്ന തമ്പ്രാന്മാരുടെ ക്രൂരത നേരിട്ടുകാണാനിടയായ അനുഭവങ്ങൾ.

നാഗരികത മുഖം തിരിച്ചുനില്ക്കുന്ന വയനാടൻ കുന്നുകളിലെ ഗിരിവർഗ്ഗത്തിൽപ്പെട്ട മനുഷ്യജീവികളുടെ സ്വപ്നങ്ങൾ അടിയോടെ തകർന്നുവീഴുന്നത്, വത്സല തനിക്കുമാത്രം സ്വായത്തമായ അനുപമമായ ശില്പചാതുരിയോടെ ആവിഷ്കരിച്ചുകണ്ടപ്പോൾ മലയാളത്തിന് അത് പുതിയ ഒരനുഭവമായിരുന്നു.

മൂന്നുവർഷത്തെ നിരന്തരപരിശ്രമം കൊണ്ടാണ് വത്സല *നെല്ല്* എഴുതിത്തീർത്തത്. മൂന്നുവട്ടം ഈ കൃതി പകർത്തി എഴുതുകയുണ്ടായി. നെല്ലെഴുതുന്ന കാലത്ത് വത്സല ഒരു നോവലിസ്റ്റായി വളർന്നുകഴിഞ്ഞിരുന്നില്ല (അതുകൊണ്ടുണ്ടായ അവഗണനയെക്കുറിച്ച് പിന്നീട് പരാമർശിക്കാം). എന്നിട്ടും തികഞ്ഞ പരിണാമഗുപ്തി കൈവരിക്കാനും മികച്ച നോവലിസ്റ്റുകളെ വെല്ലുന്ന രീതിയിൽ ഒരു പര്യവസാനം കണ്ടെത്താനും വത്സലക്കു കഴിഞ്ഞു. *നെല്ല്* അവസാനിപ്പിക്കുന്നത് ഇങ്ങനെയാണ്:

"ഒരു നിമിഷാർദ്ധംകൊണ്ട് അവൾ തന്റെ കൈകളിലൊതുങ്ങി– രാഘവൻനായർക്ക് വിശ്വസിക്കാൻ കഴിഞ്ഞില്ല.

വെയിലേറ്റുവാടിയ ഒരു പൂങ്കുല. ബോധത്തിനും അബോധത്തിനുമിടയ്ക്ക് ചിതറിയ ഒരു സുന്ദരസ്വപ്നം– അരനിമിഷത്തിന്റെ വരദാനം– അരനിമിഷത്തിന്റെ ശാപം.

പെട്ടെന്ന് അവളുണർന്നു.

തട്ടിപ്പിടഞ്ഞെണീറ്റ് തന്റെ ചുമലിൽ പതിഞ്ഞിരുന്ന പരുക്കൻ കൈകളെ, വെളുത്ത വിരലുകളെ, ഒരുനിമിഷം അവൾ തുറിച്ചുനോക്കി. അവിശ്വാസ്യത ഓളംതല്ലുന്ന മിഴികൾ– ദുഃഖം പൊട്ടിവിരിയുന്ന മിഴികൾ.

രണ്ടു നിറഞ്ഞ തടാകങ്ങൾ!

ചുമലിൽ വിശ്രമിച്ചിരുന്ന കൈകളെ അവൾ തട്ടിമാറ്റിയില്ല. കുനി ഒഴിവാക്കുകമാത്രം ചെയ്തു.

കുനിഞ്ഞ മുഖത്തിനുകീഴെ, കറുത്ത മണ്ണുമെഴുകിയ നിലത്ത് ചൂടുള്ള കണ്ണുനീർകണങ്ങൾ വീണുടഞ്ഞ് അപ്രത്യക്ഷമായി.

"നാനു പോകുവാനു" അവളുടെ സ്വരം നന്നേ പതിഞ്ഞതായിരുന്നു. മുറ്റത്തെ പ്ലാവിന്റെ ഇലകളുടെ മർമ്മരം പോലെ, ഉറവയുടെ കളകളം പോലെ തന്നോടുതന്നെയുള്ള പിറുപിറുക്കൽ. വെറും ശബ്ദങ്ങൾ.

"മാരേ!"

"നാനു പോകുവാനു." സത്യം അവൾ പോകുകയാണോ. എങ്ങോട്ടുപോകുന്നു. എന്തിന്?

"നീ ആറാട്ടിന് പോയില്ലേ?" അവൾ തലയാട്ടി. ശബ്ദം അവളിൽ മരിച്ചപോലെ തോന്നി. ക്രമേണ അവളുടെ കവിളുകൾ നനഞ്ഞു. മാറിടം നനഞ്ഞു. വയ്യ. ഇത്രവയ്യ. കരഞ്ഞുകൊണ്ടുനില്ക്കുന്ന ഈ പെണ്ണിനെ നോക്കിക്കൊണ്ടു നില്ക്കുക വയ്യ. തെക്കുവടക്കു നടന്നു, വരാന്തയ്ക്കുനീളം പോരാ.

അവളവിടെ പ്രതിമപോലെ നിന്നു. നിമിഷങ്ങൾ തളർന്നു.

"നിനക്ക് പോകണോ? നീ സത്യമായും അതാഗ്രഹിക്കുന്നുവോ?"

അവൾ പകച്ചു. അവളുടെ കണ്ണിൽ നിഴലുകൾ നിറഞ്ഞു.

"നീ പോകുന്നതെന്തിന്? നീ ഇവിടെത്തന്നെ നിന്നോ എന്നും!" മുമ്പിൽ തലനാരിഴയിൽ തൂങ്ങിനിന്ന ഒരാപത്ത് പൊട്ടിവീണതുപോലെ അവൾ നടുങ്ങി. തലമുറകളുടെ ഭാരം ചുമന്ന് കടന്നുപോയ ഏതാനും നിമിഷങ്ങൾ....

"നാലോ എട്ടോ ദിവസത്തേക്കല്ല. നീ എന്നും ഇവിടെ താമസിച്ചോളൂ."

"നാനു ചീത്ത തമ്പ്രാ......" പിളരുന്ന പച്ചമുളയുടെ വേദന.... തേങ്ങൽ.

"എനിക്കറിയാം. നീ ആലോചിച്ചു പറ".

"നാനു ചീത്ത..... ചീത്ത.....ചീത്ത.".

"ആകട്ടെ!" പതുങ്ങിയ സ്വരത്തിന് ഉരുക്കിന്റെ ഉറപ്പുണ്ടായിരുന്നു. അതിനെ നിഷേധിക്കാൻ, അവഗണിക്കാൻ, പിളർന്ന് അതിന്റെ മറുവശം കടക്കാൻ ..... അവൾക്ക് കഴിയുമായിരുന്നില്ല. (*നെല്ല്* പേജ് 332).

ഇത്രയും വായിച്ച് പുസ്തകം മടക്കിവയ്ക്കുമ്പോൾ ആർദ്രമാകാതിരിക്കാൻ ഏതു സഹൃദയന്റെ മനസ്സിനാണ് കഴിയുക.

അടിയാന്മാരുടെ ആചാരങ്ങളെയും വിശ്വാസങ്ങളെയും കണക്കിലെടുത്തുകൊണ്ടും അവരുടെ മേലാളന്മാരുടെ സ്വഭാവവിശേഷങ്ങൾ മനസ്സിലാക്കിക്കൊണ്ടുമാണ് വത്സല മാരയെ രാഘവൻനായരുടെ കൈകളിൽ ഏല്പിക്കുന്നത്. രാഘവൻനായരെപ്പോലുള്ളവർക്കേ അതു കഴിയൂ എന്നും നോവലിസ്റ്റ് സൂചിപ്പിക്കുന്നു. എന്തെന്നാൽ, അവളെ രക്ഷിക്കാൻ അവളുടെ കുടുംബത്തിന് കഴിയുകയില്ല. അവളുടെ സമുദായത്തിനും കഴിഞ്ഞെന്നുവരില്ല. കഴിയുന്നത് രാഘവൻനായരെപ്പോലുള്ളവർക്ക് മാത്രം. മുഴുവൻ ആദിവാസികളുടെയും അവശതകളുടെ പ്രതീകമാണ് 'മാര'. മറ്റൊരർത്ഥത്തിൽ മാര വയനാടുതന്നെയാണ്.

തിരുനെല്ലിയിലെ പാപനാശിനിയിൽ ലൗകികജീവിതത്തിന്റെ പാപം കഴുകിക്കളയാൻ എത്തിയതായിരുന്നു രാഘവൻനായർ. പ്രകൃതിയുടെ കാരുണ്യവും അടിച്ചമർത്തപ്പെട്ട ജനതയോടുള്ള അഭിവാഞ്ഛയും അയാളെ വയനാടൻ മണ്ണിൽ പിടിച്ചുനിർത്തി. വയനാട്ടിലെ അഭിജാതവർഗ്ഗം അടിയാത്തിപ്പെൺകുട്ടികളെ രഹസ്യമായി ഉപയോഗിച്ചിരുന്നപ്പോൾ രാഘവൻനായർ (ശരിയായ പേർ അതല്ല.) പരസ്യമായി ഒരടിയാത്തിപ്പെൺകുട്ടിക്ക് അഭയം നല്കി. അവളെ ഭാര്യയാക്കി. കുറ്റ്യാടിക്കാരനായ ആ വ്യക്തിയാണ് രാഘവൻനായർ എന്ന കഥാപാത്രത്തെ സൃഷ്ടിക്കുന്നതിന് വത്സലയ്ക്ക് പ്രചോദനം നല്കിയത്. അഭിജാതവർഗ്ഗത്തെ വെല്ലുവിളിച്ച ആ മനുഷ്യൻ നിര്യാതനായിട്ട് അധികം കാലമായിട്ടില്ല.

നെല്ല് കേരളത്തിലെ പ്രശസ്തമായ ഒരു വാരിക മടക്കി അയച്ച നോവലാണ്. 'പ്രസിദ്ധീകരിക്കാം', 'പ്രസിദ്ധീകരിക്കാം' എന്നുപറഞ്ഞ് മറ്റൊരു വാരിക നിരവധി മാസങ്ങളോളം എടുത്തുവച്ചു. അവിടെനിന്ന് തിരികെവാങ്ങിയാണ് അവസാനത്തീയതിയുടെ മൂന്നുദിവസം മുൻപെ *കുങ്കുമം* വാരികയുടെ അവാർഡിനയച്ചത്. *കുങ്കുമം* വാരിക ആരംഭിച്ച ആദ്യത്തെ അവാർഡ് ലഭിച്ചതോടെ വത്സല കൂടുതൽ ശ്രദ്ധിക്കപ്പെട്ടു.

മണ്ണും പെണ്ണും ഉപഭോഗത്തിനുള്ള ഉപകരണങ്ങളാണെന്ന ധാരണയോട് ശക്തിയായ പ്രതിഷേധം നിറഞ്ഞുനില്ക്കുന്ന രചനയാണ് *നെല്ല്*. അടിയാന്മാരുടെ ജീവിതരീതി പരിശോധിച്ച് അവരുടെ ആചാരങ്ങളെയും വിശ്വാസങ്ങളെയും മാറ്റാൻ കഴിയുമോ എന്നുകൂടി നോവലിസ്റ്റ് അപഗ്രഥിക്കുന്നു.

1972 ലാണ് *നെല്ല്* പുസ്തകരൂപത്തിൽ പ്രസിദ്ധീകരിച്ചത്. ഇപ്പോൾ

ഒൻപതാം പതിപ്പിലെത്തി നില്ക്കുന്നു. ഇപ്പോഴും ധാരാളം വായനക്കാരെ ആകർഷിച്ചുകൊണ്ടിരിക്കുന്ന പുതുമ നിറഞ്ഞ കൃതിയാണ് *നെല്ല്*. *നെല്ലി*നുശേഷം വത്സല നിരവധി നോവലുകൾ രചിച്ചെങ്കിലും *നെല്ല്* തന്നെയാണ് വത്സലയുടെ 'മാസ്റ്റർപീസ്.'

ആഗ്നേയം : *നെല്ല്* എഴുതിക്കഴിഞ്ഞതിന്റെ അടുത്ത ദിവസം പത്രത്തിൽവന്ന ഒരു വാർത്ത *നെല്ലി*ന്റെ രണ്ടാം ഭാഗം എഴുതാൻ വത്സലയ്ക്ക് പ്രേരണയായി. അങ്ങനെയാണ് *ആഗ്നേയം* പിറവിയെടുത്തത്.ആഗ്നേയത്തിലെ നങ്ങേമ, പൗലോസ്, അപ്പു എന്നീ കഥാപാത്രങ്ങൾ തിരുനെല്ലിയിൽ കണ്ടുമുട്ടാൻ കഴിഞ്ഞ മുഖങ്ങളിൽനിന്ന് ഉരുത്തിരിഞ്ഞവരാണ്. ചുളുവിൽ ആദിവാസികളുടെ ഭൂമി കൈവശപ്പെടുത്താനും വനവിഭവങ്ങൾ കൊള്ളചെയ്യുവാനും ആദിവാസിപ്പെൺകുട്ടികളെ വ്യഭിചരിക്കുവാനുമാണ് വയനാടൻ ചുരം കയറിവന്ന കുടിയേറ്റക്കാരിൽ കൂടുതൽ പേരും ശ്രമിച്ചത്. ഇടതുപക്ഷ ഗവൺമെന്റുകളുടെ കാലത്തുപോലും അഴിമതിക്കാരായ ഉദ്യോഗസ്ഥരുടെ ഒത്താശയോടെ ഈ പാവങ്ങളുടെ സ്വത്തും സമ്പാദ്യവും പിടിച്ചെടുക്കാനാണ് കുടിയേറ്റക്കാർ മുതിർന്നത്. സ്വാതന്ത്ര്യപ്രാപ്തിക്കുശേഷം ഇന്ത്യയിൽ ആദിവാസികളെയും ഹരിജനങ്ങളെയും ഉദ്ധരിക്കാനായി ചെലവാക്കിയ അനേകായിരം കോടികൾ ആരുടെ കൈകളിലാണ് എത്തിച്ചേർന്നത്? ആദിവാസികൾ ഇന്ന് സ്വന്തം ഭൂമിയിൽ അന്യരായിത്തീർന്നിരിക്കുന്നു. പരമ്പരാഗത തൊഴിലുപേക്ഷിച്ച് ആധുനിക ജീവിതത്തിലേക്ക് കയറിവരാൻ അവർ ഇന്നും അസമർത്ഥരാണ്. ആദിവാസികളെക്കുറിച്ചുള്ള സുപ്രീംകോടതിയുടെ സുപ്രധാനമായ വിധി ഇന്നും നിലവിലുണ്ടെങ്കിലും അന്യാധീനമാക്കപ്പെട്ട അവരുടെ ഭൂമി തിരിച്ചുപിടിക്കാൻ ഒരു ഗവൺമെന്റും മുന്നോട്ടുവരുന്നില്ല എന്നതാണ് സത്യം. ഇതിൽനിന്നുയർന്നുവന്ന പ്രതിഷേധത്തിന്റെ ബഹിർസ്ഫുരണമാണ് നാം മുത്തങ്ങയിൽ ദർശിച്ചത്. ഒരു രക്തസാക്ഷിയുടെ മകൾക്ക് ജോലി നല്കിയതുകൊണ്ടുമാത്രം അത് അവസാനിക്കുന്നില്ല. തന്റെ മൂന്നു വയനാടൻ നോവലുകളിലൂടെ വത്സല ഉയർത്തിക്കാട്ടുന്ന പ്രസക്തമായ ചോദ്യം ഇതുതന്നെയാണ്. പാവപ്പെട്ട ആദിവാസിയെ മോചിപ്പിക്കാൻ ആരുണ്ട്?

*ആഗ്നേയ*ത്തിലെ പൗലോസ് വിപ്ലവകാരിയായ സാക്ഷാൽ വർഗ്ഗീസ് തന്നെയാണ്. ഇടതുപക്ഷഭരണകാലത്തുപോലും ജന്മി മാടമ്പിവർഗ്ഗവും അഴിമതിക്കാരായ ഉദ്യോഗസ്ഥരും ചേർന്ന് ആദിവാസികളുടെ ഭൂമി കൈയേറി രേഖകളുണ്ടാക്കിയപ്പോൾ മനം മടുത്താണ് വർഗ്ഗീസ് വിപ്ലവത്തിന്റെ മാർഗ്ഗത്തിലേക്ക് തിരിഞ്ഞത്. പക്ഷേ, ഒറ്റപ്പെട്ട വിപ്ലവ സമരങ്ങൾ ആരെയും എവിടെയും എത്തിച്ചേരാൻ സഹായിക്കുകയില്ല എന്നാണ് *ആഗ്നേയം* നല്കുന്ന സന്ദേശം. ഒരു തീപ്പന്തമായി പടർന്നു കയറേണ്ടുന്ന പൗലോസ് വെടിവയ്പ്പിൽ മരിക്കാനിടവന്നതും അപ്പു അനാഥനായി അലയേണ്ടിവന്നതും സംഘടിതമല്ലാത്ത സമരങ്ങളുടെ നിരർത്ഥകസ്വഭാവം വിളിച്ചോതുന്നു.

കടുത്ത ചായക്കൂട്ടുപയോഗിച്ചാണ് വത്സല *ആഗ്നേയ*ത്തിലെ നങ്ങേമ എന്ന കഥാപാത്രത്തെ സൃഷ്ടിച്ചത്. സാഹചര്യങ്ങളുടെ തടവറകൾ

ഭേദിച്ച് പൊരുതിമുന്നേറിയ സ്ത്രീയാണ് നങ്ങേമ. പക്ഷേ, അമ്മ സൃഷ്ടിച്ച ധീരതയെ മകൻ മറ്റൊരു തരത്തിലാണ് മനസ്സിലാക്കിയത്. തകർന്നുപോയ വിപ്ലവത്തിൽ അനാഥനാകാൻ വിധിക്കപ്പെട്ട അപ്പു ദയനീയത തോന്നിക്കുന്ന ഒരു കഥാപാത്രമായി അലയുന്നതു കണ്ടുനില്ക്കാൻ പ്രയാസമുണ്ട്. അതിനു മുൻപുതന്നെ നങ്ങേമ നേടിയെടുത്ത ഭൂമിയെല്ലാം അന്യാധീനമാകുകയും ചെയ്തിരുന്നല്ലോ.

കൂമൻകൊല്ലി– കാളിന്ദിപ്പുഴയ്ക്കരികിൽ രണ്ടു മലമടക്കുകൾക്കിടയിലായിക്കിടക്കുന്ന കൂമൻകൊല്ലി എന്ന താഴ്വരയിലെ മേലാളരും അടിയാളരുമായ കുറേ മനുഷ്യരുടെ കദനകഥയാണ് വത്സല തന്റെ മൂന്നാമത്തെ വയനാടൻ നോവലായ *കൂമൻകൊല്ലി*യിൽ അനാവരണം ചെയ്യുന്നത്. കൃഷി ഉപജീവനമാർഗ്ഗമായി കാണുന്ന മേലാളരും അടിയാളരും ഈ ശപിക്കപ്പെട്ട ഭൂമിയിൽ പരാജയം ഏറ്റുവാങ്ങുന്നു. വർഷവും വരൾച്ചയും അവരുടെ സ്വപ്നങ്ങളുടെ നിറം കെടുത്തുന്നു. കൂമൻകൊല്ലി എന്ന ഭൂപ്രദേശത്തിന്റെ അതിസൂക്ഷ്മമായ വിവരണവും അവിടത്തെ ശുദ്ധാത്മാക്കളായ മനുഷ്യരുടെ നിത്യദുഃഖവുമാണ് കഥാകാരി ഈ നോവലിൽ ആവിഷ്കരിക്കുന്നത്.

ആദിമദ്ധ്യാന്തമായ ഒരു കഥയോ പ്രധാനകഥാപാത്രങ്ങളോ *കൂമൻകൊല്ലി*യിൽ പ്രത്യക്ഷപ്പെടുന്നില്ല. ഇതിലെ കഥാപാത്രങ്ങളെക്കുറിച്ച് ചിന്തിക്കുമ്പോൾ ആദ്യം പ്രത്യക്ഷപ്പെടുന്നത് സുന്ദരിയായ സുനന്ദയാണ്. കുന്നത്തുകളത്തിലെ സുനന്ദ. സുനന്ദയ്ക്ക് സ്വന്തം വീടിനു പുറത്ത് മറ്റൊരു ജീവിതമില്ല. ഏകാകിനി. പക്ഷേ, വിപുലമായ ഭൂസ്വത്തിന്റെ ഉടമയാണവൾ. അടുത്തുള്ള ക്ഷേത്രപെരുമാളെ വണങ്ങാനെത്തുന്ന ഭക്തന്മാരെ സൽക്കരിച്ചും കാര്യസ്ഥനായ കൃഷ്ണനുണ്ണിയെ കാത്തിരുന്നും അവൾ ദിനരാത്രങ്ങൾ തള്ളിനീക്കി. എല്ലാം അയാൾക്ക് കാഴ്ചവയ്ക്കുകയും ചെയ്തു. കൃഷ്ണനുണ്ണിക്ക് നാട്ടിൽ ഭാര്യയും കുട്ടികളുമുണ്ട്. *നെല്ലി*ലെ രാഘവൻനായരെപ്പോലെ കൂമൻകൊല്ലിയുടെ ഉദ്ധാരണം കാംക്ഷിക്കുന്ന ബാലൻനമ്പ്യാർ എന്നൊരു കഥാപാത്രമുണ്ട് ഈ നോവലിൽ. കൃഷ്ണനുണ്ണിയുടെ ചെയ്തികളിൽ നമ്പ്യാർ തൃപ്തനായിരുന്നില്ല. ഒരുനാൾ കാര്യസ്ഥനെക്കാത്ത് മടുത്ത സുനന്ദ ബാലൻനമ്പ്യാരിൽ സ്വന്തം ഭാരം ഇറക്കിവച്ചു. പൊതുപ്രവർത്തകനായ ബാലൻനമ്പ്യാർക്ക് സഹായികളായി അനന്തൻമാസ്റ്ററും സത്യനാരായണനുമുണ്ട്. ലക്ഷ്യം അല്പം വിദൂരത്താണെങ്കിലും അവരൊന്നും നിരാശരായി പിന്മാറുന്നവരല്ല. വെക്കേഷനിൽ മാത്രമാണ് അനന്തൻമാസ്റ്റർ നാട്ടിൽ പോകാറുള്ളത്. അടിയാളരുടെ മക്കളെ വിദ്യാസമ്പന്നരാക്കാൻ കഠിനമായി പരിശ്രമിച്ചിട്ടും അനന്തൻമാസ്റ്റർക്ക് വിജയം കണ്ടെത്താനാവുന്നില്ല. അടിയാളരുടെ മുഖ്യാവയവം വയറാണ്. അതു നിറഞ്ഞാൽ പിന്നെ മറ്റൊന്നിനും സ്ഥാനമില്ല. നാലക്ഷരം പഠിച്ച് കണ്ണു തെളിഞ്ഞുകിട്ടണമെന്ന് കുട്ടികൾക്കോ അവരുടെ രക്ഷാകർത്താക്കൾക്കോ വിചാരമില്ല. മാസ്റ്ററുടെ സഹായിയായ സത്യനാരായണൻ എന്ന നമ്പൂരിക്കുട്ടിയുടെയും അനുഭവം മറിച്ചായിരുന്നില്ല.

ഇഞ്ചിപ്പുല്ലും ചാരായവും വിറ്റ് ജീവിക്കാനിറങ്ങിയ വെള്ളിയും മകൾ ബന്ദിയും കാടിന്റെ മക്കളെ കുരിശിന്റെ വഴിയിലേക്ക് നയിക്കാനിറങ്ങിയ ഡാനിയലച്ചനും പൂങ്കുന്നം ഭവനത്തിലെ ചിന്നമ്മു ബ്രാഹ്മണിയമ്മയും അവരുടെ അഞ്ചു മക്കളും ഇവരെയെല്ലാം മുന്നിൽനിർത്തിക്കൊണ്ട് നോവലിസ്റ്റ് *കൂമൻകൊല്ലി*യുടെ കഥ പറഞ്ഞുപോകുന്നു.

കൂമൻകൊല്ലി ഒരു ദേശത്തിന്റെ കഥയാണ്. ആ കനകകാഞ്ചന ഭൂമിയിലെ വനസൗന്ദര്യം ഈ കഥയുടെ പശ്ചാത്തലമാണ്. ഇവിടെ വിളയുന്ന ഗന്ധകശാലയുടെയും കന്യാസ്ത്രീകൾ വിതരണം ചെയ്യുന്ന സോയാബീനിന്റെയും മണം നമ്മുടെ നാസാരന്ധ്രങ്ങളിൽ വന്നലയ്ക്കുന്നു. കുന്നത്തുകളത്തിലെ കലവറയിൽ ഒരുക്കിവച്ചിട്ടുള്ള കാളന്റെയും കടുമാങ്ങയുടെയും സ്വാദ് നാക്കിൽ വെള്ളമൂറാൻപോലും പര്യാപ്തമാണ്. ആ നിശ്ശബ്ദതയുടെ താഴ്വരയിൽ ഡാനിയലച്ചന്റെ മോട്ടോർ സൈക്കിളിന്റെ ഇരമ്പം ഏതോ ഒരു ദുരന്തത്തെ ഓർമ്മിപ്പിക്കുന്നു.

ആർഷസംസ്കാരത്തെ രക്ഷപ്പെടുത്തിയാൽ എല്ലാം ശുഭമായിത്തീരുമെന്ന് വിശ്വസിക്കുന്ന ഹൈന്ദവർ, കച്ചവടംകൊണ്ട് പിടിച്ചുകയറി അധീശത്വം സ്ഥാപിക്കുന്ന ആലിയെപ്പോലുള്ള ഇവരൊന്നുമല്ല ഈ നാടിന്റെ യഥാർത്ഥ വിമോചകർ എന്ന് നോവലിസ്റ്റ് ചൂണ്ടിക്കാണിക്കുന്നുണ്ട്. ബാലൻനമ്പ്യാർ, അപ്പു, സത്യനാരായണൻ, മുരളി, അനന്തൻമാസ്റ്റർ തുടങ്ങിയവരുടെ പരിമിതികളും കഥാകാരി കാണാതിരിക്കുന്നില്ല.

ഇടയ്ക്കിടെ ആക്ഷേപഹാസ്യത്തിന്റെ കൂരമ്പുകൾ വാരിവിതറി, ചടുലവും കാവ്യാത്മകവുമായ കൊച്ചുകൊച്ചു വാചകങ്ങളിലൂടെ കഥ പറഞ്ഞുകൊണ്ട് *കൂമൻകൊല്ലി*യെ ഒരുൽകൃഷ്ടരചനയായി മാറ്റിയിരിക്കുകയാണ് വത്സല.

സ്ത്രീത്വത്തിന്റെ കഥാകാരി

വത്സലയെ വയനാടിന്റെ കഥാകാരി എന്നു മാത്രം വിശേഷിപ്പിച്ചാൽ പോരാ, ചൂഷിതമായ സ്ത്രീത്വത്തിന്റെ കഥാകാരി എന്നുതന്നെ പറയേണ്ടിവരും. പ്രപഞ്ചത്തിന്റെതന്നെ ആന്തരികമഹിമയും ശക്തിയും സ്ത്രീചേതനയിൽ ദർശിക്കുന്ന എഴുത്തുകാരിയാണ് വത്സല. പെൺമനസ്സുകളുടെ അടിത്തട്ടിലേക്കിറങ്ങിച്ചെന്ന് അവിടെ എരിഞ്ഞുകൊണ്ടിരിക്കുന്ന കനലുകളുടെ പ്രഭാപൂരം അനുവാചകനിൽ എത്തിക്കുക എന്ന മഹത്തായ കടമയാണ് ഒരെഴുത്തുകാരി എന്ന നിലയിൽ അവർ പ്രതിഫലിപ്പിക്കുന്നത്. അതുകൊണ്ടുതന്നെയാണ് വത്സല സ്ത്രീത്വത്തിന്റെ ഇതിഹാസകാരിയായി മാറുന്നത്.

വത്സലയുടെ നോവലുകളിലും കഥകളിലുമെല്ലാം നിറഞ്ഞുനില്ക്കുന്നത് ചൂഷിതരായ സ്ത്രീഹൃദയങ്ങളുടെ തേങ്ങലുകളാണ്. അവശരും അശരണരുമായ സ്ത്രീകളുടെ വ്യക്തിദുഃഖങ്ങൾ കണ്ടെത്തുകയും അതിനു കാരണക്കാരായ പുരുഷന്മാരെയും പുരുഷമേധാവിത്തത്തെയും തിരിച്ചറിഞ്ഞ്, അതുവഴി അനുവാചകന്റെ ധാർമ്മികരോഷം ഉയർത്തുക എന്നതാണ് വത്സല അനുവർത്തിക്കുന്ന എഴുത്തിന്റെ വഴി.

വ്യക്തിയിൽനിന്ന് വേറിട്ട് നില്ക്കുന്ന ഒരു സമൂഹത്തെക്കുറിച്ച് വത്സലയ്ക്ക് ചിന്തിക്കാനാവില്ല. വ്യക്തിയും സമൂഹവും പരസ്പരപൂരകങ്ങളാണ്. വ്യക്തിനിഷ്ഠമായ വിശ്വാസങ്ങളും കർമ്മബോധവും എങ്ങനെ സമൂഹത്തിന്റെ പരിവർത്തനത്തിന് വിധേയമാക്കാം എന്നുകൂടി ഈ സന്ദർഭത്തിൽ കഥാകാരി ചിന്തിക്കുന്നുണ്ട്. ഉയിർത്തെഴുന്നേല്ക്കാൻ വെമ്പുന്നതോടൊപ്പം യാഥാർത്ഥ്യവുമായി ഒത്തുപോകാൻ വെമ്പുന്നവരാണ് വത്സലയുടെ പല കഥാപാത്രങ്ങളും. സ്ത്രീ സാഹചര്യങ്ങളുടെ തടവറയിൽപ്പെട്ട് പലപ്പോഴും നിസ്സഹായരായിപ്പോകുന്ന സന്ദർഭങ്ങളുണ്ട്. എങ്കിൽപ്പോലും സ്ത്രീക്ക് ഒരഭിമാനമുണ്ട്. അത് ആരാലും തട്ടിപ്പറിക്കപ്പെടാനോ ആർക്കും പണയപ്പെടുത്താനോ പാടില്ലെന്ന് മനസ്സുകൊണ്ടെങ്കിലും ആഗ്രഹിക്കുന്നവരാണ് വത്സലയുടെ പല കഥാപാത്രങ്ങളും.

വയനാടൻ നോവൽ ത്രയങ്ങൾക്കുശേഷം, വത്സലയെ ശ്രദ്ധേയമാക്കിയ ഒരു നോവലാണ് *നിഴലുറങ്ങുന്ന വഴികൾ*. ഇതിലെ പ്രധാന കഥാപാത്രമായ മാധവി തീവ്രദുഃഖങ്ങളുടെ നെരിപ്പോടിൽ നീറിക്കഴിയാൻ വിധിക്കപ്പെട്ടവളാണ്. അമ്മ മറ്റൊരാളുടെ ഭാര്യയായി മാറേണ്ടിവന്നപ്പോൾ മുത്തശ്ശിയും അമ്മാവനും അവൾക്ക് അളവറ്റ സ്നേഹം നല്കി. പക്ഷേ, യൗവനാരംഭത്തിൽത്തന്നെ സാമൂഹികാചാരങ്ങളെ മറികടക്കാനാവാതെ, അവൾ രോഗിയായ ഒരു പുരുഷന്റെ ഭാര്യയാകേണ്ടിവന്നു. ഭർത്തൃകുടുംബത്തിൽനിന്നും വ്യക്തിത്വമില്ലാത്ത ഭർത്താവിൽനിന്നും അവൾ ക്രൂരമായ അപമാനവും അവഗണനയും സഹിക്കേണ്ടിവന്നു. ഭർത്താവിന്റെ അകാലമരണത്തോടെ അവൾ വീണ്ടും മുത്തശ്ശിക്കൊരു ഭാരമായി. ഭർത്താവിന്റെ വീട്ടിലെ അവളുടെ സഹായിയും ബന്ധുവുമായ ദേവു ദുഷ്ടത നിറഞ്ഞ ചുറ്റുപാടുകളെ വെല്ലുവിളിച്ച് മതം മാറി ഹംസയുടെ ഭാര്യയായി. ഇവിടെ യാഥാസ്ഥിതിക ചിന്താഗതികളോട് ഇണങ്ങിപ്പോകാനല്ലാതെ, അതിനെ എതിർത്തുതോല്പിക്കാൻ മാധവിക്കു കഴിഞ്ഞില്ല. നല്ലവനായ ശങ്കരൻകുട്ടിയെ അവൾ ഇഷ്ടപ്പെട്ടിരുന്നു. പക്ഷേ, അമർത്തപ്പെട്ട അഭിലാഷങ്ങളുമായി സ്വന്തം വാല്മീകത്തിൽ തപസ്സുചെയ്യുവാനേ മാധവിക്ക് കഴിഞ്ഞുള്ളൂ. മനസ്സിന്റെ കോണിൽ സൂക്ഷിച്ചിരുന്ന ചായങ്ങൾ പുറത്തെടുത്ത് ശങ്കരൻകുട്ടിയുടെ മുഖം മിനുക്കുന്നതിൽ അവൾ ആശ്വാസം കണ്ടെത്തി. ഒന്നു മനസ്സു തുറന്നിരുന്നെങ്കിൽ അവളുടെ വിധി മറ്റൊന്നായേനെ. അതുണ്ടായില്ല.

മുത്തശ്ശിയുടെ നട്ടെല്ലിന് ബലം കുറയുകയാണെന്ന് അവളറിഞ്ഞു -മാധവി, ആരുമില്ലാത്ത മാധവി, തലയ്ക്കുമീതെ നിഴൽ വിരിക്കുന്ന പഴയ പടിഞ്ഞാറ്റ ഏതുനിമിഷവും തകർന്നുവീഴാം....

മൗനമുദ്രിതമായ നിമിഷങ്ങൾ ചുറ്റും മുള്ളുവേലികൾ മെനയുന്നു. ചലനരഹിതമായ വായു അഗ്നിപർവ്വതത്തിന്റെ മുഖത്തെ ശാന്തതയായി മാറുന്നു. (പേജ്–186)

മുത്തശ്ശിയെയും അമ്മാവനെയും ദുഃഖത്തിലേക്ക് തള്ളിവിടാതിരിക്കാൻ അവൾ അച്ഛന്റെ പ്രായമുള്ള ഒരു സ്വർണ്ണപ്പല്ലുകാരന്റെ ഭാര്യാപദമേറ്റെടുത്തു. അവിടെ സ്നേഹത്തിനോ മനപ്പൊരുത്തത്തിനോ സ്ഥാനമില്ല. മറ്റൊരാളുടെ

സഹതാപത്തിന്റെ തണലിൽ ആശ്രിതയായി കഴിയുന്നതിലും ഭേദം പണക്കാരനായ ഒരു വയസ്സന്റെ ഭാര്യയാവുന്നതാണ് എന്നതിൽ അവൾ ആശ്വാസം പൂണ്ടു. ഉപയോഗശൂന്യമായ ചിന്തകളെ അവൾ മനസ്സിലൊതുക്കി.

വത്സലയുടെ അതീവശില്പചാരുതയാർന്ന നോവലാണ് *നിഴലുറങ്ങുന്ന വഴികൾ*. തീവ്രമായ വൈകാരികാനുഭൂതി പകരുന്ന ഈ നോവലാണ് വത്സലയ്ക്ക് കേരള സാഹിത്യഅക്കാദമിയുടെ പുരസ്കാരം നേടിക്കൊടുത്തത്.

ദീർഘകാലം അദ്ധ്യാപികയായിരുന്ന വത്സലയുടെ സവിശേഷതയാർന്ന മറ്റൊരു നോവലാണ് *പാളയം*. വിദ്യാഭ്യാസത്തിന്റെ ഇന്നത്തെ നിലയും അതിന്റെ വികാസപരിണാമങ്ങളും ഇത്ര വിദഗ്ദ്ധമായി അപഗ്രഥിച്ച് മറ്റൊരു നോവൽ മലയാളത്തിലില്ല. വിദ്യാഭ്യാസരംഗവുമായി ബന്ധപ്പെട്ട മറ്റൊരു നോവൽ വത്സലതന്നെ ഇതിനുമുൻപെഴുതിയിട്ടുണ്ട്. *ഗ്രീഷ്മത്തിലെ മഴ* – പഴയ മലബാർ ഭാഗത്തെ സ്കൂൾ മാനേജർമാരുടെ ദുഷ്ടലാക്കുകളുടെ നഗ്നമായ ചിത്രീകരണമാണ് ഈ നോവൽ. എന്നാൽ, *പാളയം* ഇന്നത്തെ ഗവൺമെന്റ് സ്കൂളുകളുടെ യഥാതഥമായ ചിത്രീകരണമാണ്. ഇതിനോട് സമാനമായി മലയാളത്തിൽ ഇറങ്ങിയ മറ്റൊരു നോവൽ ഇ വാസുവിന്റെ *ചുവപ്പുനാട*യാണ്. വാസു എൻ ജി ഒമാരുടെ ജീവിതമാണ് ചിത്രീകരിക്കുന്നതെങ്കിൽ, വത്സല അദ്ധ്യാപകരുടെ ജീവിതചിത്രീകരണവും പഠനത്തിന്റെ നാനാർത്ഥങ്ങളും അതുല്യമായ വൈഭവത്തോടെ കൈകാര്യം ചെയ്യുന്നു. വിദ്യാലയത്തിന്റെ കഥ പറയുന്ന *പാളയ*ത്തിൽ ഒരു കേന്ദ്രകഥാപാത്രമില്ല. നായകനും നായികയും ഇല്ല.

*പാളയ*ത്തിൽ നൂറിലേറെ കഥാപാത്രങ്ങളെ വായനക്കാരുടെ മുന്നിൽ അവതരിപ്പിക്കുന്ന വത്സല, വിദ്യാഭ്യാസവുമായി ബന്ധപ്പെട്ട ഓരോരുത്തർക്കും ഇതിൽ സ്വാനുഭവത്തിന്റെ നിഴലുകളില്ലേ എന്ന് സംശയം തോന്നിക്കുന്ന രീതിയിലാണ് ആഖ്യാനം നിർവ്വഹിക്കുന്നത്. കോഴിക്കോട് നടക്കാവ് ഹൈസ്കൂളിലെ അതേ അനുഭവം തൃശ്ശൂരിലെയും എറണാകുളത്തെയും തിരുവനന്തപുരത്തെയും ഗവൺമെന്റ് ഹൈസ്കൂളിൽ സംഭവിക്കുന്നതല്ലേ എന്ന് അതതു സ്ഥലങ്ങളിലുള്ളവർക്ക് തോന്നിയാൽ അതിൽ ഒട്ടും അത്ഭുതപ്പെടേണ്ടതില്ല. താൻകൂടി ഉൾപ്പെടുന്ന അദ്ധ്യാപകസമൂഹത്തെ ആക്ഷേപഹാസ്യരീതിയുപയോഗിച്ച് ഇത്രമാത്രം വസ്തുനിഷ്ഠമായ രീതിയിൽ ആഖ്യാനം നിർവ്വഹിക്കുവാൻ വത്സലയ്ക്കല്ലാതെ മറ്റൊരെഴുത്തുകാരിക്ക് കഴിയുമെന്ന് തോന്നുന്നില്ല. *പാളയ*ത്തിനു ശേഷം അദ്ധ്യാപകസമൂഹത്തെക്കുറിച്ച് ഇത്ര ഉൾക്കാഴ്ചയുള്ള മറ്റൊരു കൃതിയും രചിക്കപ്പെട്ടിട്ടില്ല.

കോഴിക്കോടു നഗരത്തിന്റെ പ്രാന്തപ്രദേശങ്ങളിലെ ചേരികളിലൊന്നിൽ നിവസിക്കുന്ന മനുഷ്യരുടെ നരകതുല്യമായ ജീവിതത്തിന്റെ ചിത്രീകരണമാണ് വത്സലയുടെ മറ്റൊരു നോവലായ *നമ്പരു*കളിലെ പ്രതിപാദ്യവിഷയം. പാളയത്തെപ്പോലെത്തന്നെ ഈ നോവലിലും ഒരു കേന്ദ്രകഥാപാത്രമില്ല. നായകനും നായികയുമില്ല. നഗരത്തിലെ പരിഷ്കരിച്ച മനുഷ്യരുടെ തൊട്ടടുത്തുതന്നെ ഇങ്ങനെയും കുറേ മനുഷ്യർ നിവസിക്കുന്നു

എന്ന് നോവലിസ്റ്റ് സമൂഹത്തെ വിളിച്ചുണർത്തി ഓർമ്മിപ്പിക്കുകയാണ്. പൊൻപാറക്കുന്നിലെ കൂരകൾക്ക് നമ്പരിടുവാൻ അധികൃതർ എത്തുന്നതോടെയാണ് കഥ തുടങ്ങുന്നത്. നമ്പർ രേഖപ്പെടുത്താനുള്ള ഒരു പലകക്കഷണം പോലും അധികൃതർക്ക് അവിടെ കണ്ടെത്താനാവുന്നില്ല. സമൂഹം അതിവേഗം പുരോഗതിയിലേക്ക് കുതിക്കുമ്പോൾ നിന്ദിതരും പീഡിതരുമായ ഈ പാവങ്ങളെ ഉദ്ധരിക്കുവാൻ സമഗ്രമായ പദ്ധതികൾ കൂടിയേതീരൂ എന്ന സന്ദേശമാണ് നോവലിസ്റ്റ് *നമ്പറു*കളിലൂടെ പകർന്നു നല്കുന്നത്.

ഉത്തരകേരളത്തിലെ കർഷകസമരങ്ങളുടെ പശ്ചാത്തലത്തിൽ വിശാലമായ കാൻവാസിൽ നെയ്തെടുത്ത രചനയാണ് *ചാവേർ*. സന്ദർഭത്തിനു ചേരുന്ന വാക്കുകളും പ്രയോഗങ്ങളും ഉൾക്കൊള്ളുന്ന കൊച്ചു കൊച്ചുവാചകങ്ങൾ. പലപ്പോഴും ക്രിയാപദങ്ങൾ ഇല്ലാത്ത വാചകങ്ങൾ അപാരമായ ആശയസംവാദത്തിനു വഴിയൊരുക്കുന്നു. വത്സലയുടെ മികച്ച ക്രാഫ്റ്റിന് ഒരുദാഹരണമാണ് *ചാവേർ* എ സി കണ്ണൻനായർ, കേളുനായർ, സ്വാതന്ത്ര്യസമരസേനാനിയും കമ്യൂണിസ്റ്റ് നേതാവുമായ കാഞ്ഞങ്ങാട്ടെ കെ മാധവൻ, സുബ്രഹ്മണ്യൻ തിരുമുമ്പ് തുടങ്ങിയ നേതാക്കൾ അപരനാമധേയങ്ങളിൽ കഥാപാത്രങ്ങളായി പ്രത്യക്ഷപ്പെടുന്ന ഈ നോവൽ വേണ്ടത്ര ശ്രദ്ധിക്കപ്പെടാതെപോയി എന്നുരേഖപ്പെടുത്താതെ വയ്യ. നിരഞ്ജനയുടെ *ചിരസ്മരണ* പോലെയോ സാവിത്രി റോയിയുടെ *നെല്ലിന്റെ ഗീതം* പോലെയോ സവിശേഷ ശ്രദ്ധ പിടിച്ചുപറ്റാൻ *ചാവേറി*നു കഴിഞ്ഞില്ല. ഇവിടെ മുന്നോട്ടുള്ള വഴി തെരഞ്ഞെടുക്കുന്നതിൽ നോവലിസ്റ്റിന് ലക്ഷ്യബോധത്തിന്റെ അഭാവമുണ്ടായില്ലേ എന്ന സംശയം ബാക്കിയാവുന്നു.

സ്ത്രീകൾ ഭോഗാസക്തിയുണർത്തുന്ന ഉപകരണങ്ങളാണെന്ന് കരുതുന്ന പുരുഷലോകത്തെ ഏതു വിധത്തിലെല്ലാം അപഹസിക്കാൻ കഴിയുമോ അതെല്ലാം വത്സല ചെയ്യുന്നുണ്ട്. ചിലന്തിവലയിൽ അകപ്പെടുന്ന പ്രാണിയെപ്പോലെ നിസ്സഹായരായിത്തീരുന്ന സ്ത്രീകളുടെ സാഹചര്യങ്ങളെ വിലയിരുത്തി പുരുഷമേധാവിത്തത്തിനെതിരെ അനുവാചകന്റെ ധാർമ്മികരോഷം പ്രകടിപ്പിക്കാനാണ് പലപ്പോഴും നോവലിസ്റ്റ് മുതിരുന്നത്. *അരക്കില്ലം, തൃഷ്ണയുടെ പൂക്കൾ, ചാവേർ, റോസ്മേരിയുടെ ആകാശങ്ങൾ, ആരും മരിക്കുന്നില്ല, നിഴലുറങ്ങുന്ന വഴികൾ* എന്നീ നോവലുകളിൽ പുരുഷമേധാവിത്തത്തോടുള്ള അമർഷത്തിന്റെ കനലുകൾ എരിയുന്നത് അനുവാചകന് കണ്ടെത്താൻ കഴിയും.

ടീച്ചറുടെ നോവലുകളിൽ വ്യക്തിത്വമുള്ള പുരുഷകഥാപാത്രങ്ങൾ വിരളമാകാൻ കാരണമെന്താണെന്ന ഈ ലേഖകന്റെ ചോദ്യത്തിന് (*ദേശാഭിമാനി വാരിക*യ്ക്കുവേണ്ടിയുള്ള ഒരു ഇന്റർവ്യൂ) സമൂഹത്തിൽ വ്യക്തിത്വമുള്ള പുരുഷന്മാർ കുറവാണെന്നായിരുന്നു അവരുടെ മറുപടി. ഈ ഒരു മറുപടികൊണ്ട് പുരുഷന്മാരായ മാന്യസുഹൃത്തുക്കൾ പിണങ്ങരുതെന്നും അവർ കൂട്ടിച്ചേർത്തു.

എന്നാൽ, ഈ കഥാകാരിയുടെ വ്യക്തിത്വമുള്ള രണ്ടു പുരുഷകഥാപാത്രങ്ങൾ നമ്മുടെ മുന്നിലുണ്ട്. ഒന്ന് രാഘവൻ നായർ, രണ്ട് വിപ്ലവകാ

രിയായ പൗലോസ്. രാഘവൻനായർ തിരുനെല്ലിയിലെത്തിയതു മുതൽ വിധവയായ സാവിത്രി വാരസ്യാർക്ക് അയാളിൽ ഒരു കണ്ണുണ്ടായിരുന്നു. പക്ഷേ, അയാൾ പിടികൊടുത്തില്ല. തീർത്തും വിശുദ്ധമായ ഒരു ബന്ധമായിരുന്നു അവരുടേത്. നിലവിലുള്ള ജീവിതവ്യവസ്ഥയിൽ നിന്ന് വ്യത്യസ്തമായ ചുറ്റുപാടിൽ ആദിവാസിക്ക് ജീവിക്കാൻ കഴിയില്ല. അവരെ ജീവിതത്തിലേക്ക് കൊണ്ടുവരാനാണ് രാഘവൻനായർ ശ്രമിച്ചത്. മറ്റൊരാൾ കളങ്കപ്പെടുത്തിയ മാരയെ ജീവിതസഖിയായി സ്വീകരിക്കുവാൻ അയാൾക്ക് ഒട്ടും ആശങ്കപ്പെടേണ്ടിവന്നില്ല. വത്സല ബോധപൂർവ്വം വളർത്തിയെടുത്ത കഥാപാത്രമാണ് രാഘവൻനായർ. ആദിവാസിയെ രക്ഷിക്കാൻ രാഘവൻനായരെപ്പോലുള്ളവർക്കേ കഴിയൂ എന്ന സന്ദേശവും നോവലിസ്റ്റ് പ്രകടിപ്പിക്കുന്നുണ്ട്.

വിപ്ലവകാരിയായ പൗലോസിനെ നോവലിസ്റ്റ് ചിത്രീകരിച്ചിരിക്കുന്നത് നോക്കുക......

> തുറന്ന വയലിന്റെ മദ്ധ്യത്തിലൂടെ
> മുൾക്കാടുകൾക്കിടയിലൂടെ
> പാറക്കെട്ടുകൾ നിറഞ്ഞ നദീതീരത്തുകൂടെ
> വെന്തകാടിന്റെ ഹൃദയത്തിലൂടെ, നീങ്ങിപ്പോകുന്ന ഒരു സംഘം
> ....നങ്ങേമയുടെ നോട്ടത്തിന്റെ കാന്തശക്തി ഒരുനിമിഷം അവനെ സ്തബ്ധനാക്കി. ഒരു നിമിഷാർദ്ധത്തിന്റെ ആഴം. ആഴത്തിൽനിന്ന് പിടഞ്ഞുപൊങ്ങി അവൻ നിന്നു. തൊടാനറയ്ക്കുന്ന കൈകൾക്കിടയിലൂടെ അസ്പൃശ്യനായി അവൻ നടന്നു. മറ്റെല്ലാ തലകൾക്കുമുപരി ഉയർന്നു നില്ക്കുന്ന ശിരസ്സ്. ചുരുളൻ തലമുടിയിൽ സൂര്യൻ ജ്വലിച്ചു. തുടുത്തു മിനുത്ത മുഖത്ത് നിർല്ലേപത. ഹിംസ്രജന്തുക്കളുടെ നടുവിൽ ശാന്തനായ വനരാജനെപ്പോലെ അവൻ നടന്നുപോയി.......
> അവന്റെ തല കുനിഞ്ഞിട്ടില്ല. (*ആഗ്നേയം*)

നിശ്ചയദാർഢ്യത്തോടെ നടന്നുപോകുന്ന വിപ്ലവകാരിയായ പൗലോസിന്റെ (വർഗ്ഗീസിന്റെ) ചിത്രം മനസ്സിൽ പതിയാൻ ഇതിൽ കൂടുതൽ എന്തു വേണം? ഒരു കഥാപാത്രത്തിന്റെ വ്യക്തിത്വം പ്രകടമാക്കാൻ ഈ വരികൾ തന്നെ ധാരാളമാണ്.

വത്സലയുടെ ഏറ്റവും ശക്തമായ കഥാപാത്രം ഏതെന്നു ചോദിച്ചാൽ ഒരുത്തരമേയുള്ളൂ..... നങ്ങേമ. മലയാള സാഹിത്യത്തിലെ ദുരന്തനായികമാരിൽ ഇത്രയേറെ തീവിഴുങ്ങിയവൾ ആരുമില്ല എന്നാണ് പ്രസിദ്ധ നിരൂപകയായ ഡോ. എം ലീലാവതി നങ്ങേമയെ വിശേഷിപ്പിച്ചത്. പൊരുതിപ്പൊരുതി കയറി വന്ന സ്ത്രീയാണവർ. പ്രകടമായ ജാതിവ്യത്യാസങ്ങൾക്കിടയിൽനിന്ന് വളർന്നുവന്ന ഒരു സ്ത്രീയായിരുന്നിട്ടും ആദിവാസികളോടുപോലും അവർ ജാതിവ്യത്യാസം കാണിച്ചില്ല. അമ്മ, സഹോദരി, ഭാര്യ, മകൾ എന്നിവയിൽ ഏതു നിലയ്ക്കായാലും സ്ത്രീയുടെ മൗലികഭാവം മാതൃത്വം തന്നെയാണ്. ഉറക്കത്തിലും ഉണർന്നിരി

ക്കുന്ന ആ അമ്മയാണ് അസമയത്തു കയറിവരുന്ന അപ്പുവിനും കൂട്ടുകാർക്കും ആഹാരം വിളമ്പുന്നത്. അതിനെ വിപ്ലവപ്രസ്ഥാനത്തോടുള്ള അനുഭാവമായി വ്യാഖ്യാനിക്കാൻ വയ്യ. അപ്പു ചെയ്യുന്ന നന്മകളെ അവർ മനസ്സിലാക്കുന്നുണ്ട്. മനസ്സിൽ ഒരഗ്നിപർവ്വതം പേറിക്കൊണ്ടു നടക്കുന്ന നങ്ങേമയ്ക്ക് മകൻ അഗ്നികൊണ്ടാണ് കളിക്കുന്നതെന്നറിയാം. അതുകൊണ്ട് അവർ തന്നോടു തന്നെ മന്ത്രിക്കുന്നു:

> അമറിക്കൊണ്ടിരിക്കുന്ന ഒരഗ്നിപർവ്വതത്തിന്റെ മുഖത്ത്, അപ്പൂ, നീ എന്നെ തീമലയുടെ മുകളിൽ നിർത്തരുത്. എനിക്കിനിയും സഹിക്കാൻ വയ്യ. ഞാൻ ഗരുഡപ്പാറയായിരുന്നു. ബ്രഹ്മഗിരിയുടെ ശിരസ്സിൽ തലയുയർത്തിനില്ക്കുന്ന അമ്പലപ്പാറ. ഇത്തരമൊരു ശിരസ്സ് ഒരു വൃദ്ധയ്ക്കുണ്ടാകുമോ? ഒരു യുവതിക്കുണ്ടാകുമോ, കരുത്തനായ ഒരു പുരുഷനുണ്ടാകുമോ? നിനക്കുണ്ടോ? (*ആഗ്നേയം*)

ഒട്ടും ആലോചനകൂടാതെ തന്നെ അനുവാചകൻ പറഞ്ഞെന്നിരിക്കും "ഇല്ല." നങ്ങേമയെപ്പോലൊരാൾ നങ്ങേമ മാത്രമേയുള്ളൂ. ജീവിതത്തിൽപ്പോലും നങ്ങേമയെപ്പോലെ ഒരു സ്ത്രീയെ ദുർലഭമായേ കാണാൻ കഴിയൂ. നങ്ങേമ അഗ്നിജ്വാലയായിരുന്നു. എരിയുന്ന നെരിപ്പോടായിരുന്നു. ആ അമ്മ സാക്ഷാൽ അഗ്നിയാണ്. ആ അഗ്നിയിൽനിന്നാണ് ആഗ്നേയമുണ്ടായത്. നങ്ങേമയെന്ന അനശ്വര കഥാപാത്രത്തെ വാർത്തെടുത്തതിലൂടെ വത്സല *അഗ്നിസാക്ഷി*യെഴുതിയ ലളിതാംബിക അന്തർജ്ജനത്തെയും *ഉമ്മാച്ചു* എഴുതിയ ഉറൂബിനെയും പിന്നിലാക്കിയിരിക്കുന്നു. നങ്ങേമയെപ്പോലെ ഒരു കഥാപാത്രത്തെ ലഭിക്കുവാൻ മലയാളസാഹിത്യം ഇനി എത്ര കാലം കാത്തിരിക്കണം?

മനുഷ്യാവസ്ഥയുടെ ദുരിതവും സ്ത്രീയുടെ നിസ്സഹായാവസ്ഥയും പ്രകടമാക്കുന്ന വത്സലയുടെ ശ്രദ്ധേയമായ മറ്റൊരു കഥാപാത്രമാണ് സുനന്ദ. കുന്നത്തു കളത്തിലെ കരിങ്കൽ ഭിത്തിക്കുള്ളിൽ തളച്ചിടാൻ വിധിക്കപ്പെട്ട സുന്ദരിയായ സുനന്ദ ഒന്നും വെട്ടിപ്പിടിക്കുന്നില്ല. കൂമൻകൊല്ലിയിൽ കൃഷിക്കായി കുടിയേറിയ കൃഷ്ണനുണ്ണിയുടെ വെപ്പാട്ടിയാകാനായിരുന്നു അവളുടെ വിധി. കൃഷ്ണനുണ്ണിക്ക് നാട്ടിൽ ഭാര്യയും കുട്ടികളുമുണ്ട്. അതേ കൃഷ്ണനുണ്ണിക്കുവേണ്ടി അവർ മുഖം കാട്ടാതെ പലരെയും സൽക്കരിക്കേണ്ടിവന്നു. കൃഷ്ണനുണ്ണി ഒരുനാൾ കൂമൻകൊല്ലിയോട് വിടപറയുമെന്നറിയാമായിരുന്ന സുനന്ദ പൊതുപ്രവർത്തകനായ ബാലൻനമ്പ്യാരുടെ മുമ്പിൽ തന്റെ ഹൃദയം തുറക്കുന്നു.

"എനിക്കിവിടം വിട്ടു പോകണം. ആരും എനിക്കിടം തരില്ലെന്നോ? നാലു മനുഷ്യരോട് സംസാരിക്കാൻ, നാലു മനുഷ്യരുടെ സുഖദുഃഖങ്ങൾ കണ്ടറിയാൻ കഴിയുന്ന ഒരു നാട്ടിൻപുറത്തേക്ക്." (*കൂമൻകൊല്ലി*) പരിത്യക്തയായ ഒരു സ്ത്രീയുടെ, നിന്ദിതമായ ഒരു സ്ത്രീജന്മത്തിന്റെ, വ്യക്തിദുഃഖത്തിന്റെ തേങ്ങലുകളാണ് സുനന്ദയുടെ ആത്മഭാവത്തിൽ ഉരുത്തിരിയുന്നത്.

ഏകാകികളായ സ്ത്രീകഥാപാത്രങ്ങളാണ് *നെല്ലി*ലെ മാരയും കുറുമാട്ടിയും. സ്നേഹത്തിനുവേണ്ടി ജീവിതം പണയപ്പെടുത്താൻ മുതിർന്ന അവർക്ക് അത് ലഭിക്കാതെ പോകുന്നു. സ്ത്രീഹൃദയങ്ങളിലെ യഥാതഥമായ ശക്തി ദൗർബല്യങ്ങളാണ് നോവലിസ്റ്റ് ഇവിടെ അനാവരണം ചെയ്യുന്നത്. "അവസാനം എല്ലാവരും ഒറ്റയ്ക്കാണല്ലോ" എന്ന ജീവിത സത്യം തിരിച്ചറിയുന്ന ഭൂതകാലപൈതൃകത്തിന്റെ പ്രതീകമായ പുങ്കുന്നത്തെ ചിന്നമ്മു ബ്രാഹ്മണിയമ്മ, ചിത്രശലഭമാകാൻ കൊതിച്ച് എരിഞ്ഞടങ്ങിയ ബന്ദി, (*കൂമൻ കൊല്ലി*) നിസ്സഹായയായ സ്ത്രീയുടെ പ്രതീകമായ പേമ്പി ഇവരെല്ലാം തിരിച്ചറിവിന്റെ പ്രതിരോധനിര സൃഷ്ടിക്കുന്ന സ്ത്രീത്വത്തിന്റെ പ്രതീകങ്ങളാണ്.

കീഴ്ജാതിക്കാരിയായിരുന്നിട്ടും വേണ്ടത്ര വിദ്യാഭ്യാസയോഗ്യതയില്ലാതിരുന്നിട്ടും സ്ത്രീത്വത്തിന്റെ ആത്മഭാവങ്ങൾ പ്രകടിപ്പിക്കുന്ന ശക്തമായ ഒരു കഥാപാത്രമായി വളരാൻ *ചാവേറി*ലെ ചെമ്മരത്തിക്കു കഴിഞ്ഞു. അവളുടെ ശക്തമായ വ്യക്തിത്വത്തിനു മുന്നിൽ പുരോഗമനവാദിയായ അനന്തൻപോലും പതറുന്നതും നിഷ്പ്രഭനാകുന്നതും നാം കാണുന്നു. വീട്ടമ്മമാരായ ഉമ്പിരെയും ഗൗരിയും തങ്ങളുടെ പുരുഷന്മാരേക്കാൾ ആന്തരികശക്തിയുള്ളവരാണെന്ന് തെളിയിക്കുന്ന സന്ദർഭങ്ങളും *ചാവേറി*ലുണ്ട്.

സ്ത്രീയെ അടുത്തറിയാനും ഉൾക്കൊള്ളാനും ഒരു സ്ത്രീയെപ്പോലെ പുരുഷനു കഴിഞ്ഞെന്നുവരില്ല. ഇത്രയും ബൃഹത്തായ രീതിയിൽ സ്ത്രീയുടെ ആത്മഭാവങ്ങൾ അവതരിപ്പിച്ച മറ്റൊരെഴുത്തുകാരിയും മലയാളത്തിലില്ല. തന്റെ കഥാപാത്രങ്ങളിലൂടെ, സ്ത്രീത്വത്തിന്റെ ഊർജ്ജമെന്താണെന്ന് വെളിപ്പെടുത്തിയ എഴുത്തുകാരിയാണ് വത്സല. മലയാളത്തിന്റെ മഹേശ്വതാദേവിയാണ് താനെന്ന് നോവൽ ത്രയങ്ങളിലൂടെ വത്സല എന്നേ തെളിയിച്ചു കഴിഞ്ഞു. എന്നിട്ടും സാഹിത്യത്തമ്പുരാക്കന്മാർ കണ്ണുതുറക്കുന്നില്ലെങ്കിൽ അത് വത്സലയുടെ കുറ്റമല്ല! ഒരുനാൾ അർഹത അംഗീകരിക്കപ്പെടുകതന്നെ ചെയ്യും.

www.ingramcontent.com/pod-product-compliance
Lightning Source LLC
LaVergne TN
LVHW100311051026
849517LV00006B/2263
* 9 7 8 9 3 9 0 3 0 1 8 5 0 *